ಯೋಧ ನಮನ

ಯೋಧರ ವೀರಗಾಥೆಗಳ ಸಂಕಲನ

ವಿಂಗ್ ಕಮಾಂಡರ್
ಬಿ. ಎಸ್. ಸುದರ್ಶನ್

ಪ್ರಕಾಶಕರು

ಬದನಗೋಡು ಪ್ರಕಾಶನ
ನಂ. ೫ ಬಿ, ಸ್ಯೆಕಾನ್ ಹೊರಮಾವು,
ಹೊರಮಾವು ಮುಖ್ಯ ರಸ್ತೆ,
ಹೊರಮಾವು, ಬೆಂಗಳೂರು. ೫೬೦೦೪೩.
ಮೊಬೈಲ್ ನಂ. ೬೩೬೪೮೯೮೭೪೮.
Email: sudarshanbadangod@gmail.com

Yodha Namana *a Book Written by Wing Commander B.S.Sudarshan & Published by Badangod Publication, Bengaluru.*

First Edition	:	2019
Size	:	Demi 1/8
Pages	:	140 pages.
Price	:	Rs. 150/-
Copies	:	1000
Used Pages	:	90 gsm Maplithos N.S.
Cover Page, Graphic designs & Page Layout	:	Parampara Art Studio ©Sunayana Sudarshan (Images source: google)
Proof Glance	:	Shivaram Kaansen .
Copyrights @	:	B.S.Sudarshan
Publishers & Distributors	:	Badangod Publications 5B, Sycon Horamavu, Horamavu Main Road, Horamavu, Bengaluru-560043 Mob: 6364818248

ಲೇಖಕರ ಪರಿಚಯ

ವಿಂಗ್ ಕಮಾಂಡರ್ ಬಿ. ಎಸ್. ಸುದರ್ಶನ್ ರವರು ವಾಯುಸೇನೆಯಲ್ಲಿ ವೈಮಾನಿಕರಾಗಿ ಇಪ್ಪತ್ತೈದು ವರ್ಷಗಳ ಸೇವೆಸಲ್ಲಿಸಿರುತ್ತಾರೆ. ವೃತ್ತಿಪರ ಜೀವನದ ಎರಡನೇ ಅಧ್ಯಾಯದಲ್ಲಿ ಇವರು ಸದ್ಯಕ್ಕೆ ಇಂಡಿಗೋ ಏರ್ ಲೈನಿನಲ್ಲಿ ಸೀನಿಯರ್ ಕಮಾಂಡರ್ ಆಗಿ ಸೇವೆ ಸಲ್ಲಿಸುತ್ತಿದ್ದಾರೆ. ಚಿಕ್ಕಂದಿನಿಂದಲೇ ದೇಶ ಸುತ್ತುವುದು, ಕೋಶ ಓದುವುದು.. ಇವರು ಬೆಳೆಸಿಕೊಂಡು ಬಂದ ಹವ್ಯಾಸಗಳು, ಅದಕ್ಕೆ ಪೂರಕವಾದ ವೃತ್ತಿಯಲ್ಲಿ ಹಲವಾರು ದೇಶ ವಿದೇಶಗಳ ಪ್ರವಾಸ ಮಾಡಿದ್ದಾರೆ. ಪ್ರವಾಸದ ಅನುಭವಗಳನ್ನು ಲಘು ಬರಹದ ರೂಪದಲ್ಲಿ ಬರೆಯುವ ಹವ್ಯಾಸವನ್ನೂ ಬೆಳಸಿಕೊಂಡರು. ವಾಯುಸೇನೆಯಲ್ಲಿದ್ದಾಗ ಬಹುಕಾಲ ಕರ್ನಾಟಕದ ಹೊರಗೇ ಇರಬೇಕಾದ ಅನಿವಾರ್ಯತೆಯಿಂದಾಗಿ ಕನ್ನಡ ಸಾಹಿತ್ಯದ ಸಾಂಗತ್ಯ ಸ್ವಲ್ಪ ಕುಂಠಿತವಾಗಿತ್ತು. ಈಗ ಆ ಕೊರತೆಯನ್ನು ನೀಗಿಸಲು ಕನ್ನಡ ಸಾಹಿತ್ಯದ ಅಧ್ಯಯನ, ಸಂಶೋಧನೆ ನಡೆಸುತ್ತಿದ್ದಾರೆ. ಕನ್ನಡದಲ್ಲಿ ಬರೆಯುವುದು ಇವರ ಇತ್ತೀಚಿನ ಪ್ರಯತ್ನ. ಭಾರತದ ಇತಿಹಾಸದ, ಪರಂಪರೆಯ, ಸನಾತನ ಧರ್ಮದ ಅಭ್ಯಾಸವನ್ನು ನಿರಂತರವಾಗಿ ನಡೆಸುತ್ತಿದ್ದಾರೆ.

ಅವರ ಚೊಚ್ಚಲು ಕೃತಿ **ಹಸಿರು ಹಂಪೆ (ಜನ ಸಾಮಾನ್ಯರ ಕಥೆಗಳು)** ಡಾ.ಎಸ್.ಎಲ್.ಭೈರಪ್ಪನವರ ಮುನ್ನುಡಿಯೊಂದಿಗೆ ಅವರ ಹಸ್ತಕಮಲಗಳಿಂದಲೇ ಬಿಡುಗಡೆ ಕಂಡಿತು. ಈ ಪುಸ್ತಕಕ್ಕೆ ರಾಜ್ಯದ ಮತ್ತು ವಿದೇಶದಲ್ಲಿ ನೆಲೆಸಿರುವ ಕನ್ನಡಿಗರಿಂದ ಉತ್ತಮ ಪ್ರತಿಕ್ರಿಯೆ ಮತ್ತು ಪ್ರಶಂಸೆ ದೊರೆತಿದೆ.

ಇವರು ನಿಯಮಿತವಾಗಿ ಹಲವಾರು ಪತ್ರಿಕೆ ಮತ್ತು ಸಾಪ್ತಾಹಿಕೆಗಳಿಗೆ ಚರಿತ್ರೆಯ, ಪರಂಪರೆಯ ಹಾಗೂ ಸೈನ್ಯ ಸಂಬಂಧಿ ಲೇಖನಗಳನ್ನು ಬರೆಯುತ್ತಿರುತ್ತಾರೆ. ಮಾಧ್ಯಮದ ಚರ್ಚೆಗಳಲ್ಲೂ ಇವರು ಸಕ್ರಿಯವಾಗಿ ಭಾಗವಹಿಸುತ್ತಿರುತ್ತಾರೆ. ಈ ಯೋಧ ನಮನ ಪುಸ್ತಕ ಇವರ ಪ್ರಕಟಿತ ಲೇಖನಗಳ ಸಂಕಲನ.

ಮುನ್ನುಡಿ

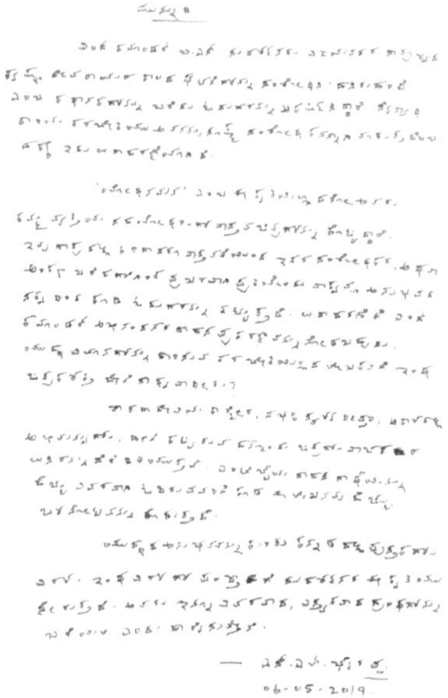

ವಿಂಗ್ ಕಮಾಂಡರ್ ಬಿ.ಎಸ್. ಸುದರ್ಶನರು ವಿಜಯನಗರ ಸಾಮ್ರಾಜ್ಯದ ಕೃಷ್ಣದೇವರಾಯರ ಕಾಲದ ಘಟನೆಗಳನ್ನು ಸಂಶೋಧಿಸಿ 'ಹಸಿರು ಹಂಪೆ' ಎಂಬ ಕಥಾನಕಗಳನ್ನು ಬರೆದು ಓದುಗರನ್ನು ಆಕರ್ಷಿಸಿದ್ದಾರೆ. ಸೈನ್ಯಾಧಿಕಾರಿಯ ತರಬೇತಿಯು ಅವರನ್ನು ಸೂಕ್ಷ್ಮ ಸಂಶೋಧಕನನ್ನಾಗಿ ಮಾಡುತ್ತದೆಂಬುದಕ್ಕೆ ಇದು ಉದಾಹರಣೆಯಾಗಿದೆ.

ಯೋಧ ನಮನ' ಎಂಬ ಈ ಕೃತಿಯಲ್ಲಾದರೋ ಅವರು ತಮ್ಮ ವೃತ್ತಿಯ ಸಹಯೋಧರುಗಳ ವಾಸ್ತವ ಚಿತ್ರಗಳನ್ನು ಕೊಟ್ಟಿದ್ದಾರೆ. ಇವು ಗಾತ್ರದಲ್ಲಿ ಕಿರಿದಾದರೂ ವಾಸ್ತವತೆಯಿಂದ ಇತರ ಸಂಶೋಧಕರ ಅಥವಾ ಅಂಕಣ ಬರಹಗಳಿಗಿಂತ ಪ್ರಖರವಾಗಿ, ಪ್ರತಿಯೊಂದು ವಾಕ್ಯವೂ ಅನುಭವದ ಸತ್ಯದಿಂದ ಕೂಡಿ ಓದುಗರನ್ನು ತಟ್ಟುತ್ತದೆ. ಉದಾಹರಣೆಗೆ ವಿಂಗ್ ಕಮಾಂಡರ್ ಅಭಿನಂದನರ ಸಾಹಸ ಪ್ರಕರಣವನ್ನು ನೋಡಬಹುದು. ಯುದ್ಧ ವಿಮಾನಗಳನ್ನು ಹಾರಿಸುವ ತರಬೇತಿಯಿಲ್ಲದ ಲೇಖಕನಿಗೆ ಇಂಥಾ ಚಿತ್ರಕಶಕ್ತಿ ಹೇಗೆ ಸಾಧ್ಯವಾದೀತು?

ಶಾರದಾದೇವಿಯ ಕಾಶ್ಮೀರ, ನಭಃ ಸ್ಪರ್ಶ ದೀಪ್ತಂ, ಆಕಾಶದಲ್ಲಿ ಅಭಿಮನ್ಯುಗಳು ಹೀಗೆಕಟ್ಟಿರುವ ಹದಿನೈದು ಚಿತ್ರಗಳು ವಾಚಕರ ಉಸಿರನ್ನು ಸೆರೆ ಹಿಡಿಯುತ್ತವೆ. ಎಂಟೆಬ್ಬೆಯ ಸಾಹಸಗಾಥೆಯನ್ನು ಹೆಚ್ಚು ವಿವರವಾಗಿ ಓದಿರುವವರಿಗೆ ಕೂಡ ಈ ಲೇಖನವು ಹೆಚ್ಚು ಒಳನೋಟವನ್ನು ಕೊಡುತ್ತದೆ.

ಯುದ್ಧದ ಅನುಭವವನ್ನು ಕುರಿತು ಕನ್ನಡದಲ್ಲಿ ಪುಸ್ತಕಗಳು ವಿರಳ. ಇಂಥ ವಿರಳಗಳ ಪಂಕ್ತಿಗೆ ಸುದರ್ಶನರ ಈ ಕೃತಿಯು ಸೇರುತ್ತದೆ. ಅವರು ಇನ್ನೂ ವಿವರವಾದ, ವಿಸ್ತೃತವಾದ ಗ್ರಂಥಗಳನ್ನು ಬರೆಯಲಿ ಎಂದು ಹಾರೈಸುತ್ತೇನೆ.

ಡಾ.ಎಸ್.ಎಲ್.ಭೈರಪ್ಪ

೦೬/೦೫/೨೦೧೯

ಯೋಧ ನುಡಿ

ಏರ್ ವೈಸ್ ಮಾರ್ಷಲ್
ವಿಕಾಸ್ ಕೃಷ್ಣರಾವ್ ಯಜುರ್ವೇದಿ

ಅತಿ ವಿಶಿಷ್ಟ ಸೇವಾ ಮೆಡಲ್,
ವಾಯು ಸೇನಾ ಮೆಡಲ್

ವಿಂಗ್ ಕಮಾಂಡರ್ ಸುದರ್ಶನರ 'ಯೋಧ ನಮನ' ಎನ್ನುವ ವಿನಮ್ರ ಹೆಸರಿನ ಹೊತ್ತಿಗೆ ಸಮಯೋಚಿತವಾದ ಕೃತಿ. ಇದರಲ್ಲಿ ಬರುವ ನೈಜ ವೀರಗಾಥೆಗಳನ್ನು ಬಹಳ ಸರಳವಾಗಿ ಮನದಟ್ಟುವಂತೆ ಬರೆದಿದ್ದಾರೆ. ಇಲ್ಲಿ ವಿವರಿಸಿರುವ ಘಟನೆಗಳು ನಮ್ಮ ಕಣ್ಮುಂದೆಯೇ ನಡೆಯುತ್ತಿದ್ದಂತೆ ಭಾಸವಾಗುತ್ತವೆ.

ಎರಡು ಸಾವಿರದ ಮುನ್ನೂರು ವರ್ಷಗಳ ಹಿಂದೆ ಚಾಣಕ್ಯ ಬರೆದ ಅರ್ಥಶಾಸ್ತ್ರದಲ್ಲಿ ಯೋಧರ ಬಗ್ಗೆ ಹೀಗೆ ಬರೆಯುತ್ತಾರೆ. "ಯೋಧ ಎಂದರೆ ಯಾರು...? ರಾಜ ಬೊಕ್ಕಸವನ್ನು ಅವನು ತುಂಬಿಸುವುದಿಲ್ಲ, ಕಣಜಗಳಿಗೆ ದವಸಗಳನ್ನು ತಂದು ಸುರಿಯುವುದಿಲ್ಲ, ವ್ಯಾಪಾರ, ವಾಣಿಜ್ಯ ಅವನ ಕಸುಬು ಅಲ್ಲ, ಕವಿ, ಶಿಲ್ಪಿ, ಕಾರ್ಮಿಕ ಅವನಲ್ಲ. ಹಾಗಾದರೆ ಸೈನಿಕನ ಎಂದರೆ ಯಾರು, ಅವನ ಕರ್ತವ್ಯವೇನು..?

ಯೋಧನೆಂದರೆ ಈ ರಾಜ್ಯದ ಅಡಿಪಾಯ, ಮೂಲಾಧಾರ. ಇವನಿಂದಾಗಿಯೇ ಋಷಿ ಮುನಿಗಳು ಏಕಾಗ್ರತೆಯಿಂದ ತಪಸ್ಸು ಮಾಡುವುದು, ಪುರೋಹಿತ, ಪಂಡಿತರು ನಿರ್ಭಯರಾಗಿ ಮಂತ್ರ ಪಠಿಸುವುದು, ಕಲಾವಿದರು, ಶಿಲ್ಪಿಗಳು ತಮ್ಮ ಪ್ರತಿಭೆಯನ್ನು ಮೂಡಿಸುವುದು, ರೈತ, ಗೋಪಾಲಕರು ಸುರಕ್ಷಿತವಾಗಿ ತಮ್ಮ ವೃತ್ತಿಯಲ್ಲಿ ತೊಡಗಿಕೊಂಡಿರುವುದು, ಕರ, ತೆರಿಗೆ ವಸೂಲಿಯ ಅಧಿಕಾರಿಗಳು ನಿಶ್ಚಿಂತರಾಗಿ ಕಾರ್ಯನಿರ್ವಹಣೆ ಮಾಡುತ್ತಿರುವುದು. ಯೋಧರು ಸದಾ

ಅನಿಮಿಷರಾಗಿ, ದಿನರಾತ್ರಿ ಎನ್ನದೆ, ಅಷ್ಟ ಪ್ರಹರಗಳಲ್ಲಿ, ವರ್ಷಾನುವರ್ಷ, ಹಿರಿದ ಕತ್ತಿಗಳನ್ನು ಹಿಡಿದು ಗಡಿಯಲ್ಲಿ ನಿಂತಿರುವುದಕ್ಕೇ ಈ ದೇಶ ಸುಭೀಕ್ಷತೆಯಿಂದ ಮೆರೆಯುತ್ತಿದೆ.."

ಈ ಚಾಣಕ್ಯೋಕ್ತಿಗಳು ಈಗಲೂ ಎಷ್ಟು ಪ್ರಾಸಂಗಿಕವಾಗಿವೆ ಅಲ್ಲವೇ? ಒಬ್ಬ ವ್ಯಕ್ತಿಯ, ಒಂದು ಸಮಾಜದ, ದೇಶದ ರಕ್ಷಣೆಗೆಂದೇ, ತನ್ನ ಮನೆ, ಊರು, ಬಂಧುಗಳನ್ನು ತೊರೆದು, ಮಳೆ ಬಿಸಿಲೆನ್ನದೆ, ಟೊಂಕಕಟ್ಟಿ, ಬದ್ಧನಾಗಿ ನಿಂತಿರುವ ಈ ಯೋಧನ ತ್ಯಾಗ ಬಲಿದಾನಗಳಿಗೆ ಮನದಾಳದಿಂದ ಅರ್ಪಿಸುವ ಕೃತಜ್ಞತೆಗಳು ಮತ್ತು ಅವರ ಸಾಹಸಗಳ ಸ್ಮರಣೆಯೇ ಯೋಧ ನಮನ, ಯೋಧ ಸ್ಮರಣೆ.

ಇಸ್ರೇಲಿನಲ್ಲಿ ಹಾಗು ಇತರೆ ದೇಶಗಳಲ್ಲಿ ಇರುವಂತಹ ಸಮರ ಸಾಹಿತ್ಯ ನಮ್ಮ ದೇಶದಲ್ಲಿಲ್ಲ. ಅಲ್ಪ ಸ್ವಲ್ಪ ಇರುವ ಪುಸ್ತಕಗಳು, ದಾಖಲೆಗಳು ಇಂಗ್ಲೀಷಿನಲ್ಲೇ ಉಳಿದುಕೊಂಡಿವೆ. ಪ್ರಾದೇಶಿಕ ಭಾಷೆಗಳಲ್ಲಿ ಸಿಗುವ ಮಾಹಿತಿ ತುಂಬಾ ಕಡಿಮೆ, ಹಾಗಾಗಿ ವಿಂಗ್ ಕಮಾಂಡರ್ ಸುದರ್ಶನರ ಈ ಪ್ರಯತ್ನ ತುಂಬಾ ಸ್ತುತ್ಯಾರ್ಹ.

ಪುಲ್ವಾಮಾದಲ್ಲಿ ನಮ್ಮ ಸೈನಿಕರ ಮೇಲೆ ನಡೆದ ಆತ್ಮಾಹುತಿಯ ದಾಳಿ, ಅದಕ್ಕೆ ದಿಟ್ಟ ಪ್ರತ್ಯುತ್ತರವಾಗಿ ಬಾಲಾಕೋಟಿನ ಉಗ್ರರ ತಾಣದ ಮೇಲೆ ನಡೆದ ವಾಯುಸೇನೆಯ ರೋಚಕ ಆಕ್ರಮಣ, ಮರುದಿನವೇ ಮತ್ತೊಂದು ದುಸ್ಸಾಹಸಕ್ಕೆ ಕೈಹಾಕಲು ಹೊರಟಿದ್ದ ಪಾಕಿಸ್ತಾನದ ವಾಯುಸೇನೆಯ ವಿಮಾನಗಳನ್ನು ಅಟ್ಟಾಡಿಸಿಕೊಂಡು ಹೊಡೆದೋಡಿಸಿದ ನಮ್ಮ ವಾಯುಸೇನೆಯ ಸಾಹಸ, ವಿಂಗ್ ಕಮಾಂಡರ್ ಅಭಿನಂದನ್ ಅವರ ಪ್ರಕರಣ ಇವೆಲ್ಲವೂ ಭಾರತದಲ್ಲಿ ಮತ್ತೊಮ್ಮೆ ರಾಷ್ಟ್ರಪ್ರೇಮದ ಅಲೆಯನ್ನು ಸೃಷ್ಟಿಸಲು ಪೂರಕವಾಯಿತು. ವಾಯುಸೇನೆಯ ಕಾರ್ಯಾಚರಣೆಗಳು ಅಂದರೆ ಹಾಗೇನೇ, ಎಲ್ಲವೂ ಅಲ್ಪ ಸಮಯದ, ಧೀರ್ಘ ಪರಿಣಾಮದ ಪ್ರಕ್ರಿಯೆಗಳು. ಎಲ್ಲವೂ ಮಿಂಚಿನ ವೇಗದಲ್ಲಿ ನಡೆದುಹೋಗುತ್ತದೆ. ಇಲ್ಲಿ ಯಶಸ್ಸು ಯಂತ್ರ ಮತ್ತು ಅದರ ನಿರ್ವಾಹಕ ಈ ಎರಡು ಅಂಶಗಳ ಮೇಲೆ ನಿರ್ಭರವಾಗಿರುತ್ತದೆ. ಕ್ಷಣಾರ್ಧದಲ್ಲಿ ತೆಗೆದುಕೊಂಡ ನಿರ್ಧಾರ, ನಡೆಸಿದ ತಂತ್ರ, ಸೋಲು ಗೆಲುವುಗಳನ್ನು ನಿರ್ಣಯಿಸುತ್ತದೆ, ಹಾಗಾಗಿ ಯಂತ್ರಕ್ಕಿಂತ ಹೆಚ್ಚಾಗಿ ಅದನ್ನು ನಿರ್ವಹಿಸುವ ತಾಂತ್ರಿಕನ ಕೌಶಲ್ಯತೆ ವಿಜಯದ ರೂವಾರಿಯಾಗುತ್ತದೆ. ಅದು ವಾಯುಶಕ್ತಿಗಿರುವ ವೈಶಿಷ್ಟ್ಯತೆ.

ಒಂದು ಸಮರ್ಥ, ಸದೃಢ ವಾಯುಸೇನೆಯ ನಿರ್ವಹಣೆ ಸುಲಭದ ಮಾತಲ್ಲ, ನಿರಂತರ ತರಬೇತಿ ನಡೆಯುತ್ತಲೇ ಇರಬೇಕು. ವೆಚ್ಚವೂ ಅಧಿಕ. ಈ

ವಿಷಯ ಕೆಲವರಿಗೆ ಅಷ್ಟು ಸುಲಭವಾಗಿ ಅರ್ಥವಾಗುವುದಿಲ್ಲ. ಒಂದು ಯುದ್ಧ ವಿಮಾನ ಮಾರಕಾಸ್ತ್ರವಾಗಿ ಪರಿಣಮಿಸುವುದು ಅದಕ್ಕೆ ಇರುವ ಕಾರ್ಯಕ್ಷಮತೆಯಿಂದಾಗಿ. ಅಂತರಾಷ್ಟ್ರೀಯ ಮಟ್ಟದಲ್ಲಿ ಈಗಿರುವ ತಂತ್ರಜ್ಞಾನ ಎಷ್ಟು ಅದ್ಭುತವಾಗಿದೆ ಎಂದರೆ ಇಲ್ಲಿಂದ ಪ್ರಯೋಗಿಸಲ್ಪಟ್ಟ ಮಿಸ್ಸೈಲು ಸುಮಾರು ೩ ೦ ೦ ಕಿ.ಮೀ.ಗಳಷ್ಟು ದೂರದಲ್ಲಿ ಹಾರುತ್ತಿರುವ ಶತ್ರು ವಿಮಾನವನ್ನು ಹೊಡೆದುರುಳಿಸಬಲ್ಲದು, ಗಡಿ ಉಲ್ಲಂಘನೆ ಮಾಡುವುದೇ ಬೇಡ. ಅಂತಹಾ ಕಾರ್ಯಕ್ಷಮತೆ ರಫೆಲ್ ನಂತಹ ಯುದ್ಧ ವಿಮಾನಕ್ಕೆ ಮತ್ತು ಅದಕ್ಕೆ ಅಳವಡಿಸಿದ 'ಮೀಟಿಯೋರ್' ನಂತಹ ಮಿಸ್ಸೈಲುಗಳಿಗಿದೆ. ಅಂತರಾಷ್ಟ್ರೀಯ ಪೈಪೋಟಿಯಲ್ಲಿ ಯುದ್ಧ ಸಾಮಗ್ರಿಗಳು ದುಬಾರಿ. ಖರೀದಿಯಲ್ಲಿ ದುಬಾರಿ ಎನಿಸಿದರೂ ಪರವಾಗಿಲ್ಲ, ಅವುಗಳ ಸಾಮರ್ಥ್ಯಕ್ಕೆ ಆದ್ಯತೆ ಕೊಡಬೇಕಾಗುತ್ತದೆ. ದೇಶದ ಸುರಕ್ಷಿತೆಯ ಸಂಬಂಧಿತ ವಲಯಗಳಲ್ಲಿ ಮಾತ್ರ ಇವುಗಳ ಬಗ್ಗೆ ಚರ್ಚೆ ನಡೆಸುವುದು ಉಚಿತ.

'ಯೋಧ ನಮನ'ದಲ್ಲಿ ಹಲವಾರು ವೀರಗಾಥೆ, ಯಶೋಗಾಥೆಗಳನ್ನು ಸರಳ ರೀತಿಯಲ್ಲಿ, ನೈಜವಾಗಿ ವಿವರಿಸಿ ಸೈನ್ಯದ, ಸೈನಿಕರ ಜೀವನಗಳನ್ನು ಪರಿಚಯಿಸಿದ್ದಾರೆ. ವಿಂಗ್ ಕಮಾಂಡರ್ ಸುದರ್ಶನರ ಈ ಪ್ರಯತ್ನಕ್ಕೆ ಅಭಿನಂದನೆಗಳು. ಅವರ ಈ ಸ್ಫೂರ್ತಿದಾಯಕ ಪ್ರಯತ್ನ ಇನ್ನೂ ಮುಂದುವರೆಯಲಿ ಎಂದು ಆಶಿಸೋಣ.

ಏರ್ ವೈಸ್ ಮಾರ್ಷಲ್
ವಿಕಾಸ್ ಕೃಷ್ಣರಾವ್ ಯಜುರ್ವೇದಿ

ಲೇಖಕರ ಮಾತುಗಳು

ಒಂದು ನಿಮಿಷ ಹೀಗೇ ಕಣ್ಮುಚ್ಚಿ ಆಲೋಚಿಸೋಣ ಅಥವಾ ಆಶಿಸೋಣ. ದೇಶಕ್ಕೆ ಸ್ವಾತಂತ್ರ್ಯ ಬಂದ ಮೇಲೆ ಹರಿದು ಹಂಚಿ ಹೋಗಲಿದ್ದ ದೇಶವನ್ನು ಒಂದುಗೂಡಿಸಿದ ಸರದಾರ್ ಪಟೇಲರಿಗೆ ಸಂಪೂರ್ಣ ಸ್ವಾತಂತ್ರ್ಯ ಮತ್ತು ಸಮಯ ಕೊಟ್ಟು ಕಾಶ್ಮೀರದ ಸಮಸ್ಯೆಯನ್ನು ಪರಿಹರಿಸಿಕೊಂಡಿದ್ದಿದ್ದರೆ ಹೇಗಿರುತ್ತಿತ್ತು?

ಭಾರತ ಪಾಕಿಸ್ತಾನಗಳ ಮಧ್ಯೆ ಯುದ್ಧಗಳು ನಡೆಯುತ್ತಿರಲಿಲ್ಲವೇ? ಬಹುಶಃ ಇಲ್ಲಾ ಎನಿಸುತ್ತದೆ, ಏಕೆಂದರೆ ಭಾರತದ ಪಶ್ಚಿಮ ಗಡಿಯಲ್ಲಿ ಯುದ್ಧ ನಡೆದಾಗ ಕಾಶ್ಮೀರ ಸಂಬಂಧಿತ ವಿಷಯಗಳು ಪ್ರಮುಖ ಪಾತ್ರವಹಿಸುತ್ತವೆ. ಮೊಟ್ಟಮೊದಲು ಬರುವ ವಿಚಾರ, ಆಗ ನಮ್ಮ ಈ ಬೃಹತ್ ಸೈನ್ಯವೇನು ಮಾಡುತ್ತಿತ್ತು? ಸಮಸ್ಯೆಯೇ ಇಲ್ಲವೆಂದರೆ ಇಂತಹ ಬೃಹತ್ ಸೈನ್ಯದ ಅವಶ್ಯಕತೆ ಇರುತ್ತಿತ್ತಾ? ಈಗಿರುವ ಸೈನ್ಯಕ್ಕಿಂತ ಅರ್ಧದಷ್ಟಿದ್ದಿದ್ದರೂ ದೇಶ ಸುರಕ್ಷಿತವಾಗಿರೋದು ಅನಿಸುತ್ತಿತ್ತೇನೋ. ಅತಿ ಮುಖ್ಯವಾಗಿ ನಮ್ಮ ಸಾವಿರಾರು ಸೈನಿಕರ ಬಲಿದಾನದ ಅವಶ್ಯಕತೆ ಇರುತ್ತಿತ್ತೇ? ನಿಶ್ಚಯವಾಗಿಯೂ ಇರುತ್ತಿರಲಿಲ್ಲ. ಹ್ಞಾ... ಎಂದು ಒಂದು ನಿಟ್ಟುಸಿರು ಬಿಟ್ಟು ವಾಸ್ತವಕ್ಕೆ ಬರೋಣ. ಸೈನ್ಯವನ್ನು ಸದಾ ಯುದ್ಧಕ್ಕೆ ಸಿದ್ಧ ಎನ್ನುವ ಹಂತಕ್ಕೆ ತರಲು ಆಗುವ ಖರ್ಚು ವೆಚ್ಚದಲ್ಲಿ ಏನಾದರೂ ಕಡಿತವಾಗಿರುತ್ತಿತ್ತೇ? ಖಂಡಿತಾ, ನೋಡಿ ಒಂದು ಯುದ್ಧಕ್ಕೆ ಸಿದ್ಧ ವಿಮಾನ ಖರೀದಿಸಲು ೭೦೦ ಕೋಟಿಯಿಂದ ೧೦೦೦ ಕೋಟಿಯವರೆಗೆ ಖರ್ಚಾಗುತ್ತದೆ ಅಂತಾರೆ, ಬರೀ ಒಂದು ವಿಮಾನಕ್ಕೆ! ಇಂತಹ ನೂರಾರು ವಿಮಾನಗಳು ವಾಯುಸೇನೆಗೆ ಬೇಕು. ಭೂಸೇನೆ, ನೌಕಾದಳಗಳ ಅವಶ್ಯಕತೆಗಳ ಉದ್ದನೆಯ ಪಟ್ಟಿಯೇ ಇದೆ. ಸೈನ್ಯದ ಈ ಅವಶ್ಯಕತೆಗಳ ಪಟ್ಟಿ ಹೇಗೆ ತಯಾರಿಸಲಾಗುತ್ತದೆ? ರಕ್ಷಣಾ ಇಲಾಖೆಯು ಭಾರತದ ಸುರಕ್ಷತೆಗೆ ನೆರೆಹೊರೆಯ ರಾಷ್ಟ್ರಗಳಿಂದ ಯಾವ ಮಟ್ಟದ ಅಪಾಯವಿದೆ ಎನ್ನುವ ಸಮೀಕ್ಷೆಯನ್ನು ನಿಯಮಿತವಾಗಿ ನಡೆಸುತ್ತದೆ ಇದನ್ನು Threat Perception ಎನ್ನುತ್ತಾರೆ. ಇದರ ಪ್ರಕಾರ, ಮುಂದೆ ನಡೆಯಬಹುದಾದ ಯುದ್ಧದಲ್ಲಿ ಪಾಕಿಸ್ತಾನದ ಬಳಿ ಏನೆಲ್ಲಾ ಯುದ್ಧ ಸಾಮಗ್ರಿಗಳಿವೆ ಮತ್ತು ಅದನ್ನು ತಟಸ್ಥಗೊಳಿಸಲು ನಮ್ಮ ಬಳಿ ಏನೆಲ್ಲಾ ಯುದ್ಧ ಸಾಮಗ್ರಿಗಳಿರಬೇಕು ಎಂದು ಅಂದಾಜಿಸಲಾಗುತ್ತದೆ. ಹೀಗೇ ಚೀನಾದ ಬಗ್ಗೆಯೂ ಯೋಚಿಸಲಾಗುತ್ತದೆ. ಈ ಸಮೀಕ್ಷೆಯಲ್ಲಿ ನಮ್ಮ ನೆರೆರಾಷ್ಟ್ರಗಳು ಯಾವೆಲ್ಲಾ ಕಾರಣಗಳಿಗೆ ನಮ್ಮ ಮೇಲೆ ಹಲ್ಲೆ ಮಾಡಬಹುದು ಎಂಬ ಕಾರಣಗಳನ್ನೂ ಪರಿಶೀಲಿಸಿಲಾಗುತ್ತದೆ. ಇಂತಹ ವಿಷಯಗಳ ಚರ್ಚೆ ನಡೆಯುವಾಗ ಇತಿಹಾಸದ ಕೆಲವು ಕಹಿಸತ್ಯಗಳು ಬೇಡವೆಂದರೂ ಬಟಾಬಯಲಾಗುತ್ತವೆ. ಇಲ್ಲಿ ರಾಜಕೀಯ

ನಾಯಕತ್ವದ ವಿಫಲತೆ ಎದ್ದು ಕಾಣುತ್ತದೆ. ಕೆಲವು ನಾಯಕರುಗಳ ಅಹಂ ಮನೋಭಾವ, ವೈಯಕ್ತಿಕ ನ್ಯೂನತೆಗಳು ದೇಶದ ಸುರಕ್ಷಿತತೆಗೆ ಧಕ್ಕೆ ಉಂಟುಮಾಡಿರುವುದರಲ್ಲಿ ಸಂಶಯವಿಲ್ಲ ಆದರೆ ಇದರ ಪರಿಣಾಮವಾಗಿ ಸೈನ್ಯವನ್ನು ಬಲಿಪಶುಮಾಡುವುದೇ? ಈ ಪ್ರಶ್ನೆಯನ್ನು ನಾವು, ಈ ದೇಶದ ಪ್ರಜೆಗಳು ಕೇಳಬೇಕು.

ಸೈನ್ಯ ಎಂದೂ ಇಂತಹ ಪ್ರಶ್ನೆ ಕೇಳುವುದಿಲ್ಲ, ಕೇಳಲೂಬಾರದು. ಇತಿಹಾಸದಲ್ಲಿ ನಡೆದ ಎರಡು ವಿಶ್ವಯುದ್ಧಗಳಲ್ಲಿ ಭಾರತೀಯ ಸೈನಿಕರು ಪ್ರಪಂಚದ ಹಲವಾರು ದೇಶಗಳಲ್ಲಿ ನಡೆದ ಯುದ್ಧದಲ್ಲಿ ಭಾಗವಹಿಸಿದರು. ಒಂದು ಅಂದಾಜಿನ ಪ್ರಕಾರ ವಿಶ್ವಯುದ್ಧಗಳಲ್ಲಿ ಹುತಾತ್ಮರಾದ ಭಾರತೀಯ ಸೈನಿಕರ ಸಂಖ್ಯೆ ಬರೋಬ್ಬರಿ ೧,೬೨,೦೦೦. ಈ ಸೈನಿಕರು ನಾವು ಯಾರ ಯುದ್ಧಕ್ಕಾಗಿ ಪ್ರಾಣತ್ಯಾಗ ಮಾಡುತ್ತಿದ್ದೇವೇ... ಎಂದು ಪ್ರಶ್ನಿಸಿದರೇ? ಇಲ್ಲ, ಆದರೆ ಭಾರತದ ಸ್ವಾತಂತ್ರ್ಯ ಹೋರಾಟದ ಪುಟಗಳಲ್ಲಿ ಈ ಹುತಾತ್ಮರಿಗೆ ಅವರಿಗೆ ನ್ಯಾಯವಾಗಿ ಸಲ್ಲಬೇಕಾಗಿದ್ದ ಗೌರವವಾದರೂ ಸಂದಿತೇ? ಉತ್ತರ ನಿಮಗೇ ಗೊತ್ತು. ಹೋಗಲಿ ಬಿಡಿ ಅದು ಇತಿಹಾಸದ ಮಾತಾಯಿತು.

ಈಗಲಾದರೂ ಸೈನಿಕರಿಗೆ ಸಲ್ಲಬೇಕಾದ ಪ್ರಶಂಸೆ, ತ್ಯಾಗ ಬಲಿದಾನಗಳಿಗೆ ಸಲ್ಲಬೇಕಾದ ಗೌರವ ದೊರಕುತ್ತಿದೆಯೇ? ಕ್ಷುಲ್ಲಕ ರಾಜಕೀಯ, ಬೇಜವಾಬ್ದಾರಿಯ ಮಾಧ್ಯಮಗಳ ಭರಾಟೆಯಲ್ಲಿ ಸೈನಿಕರ ಸಾಹಸಗಾಥೆಗಳು ಹುದುಗಿ ಹೋಗುತ್ತಿವೆಯೇ? ಹೌದು ಅನಿಸುತ್ತದೆ. ಮೊದಲನೇ ವಿಶ್ವಯುದ್ಧದಲ್ಲಿ ಪಶ್ಚಿಮ ಏಶಿಯಾದ ಹೈಫಾ ಬಂದರಿನಲ್ಲಿ ನಮ್ಮ ಭಾರತೀಯ ಸೈನಿಕರ, ಅದರಲ್ಲೂ ನಮ್ಮ ಮೈಸೂರಿನ ಅಶ್ವಾರೂಢರ ಸಾಹಸದ ಪ್ರದರ್ಶನದ ಮೈನವಿರೇಳಿಸುವ ಕತೆಗಳು ಇಸ್ರೇಲಿನ ಪಠ್ಯಪುಸ್ತಕಗಳಲ್ಲಿವೆ. ಈ ವಿಷಯ ನಮ್ಮ ಕರ್ನಾಟಕದ ಪಠ್ಯಪುಸ್ತಕಗಳಲ್ಲಿ ಇರಬೇಕಾಗಿತ್ತಲ್ಲವೇ? ಯಾಕಿಲ್ಲಾ? ಇದರ ಬಗ್ಗೆ ನಮಗೂ ದಿವ್ಯ ನಿರ್ಲಕ್ಷ್ಯ ಮನೋಭಾವವೇ? ಏನು ಇದಕ್ಕೆ ಕಾರಣ ಎಂದು ಹುಡುಕುತ್ತಾ ಹೋದರೆ ಹಲವಾರು ಆಲೋಚನೆಗಳು ಬರುತ್ತವೆ. ಒಂದು ಕಾರಣ ನಮ್ಮ ಶಿಕ್ಷಣ ವ್ಯವಸ್ಥೆ. ಮೆಕ್ಕಾಲೆಯ ಶಿಕ್ಷಣ ವ್ಯವಸ್ಥೆ ಈಗಲೂ ನಮ್ಮ ಕಾನ್ವೆಂಟುಗಳೆಂಬ ಶಾಲೆಗಳಲ್ಲಿ ಮುಂದುವರಿದಿದೆ. ಪೈಪೋಟಿಯಲ್ಲಿ ಸರಕಾರಿ ಶಾಲೆಗಳೂ ಇದನ್ನೇ ಅನುಸರಿಸುವ ಸ್ಪರ್ಧೆಯಲ್ಲಿ ತೊಡಗಿವೆ. ನಮ್ಮ ಮಕ್ಕಳು ಓದುವ ಪ್ರಾಥಮಿಕ ಶಾಲೆಯ ಪಠ್ಯಪುಸ್ತಕಗಳನ್ನು ಒಮ್ಮೆ ಓದಿ. ದೇಶಪ್ರೇಮ ಸಾರುವ, ನಮ್ಮ ಸೈನಿಕರ ಸಾಹಸ ಶೌರ್ಯಗಳ ಕಥೆಗಳು ಹುಡುಕಿದರೂ ಸಿಗಲಾರವು, ಇದ್ದರೂ ಅವುಗಳನ್ನು ಬರೆದಿರುವ ರೀತಿ, ಉದ್ದೇಶಗಳು

ಅಸ್ಪಷ್ಟ. ಇನ್ನು ಮಕ್ಕಳ ಮನಸ್ಸಿನಲ್ಲಿ ದೇಶಪ್ರೇಮ ಜಾಗೃತವಾಗುವುದಾದರೂ ಹೇಗೆ?

ಇನ್ನೊಂದು ಪ್ರಬಲವಾದ ಕಾರಣ ಅತಿಯಾದ ಮನೋರಂಜನೆಯ ವಿಷಯಗಳು ಮತ್ತು ವಸ್ತುಗಳು ಸುಲಭವಾಗಿ ಲಭ್ಯವಾಗಿರುವಂತಹ ಸನ್ನಿವೇಶ. ನಿಯಂತ್ರಣವಿಲ್ಲದ ಅಥವಾ ವಾಣಿಜ್ಯ ಹಿತಾಸಕ್ತಿಯೊಂದನ್ನೇ ಗಮನದಲ್ಲಿಟ್ಟು ಕೊಂಡು ಕಾರ್ಯಕ್ರಮ ರಚನೆ ಮಾಡುತ್ತಿರುವ ಮಾಧ್ಯಮಗಳು. ಇದರಲ್ಲಿ ಕೆಲವಂತೂ ಮನೋರಂಜನೆಯ ಸೋಗಿನಲ್ಲಿ ದೇಶದ ಸಾಮಾಜಿಕ, ಸಾಂಸ್ಕೃತಿಕ ಮತ್ತು ಭೌಗೋಳಿಕ ವಿಭಜನೆಯ ವಿಕೃತಿಯಲ್ಲಿ ತೊಡಗಿವೆ ಎಂಬುದು ರಹಸ್ಯವಾಗಿ ಉಳಿದಿಲ್ಲ. ಇದರ ಹಿಂದೆ ವಿರಾಟ ಸ್ವರೂಪದ ವಿಭಜಕ ಶಕ್ತಿಗಳಿವೆ ಎನ್ನುವುದು ಚಿಂತೆಯ ವಿಷಯ. ಈ ಆಂತರಿಕ ಅಕ್ಷರ ರಾಕ್ಷಸರು ನಮ್ಮೊಳಗೇ ಬುದ್ಧಿಜೀವಿಗಳು ಎನ್ನುವ ಸೋಗಿನಲ್ಲಿ ಮೆರೆಯುತ್ತಿದ್ದಾರೆ. ಇವರು ಹುಟ್ಟಿ ಹಾಕುವ ದೇಶದ್ರೋಹದ ವಿಚಾರಗಳನ್ನು ನಿಷ್ಕ್ರಿಯಗೊಳಿಸುವ ಜವಾಬ್ದಾರಿ ನಮ್ಮ ನಿಮ್ಮೆಲ್ಲರದ್ದಾಗಿರಬೇಕು.

ಇತ್ತೀಚೆಗೆ ಪಾಕಿಸ್ತಾನದ ಬಾಲಾಕೋಟಿನ ಮೇಲೆ ನಡೆದ ವಾಯುಸೇನೆಯ ವಜ್ರಪ್ರಹಾರ, ವಿಂಗ್ ಕಮಾಂಡರ್ ಅಭಿನಂದನರ ವೃತ್ತಾಂತ ಪುನಃ ದೇಶದಲ್ಲಿ ಭಾರತೀಯ ಸೈನ್ಯದ ಬಗ್ಗೆ ಗೌರವ, ಅಭಿಮಾನದ ಅಲೆಯನ್ನು ಸೃಷ್ಟಿಸುವುದರಲ್ಲಿ ಸಫಲವಾಯಿತು. ಅದೇ ಸಮಯದಲ್ಲಿ ಒಂದು ಸಣ್ಣ ಸಮುದ್ರ ಮಂಥನವೂ ನಡೆದು ದೇಶದೊಳಗೇ ಇರುವ ಆಂತರಿಕ ಶತ್ರುಗಳ ಮುಖವಾಡ ಕಳಚಿ ಅವರನ್ನು ಬಟಾಬಯಲು ಮಾಡುವ ಪ್ರಕ್ರಿಯೆಯೂ ನಡೆದು ಹೋಯಿತು. ಸದೃಢ ನಾಯಕತ್ವವಿದ್ದರೆ ಈ ಅಂತರಂಗ ಮತ್ತು ಬಹಿರಂಗದ ಶತ್ರುಗಳೊಡನೆ ಸಮರಸಾರಿ ವಿಜಯ ಸಾಧಿಸುವುದು ದೊಡ್ಡ ವಿಷಯವೇನಲ್ಲಾ. ಗೆಲುವು ಅಭ್ಯಾಸವಾಗಬೇಕು. ಆ ನಿಟ್ಟಿನಲ್ಲಿ ನಮ್ಮದೊಂದು ಅಳಿಲು ಸೇವೆ ಈ 'ಯೋಧ ನಮನ'.

'ಯೋಧ ನಮನ' ನಮ್ಮ ಯೋಧರ ವೀರಗಾಥೆಗಳ ಸಂಕಲನ. ಕಾಶ್ಮೀರ ಕೇಂದ್ರಿತ ಪ್ರತ್ಯಕ್ಷ ಮತ್ತು ಪರೋಕ್ಷ ಯುದ್ಧಗಳ ಕಾರಣಗಳು ಆಂತರಿಕ ವೈಫಲ್ಯವಾಗಿರಬಹುದು ಅಥವಾ ಬಾಹ್ಯ ವಿಕೃತಿಗಳ ಪ್ರಚೋದಿತವಾಗಿರಬಹುದು. ದೇಶರಕ್ಷಣೆಯೊಂದನ್ನೇ ಗುರಿಯಾಗಿಟ್ಟು ಕೊಂಡು ಹೋರಾಡುವ ಯೋಧ, ಇದನ್ನಾವುದನ್ನೂ ಪ್ರಶ್ನಿಸುವುದಿಲ್ಲ, ಪ್ರಶ್ನಿಸುವುದು ಸೈನ್ಯದ ಧರ್ಮವಲ್ಲ. ಹಾಗಂತಾ is his life.. an expendable commodity? ಇಂತಹ ಕೆಲವು ಕಟುಸತ್ಯಗಳ ಪ್ರಶ್ನೆಗಳನ್ನು ನಾವು ನಾಗರೀಕರು ಕೇಳಿಕೊಳ್ಳಬೇಕು.

ಕಾಶ್ಮೀರದ ಇತಿಹಾಸವೇನು ಎನ್ನುವುದರೊಂದಿಗೆ ಪ್ರಾರಂಭವಾಗುವ ಈ ಹೊತ್ತಿಗೆಯಲ್ಲಿ ಇತ್ತೀಚೆಗೆ ಪಾಕಿಸ್ತಾನದ ಬಾಲಾಕೋಟಿನ ಮೇಲೆ ನಡೆದ ವಾಯುಸೇನೆಯ ವಜ್ರಪ್ರಹಾರದ ವಿವರಣೆ, ವಿಂಗ್ ಕಮಾಂಡರ್ ಅಭಿನಂದನ ರವರ ಅನುಭವಗಳನ್ನೆಲ್ಲಾ ವಿವರಿಸಲಾಗಿದೆ. ತಾಂತ್ರಿಕ ಪದಬಳಕೆ, ಅಂಕಿಅಂಶಗಳ ವಿವರ ಅನಿವಾರ್ಯತೆಗಷ್ಟೇ ಸೀಮಿತವಾಗಿದೆ.

ಇದರಲ್ಲಿ ಬರುವ ಕೆಲವು ಲೇಖನಗಳು ಹಲವಾರು ಪತ್ರಿಕೆಗಳಲ್ಲಿ ಪ್ರಕಟವಾಗಿವೆ ಹಾಗು ಫೇಸ್ಬುಕ್ನಲ್ಲಿ ಪೋಸ್ಟ್ ಆಗಿವೆ. ಈ ಲೇಖನಗಳ ಸಂಕಲನವನ್ನು ಪುಸ್ತಕದ ರೂಪದಲ್ಲಿ ತರುವ ಪ್ರಯತ್ನಕ್ಕೆ ಸಹಾಯವಾದ ಒಂದು ದೊಡ್ಡ ತಂಡವೇ ಇದೆ ಇಲ್ಲಿ ಅವರನ್ನೆಲ್ಲ ಹೆಸರಿಸಲಾಗದಿದ್ದರೂ ಶಿವರಾಮ ಕಾನ್ ಸೆನ್ ಮತ್ತು ರಶ್ಮಿ ಮಂಜುನಾಥ್ ಜೋಯಿಸ್ ಅವರು ತಾಳ್ಮೆಯಿಂದ ಕರಡಚ್ಚು ವನ್ನು ತಿದ್ದುವುದರ ಮೂಲಕ ಮಾಡಿದ ಸಹಾಯ ಅಪಾರ. ಈ ಪುಸ್ತಕಕ್ಕೊಂದು ಸ್ಪೂರ್ತಿದಾಯಕವಾದ ಭಾಮಿನಿ ಷಟ್ಪದಿ ಶೈಲಿಯಲ್ಲಿ ಪದ್ಯ ರಚಿಸಿಕೊಟ್ಟ ಲಲಿತಾಕಲ್ಯಾಣಪುರರವರಿಗೆ ನಮ್ಮ ಧನ್ಯವಾದಗಳು. "ಹಸಿರು ಹಂಪೆ" ಪುಸ್ತಕದಂತೆ ಈ ಪುಸ್ತಕವನ್ನೂ ಚಿತ್ರಕಲೆಯಿಂದ ಸುಂದರಗೊಳಿಸಿರುವುದು ಶ್ರೀಮತಿ ಸುನಯನ ಸುದರ್ಶನ್. ವಾಯುಸೇನೆಯಲ್ಲಿ ನನ್ನ ವೈಮಾನಿಕ ತರಬೇತಿಯ ಗುರುಗಳಾದ ಏರ್ ವೈಸ್ ಮಾರ್ಷಲ್ ವಿಕಾಸ್ ಯಜುರ್ವೇದಿಯವರು ಯೋಧ ನುಡಿಯನ್ನು ಬರೆದು ಈ ನಮ್ಮ ಪ್ರಯತ್ನಕ್ಕೆ ಆಶೀರ್ವದಿಸಿದ್ದಾರೆ.

ಕನ್ನಡ ಸಾಹಿತ್ಯ ಲೋಕದ ದಿಗ್ಗಜರಾದ ಡಾ. ಎಸ್ ಎಲ್ ಭೈರಪ್ಪನವರು ಸ್ವಹಸ್ತದಿಂದ ಬರೆದ ಮುನ್ನುಡಿ ಈ ಪುಸ್ತಕಕ್ಕೆ ಶಿರೋಭೂಷಣ. ಈತರಹದ ಯುದ್ಧ ಮಾಹಿತಿಗಳನ್ನೊಳಗೊಂಡ ವಿವರವಾದ, ವಿಸ್ತೃತವಾದ ಕೃತಿಗಳನ್ನು ಇನ್ನು ಮುಂದೆಯೂ ಸಹ ಬರೆಯಿರಿ ಎನ್ನುವ ಅವರ ಹಾರೈಕೆಗೆ ನಾವು ಚಿರಋಣಿ. ಇವನೆಲ್ಲಾ ಪುಸ್ತಕ ರೂಪದಲ್ಲಿ ಅರ್ಪಿಸುತ್ತಿದ್ದೇವೆ, ಒಪ್ಪಿಸಿಕೊಳ್ಳಿ.

ವಿಂಗ್ ಕಮಾಂಡರ್ ಬಿ. ಎಸ್. ಸುದರ್ಶನ

Email Id: sudarshanbadangod@gmail.com

Mobile No: 6364818248.

ಯೋಧ ನಮನ

ಹೆಪ್ಪು ಗಟ್ಟಿದ ಹಿಮವು ಸುತ್ತಲು
ಕಪ್ಪು ಕಟ್ಟಿದ ಕಾರುಗತ್ತಲು
ಒಪ್ಪಿ ನಡೆದರು ವೀರ ಯುವಕರು ನಮ್ಮ ಸೈನಿಕರು।
ತಪ್ಪು ಹೆಜ್ಜೆಯನೊಂದನಿಡದೆಯೆ
ಕುಪ್ಪಳಿಸುತಲಿ ಸಾಗಿ ಧೈರ್ಯದಿ
ಸೊಪ್ಪು ಹಾಕದೆ ಶತ್ರು ಪಾಳಯ ಬಗ್ಗು ಬಡಿದರಲಾ॥

ಭಿಕ್ಷೆ ಬೇಡೆವು ನಮ್ಮ ದೇಶದ
ನಕ್ಷೆಬದಲಿಸೆ ನಾವು ಬಿಡುವೆವೆ?
ಲಕ್ಷ ಯೋಧರು ಶಪಥ ತೊಟ್ಟರು ಗಡಿಯ ಕಾಪಿಡುತಾ।
ಶಿಕ್ಷೆ ನೀಡುತ ವೈರಿ ದೇಶಕೆ
ರಕ್ಷೆಯಾಗುತ ಕಶ್ಯಮೀರಕೆ
ಪಕ್ಷ ನಮ್ಮದು ತಾಯಿ ಭಾರತಿ ಎನುತ ನಗುನಗುತಾ॥

ನಾಡಿನೆಲ್ಲೆಡೆ ಶಾಂತಿ ಸಂಭ್ರಮ
ಕೂಡಿ ನಡೆಯಲು ಹೋಳಿಹಬ್ಬವು
ನೋಡಿ ತಿಳಿಯಿರಿ ಇದಕೆ ಕಾರಣ ನಮ್ಮ ಸೈನಿಕರೇ।
ಕಾಡುಮೇಡಲಿ ಕಲ್ಲುಮುಳ್ಳಲಿ
ಬೀಡು ಬಿಡದೆಯೆ ಹಗಲು ಇರುಳಲಿ
ತೋಡಿ ಹಳ್ಳವ ಹುಡುಕಿ ವೈರಿಯ ಸಿಗಿದು ಹೂತಿಹರು॥

ಮಡದಿ ಮನೆಯನು ಮರೆತು ಕುಳಿತರು
ಬಿಡದೆ ಕೋವಿಯ ಹೆಗಲಿಗೇರಿಸಿ
ಗಡಿಯ ಕಾದರು ಹಿಮದ ಮಳೆಯೊಳು ಧೀರ ಮನಸಿನೊಳು
ಮಡದಿ ಹಡೆದಿಹ ಸುದ್ದಿ ಕೇಳಿಯು
ತಡೆದು ಸಂತಸ ನುಗ್ಗಿ ನಡೆದರು
ಪಡೆಯ ವೈರಿಯ ಕೊಚ್ಚಿಕೆಡುಹಲು ಮತ್ತೆ ಧೈರ್ಯದಲಿ॥

ಬರುವೆವೆಂದರು ಮದುವೆ ಮುಂಜಿಗೆ
ತರುವೆವೆಂದರು ಎನಿತೊ ಉಡುಗೊರೆ
ಬರಿಯ ಕಳೆವರ ಬಂದಿತಯ್ಯೋ! ಅಣ್ಣ ತಮ್ಮರದು ।
ಕರೆಯು ಕೆಂಪದು ಯೂನಿಫಾರ್ಮಲಿ
ಮರೆಯಲಾರದ ನೆನಪು ನೋವದು
ತೊರೆದು ಹೋಯಿತೆ ಪ್ರಾಣ ಪಕ್ಷಿಯು ಕಾದು ದೇಶವನು॥

ದೇಶ ಕಾಯಲು ನಾನು ಪೋಗುವೆ
ಜೋಶ ಬಿಡದೆಯೆ ಮಡದಿ ನುಡಿದಳು
ಈಶ ಸೇವೆಯ ಪತಿಯು ನಡೆಸಿದ ಅದನೆ ನಡೆಸುವೆ ನಾ ।
ವಸನವೆನ್ನಯ ಧೀರ ಧರಿಸಿಯೆ
ಅಸುವ ನೀಗಿದ ಅದನೆ ತೊಡುವೆನು
ಪಾಶ ಎಸಯುತೆ ಪಾಠ ಕಲಿಸುವೆ ನೀಡಿ ಪರ್ಮಿಷನು ॥

ಬೇಡಿ ತಿನ್ನುವ ಕುನ್ನಿ ದೇಶವ
ಕಾಡಿ ಹೊಡೆವೆನು ರಿಪು ಸಹಸ್ರವ
ಬೇಡಿ ತೊಡಿಸುತೆ ಅವರ ಹೆಡೆಮುರಿ ಕಟ್ಟಿ ಕೆಡಹುವೆನು ।
ನೋಡಿ ಆಕೆಯ ಕೆಚ್ಚು ಕಲಿತನ
ಹೇಡಿ ತನವದು ಮುದುಡಿ ಕರಗಿದೆ
ಹಾಡಿ ಹರಡುವ ಬನ್ನಿ ಎಲ್ಲರು ದೇಶ ಭಕ್ತಿಯನು॥

ಯೋಧ ನಮನವ ಮಾಳ್ಪ ಬನ್ನಿರಿ
ಭೇದ ಭಾವವ ದೂರ ತಳ್ಳಿರಿ
ನೇಯ್ದು ಕರಗಳ ಶಿರವ ಬಾಗಿಸಿ ನಮ್ಮ ಯೋಧರಿಗೆ।
ಯೋಧ ಇರದಿರೆ ದೇಶ ಉಳಿಯದು
ಯೋಧ ಗೆಲ್ಲಲು ದೇಶ ನಲಿವುದು
ಯೋಧರಿಗೆ ಜಯ ಜಯದ ಘೋಷವ ಹಾಡಿ ಮುಟ್ಟಿಸುವಾ॥

ಲಲಿತಾ ಕಲ್ಯಾಣಪುರ

ಅಧ್ಯಾಯಗಳ ವಿವರ...

1. ಇದು ಯಾರ ಕಾಶ್ಮೀರ...02

ಇದು ದೇವಿ ಶಾರದೆಯ ಕಾಶ್ಮೀರ. ಇಲ್ಲಿಯ ಗುರುಕುಲಗಳನ್ನು 'ಶಾರದಾ ಪೀಠ' ಎಂದು ಕರೆಯುತ್ತಿದ್ದರು, ಇಲ್ಲಿಯ ಲಿಪಿಯನ್ನು 'ಶಾರದ' ಎನ್ನಲಾಗುತ್ತಿತ್ತು, ಅಷ್ಟೇ ಏಕೆ ಇಡೀ ಕಾಶ್ಮೀರದ ಹೆಸರು 'ಶಾರದಾ ದೇಶ' ಎಂದಿತ್ತು, ಹಾಗಿದ್ದಮೇಲೆ ಅದು ಹೇಗೆ ಬೇರೆಯವರದ್ದಾಗಲು ಸಾಧ್ಯ?

ಇದು ಭಾರತೀಯ ವಾಯುಸೇನೆಯ ಧ್ಯೇಯೋಕ್ತಿ. ೨೬ ಫೆಬ್ರವರಿ ೨೦೧೯ ರಂದು ಪಾಕೀಸ್ತಾನದ ಉಗ್ರರ ಶಿಬಿರದ ಮೇಲೆ ದಟ್ಟ ರಾತ್ರಿಯಲ್ಲಿ ನಡೆಸಿದ ಕ್ಷಿಪ್ರ ಮತ್ತು ಕರಾರುವಾಕ್ಕಾದ ದಾಳಿಯ ವಾರ್ತೆ ಬೆಳ್ಳಂಬೆಳಿಗ್ಗೆ ಪ್ರಪಂಚವನ್ನು ನಿಬ್ಬೆರಗಾಗಿಸಿತು. ಮರುದಿನ ನಡೆದ ಪಾಕಿಸ್ತಾನದ ದುಸ್ಸಾಹಸಕ್ಕೆ ಪ್ರತ್ಯುತ್ತರವಾಗಿ ವಿಂಗ್ ಕಮಾಂಡರ್ ಅಭಿನಂದನ್ ರವರ ಸಾಹಸದ ವಿವರಣೆ ಇಲ್ಲಿದೆ.

3. ಆಕಾಶದಲ್ಲಿ ಅಭಿಮನ್ಯುಗಳು...32

೧೯೭೧ ರ ಭಾರತ ಪಾಕಿಸ್ತಾನದ ಯುದ್ಧದಲ್ಲಿ ಪೂರ್ವ ಪಾಕಿಸ್ತಾನವನ್ನು ಪಾಕಿಸ್ತಾನೀ ಸೈನ್ಯದ ದೌರ್ಜನ್ಯದಿಂದ ಮುಕ್ತಗೊಳಿಸಿ ಸ್ವತಂತ್ರ ಬಾಂಗ್ಲಾದೇಶ ವನ್ನು ಸೃಷ್ಟಿಸುವುದರಲ್ಲಿ ಯಶಸ್ವಿಯಾಯಿತು. ಈ ವಿಭಾಗದ ವಾಯುಸೇನೆಯ ಪರಾಕ್ರಮದಲ್ಲಿ ಪಾಲ್ಗೊಂಡಿದ್ದ ಕನ್ನಡಿಗ ಅಪ್ಪಚ್ಚು ಗಣಪತಿಯವರ ಸಾಹಸದ ವಿವರಣೆ ಇಲ್ಲಿದೆ. ಅದೇ ಸಮಯದಲ್ಲಿ ಶ್ರೀನಗರದ ಮೇಲೆ ನಡೆದ ಪಾಕಿಸ್ತಾನದ ವಾಯುಸೇನೆಯ ದಾಳಿಯನ್ನು ಹಿಮ್ಮೆಟ್ಟಿಸಿ ಆಕಾಶದಲ್ಲಿ ಅಭಿಮನ್ಯುವಿನಂತೆ ಹೋರಾಡಿದ ನಿರ್ಮಲ್ಜಿತ್ ಸೇಖೋನ್ ರವರ ವೀರಗಾಥೆಯ ವಿವರಣೆಯೂ ಇಲ್ಲಿದೆ.

೧೯೭೧ ರ ಯುದ್ಧದಲ್ಲಿ ಪಾಕಿಸ್ತಾನ ಹೀನಾಯ ಸೋಲನ್ನು ಅನುಭವಿಸಿತು. ಸುಮಾರು ೯೩೦೦೦ ಪಾಕಿಸ್ತಾನದ ಸೈನಿಕರು ಭಾರತಕ್ಕೆ ಶರಣಾಗತರಾದರು. ಸಿಮ್ಲಾ ಒಪ್ಪಂದದ ಪ್ರಕಾರ ಇವರನ್ನು ಬಿಡುಗಡೆ ಮಾಡಲಾಯಿತು, ಆದರೆ ಪಾಕಿಸ್ತಾನದ ಸೆರೆಯಲ್ಲಿದ್ದ ಭಾರತದ ಯುದ್ಧಕೈದಿಗಳನ್ನು ಬಿಡುಗಡೆ ಮಾಡಲಿಲ್ಲ. ಈ ಗುಂಪಿನಲ್ಲಿ ಮೂವರು ಫೈಟರ್ ಪೈಲಟ್ಟುಗಳು ರಾವಲ್ಪಿಂಡಿಯ ಜೈಲಿನಿಂದ ಪಲಾಯನ ಮಾಡುವ ಪ್ರಯತ್ನದ ರೋಚಕ ಕಥೆಯಿದು.

ತಿರುಪತಿಯ ಒಂದು ಸಾಂಪ್ರದಾಯಿಕ ಕುಟುಂಬದಲ್ಲಿ ಹುಟ್ಟಿ ಬಳೆದ ಪದ್ಮಾವತಿ ಸೈನ್ಯದ ವೈದ್ಯಕೀಯ ಅಧಿಕಾರಿಯಾಗಿ, ವಾಯುಸೇನೆಯ ಮೊಟ್ಟಮೊದಲ ಮಹಿಳಾ ಏರ್ ಮಾರ್ಷಲ್ ಪದವಿಗಳಿಸಿದ ಸ್ಫೂರ್ತಿದಾಯಕ ಅನುಭವಗಳು.

ಕರ್ನಾಟಕದ ಮೂರನೇ ಒಂದು ಭಾಗದಷ್ಟಿದೆ ಇಸ್ರೇಲ್. ಭಾರತಕ್ಕೆ ಸ್ವಾತಂತ್ರ್ಯ ಸಿಕ್ಕಾಗ ಇಸ್ರೇಲ್ ಭೌಗೋಳಿಕವಾಗಿ ಅಸ್ತಿತ್ವದಲ್ಲೇ ಇರಲಿಲ್ಲ, ಬರೀ ಒಂದು ಕಲ್ಪನೆಯಾಗಿತ್ತು. ಈಗ ನೋಡಿ ವಿಶ್ವದಾದ್ಯಂತ ಅದೊಂದು ಮಾದರಿ ದೇಶವಾಗಿ ಮೆರೆಯುತ್ತಿದೆ. ಅವರಿಗಿರುವ ದೇಶಪ್ರೇಮ, ನಾಗರೀಕರ ಬಗ್ಗೆ ಇರುವ ಕಾಳಜಿ ಅನುಕರಣೀಯ. ೧೯೭೬ ರಲ್ಲಿ ಕೆಲವು ಉಗ್ರರು ವಿಮಾನ ಅಪಹರಣ ಮಾಡಿ ೧೫೫ ಇಸ್ರೇಲಿನ ನಾಗರೀಕರನ್ನು ಉಗಾಂಡಾದಲ್ಲಿ ಒತ್ತೆಯಾಳುಗಳಾಗಿ ಇಟ್ಟಿರುತ್ತಾರೆ. ಬರೋಬ್ಬರಿ ನಾಲ್ಕು ಸಾವಿರ ಕಿ.ಮೀ.ಗಳಷ್ಟು ದೂರದಲ್ಲಿದ್ದ ಅವರನ್ನು ಹೇಗೆ ಬಿಡಿಸಿಕೊಂಡು ಬರುತ್ತಾರೆ ಎನ್ನುವ ಮೈನವಿರೇಳಿಸುವ ವೀರಗಾಥೆ ಇದು.

ಸಾಹಸಿಗರ ನೆಲದಲ್ಲಿ ನಮ್ಮ ಮೈಸೂರಿನ ಸಾಹಸಿಗರು! ಗೊತ್ತಿತ್ತೇ ನಿಮಗೆ ಈ ವೃತ್ತಾಂತ? ಮೊದಲನೇ ವಿಶ್ವಯುದ್ಧದ ಸಮಯದಲ್ಲಿ, ಈಗಿನ ಇಸ್ರೇಲಿನ ಹೈಫಾ ಬಂದರು ನಗರದಲ್ಲಿ ನಡೆದ ಸಾಹಸಗಾಥೆ.

ಮಣಿಪುರದ ಹಳ್ಳಿಯೊಂದರಲ್ಲಿ ನಾಗಾ ಬಂಡುಕೋರರ ಮತ್ತು ಕುಕಿ ಜನಾಂಗದ ನಡುವಿನ ಸೆಣೆಸಾಟದಲ್ಲಿ ಮಾರಣಾಂತಿಕವಾಗಿ ಗಾಯ ಗೊಂಡಿರುತ್ತಾರೆ ಕ್ಯಾಪ್ಟನ್ ಪದ್ಮ ಕುಮಾರ ಪಿಲ್ಲೈ. ಅದೇ ಸಂಘರ್ಷದಲ್ಲಿ ಗುಂಡೇಟು ತಗುಲಿದ ಇಬ್ಬರು ಅಮಾಯಕ ಮಕ್ಕಳನ್ನು ತಮಗಾಗಿ ಬಂಡ ಹೆಲಿಕ್ಯಾಪ್ಟರ್ ನಲ್ಲಿ ಆಸ್ಪತ್ರೆಗೆ ರವಾನಿಸಿ ಮಾನವೀಯತೆಯಿಂದ ಮೆರೆದ ಮನೋಜ್ಞ ಕಥೆಯಿದು.

ಜಮ್ಮು ಸಮೀಪದ ನಗ್ರೋತದಲ್ಲಿ ಬೆಳ್ಳಂಬೆಳಗ್ಗೆ ಸೈನಿಕರ ಮನೆಗಳ ಮೇಲೆ ಉಗ್ರರರ ದಾಳಿ ನಡೆದು ಸೈನಿಕರ ಮನೋಸ್ಥೈರ್ಯವನ್ನು ಕುಗ್ಗಿಸುವ ಪ್ರಯತ್ನ ನಡೆಯುತ್ತದೆ. ಕೂಡಲೇ ಕಾರ್ಯನಿರತರಾದ ಮೇಜರ್ ಅಕ್ಷಯ್, ಏನಾದರೂ ಸರಿ ಎಂದು

ನಿಶ್ಚಯಿಸಿ ಅಲ್ಲಿಯ ಸೈನಿಕರ ಕುಟುಂಬಗಳ ಸುರಕ್ಷತೆಗೆ ಮುನ್ನುಗ್ಗುತ್ತಾರೆ.

ಇದು ನನ್ನದೇ ಕಥೆ. ವಾಯುಸೇನೆಯನ್ನು ಸೇರಬೇಕೆಂಬ ಕನಸು ಹೊತ್ತು ಹಳ್ಳಿಯಿಂದ ಬೆಂಗಳೂರಿನ ಪ್ರಯಾಣ ಮುಂದಿನ ವಾಯುಸೇನೆಯಲ್ಲಿನ ಒಂದು ಯಶಸ್ವೀ ಪಯಣಕ್ಕೆ ನಾಂದಿಯಾಯಿತು..

ಚೀ ನಾ
ಪಾಕ್ ಆಕ್ರಮಿತ ಕಾಶ್ಮೀರ
ಸಿಂಧೂ ನದಿ
ಸಿಯಾಚಿನ್ ಗ್ಲೇಸಿಯರ್
NJ 9842
ಗಡಿ ನಿಯಂತ್ರಣ ರೇಖೆ
ಗುರೇಜ್
ಕಾರ್ಗಿಲ್
ಕುಪ್ವಾರ
ದ್ರಾಸ್
ಊರಿ
ಶ್ರೀನಗರ
ಬಾಲಾಕೋಟ್
ಬಹವಾಲ್ ಪುರ್
ಪುಲ್ವಾಮಾ
ಪೂಂಚ್
ಇಸ್ಲಾಮಾಬಾದ್
ರಾಜೌರಿ
ಜಮ್ಮು ಮತ್ತು ಕಾಶ್ಮೀರ
ಅಖ್ನೂರ್
ಸಿಂಧೂ ನದಿ
ಪಾ ಕಿ ಸ್ತಾ ನ
ಜಮ್ಮು
ಭಾ ರ ತ
ಮನಾಲಿ

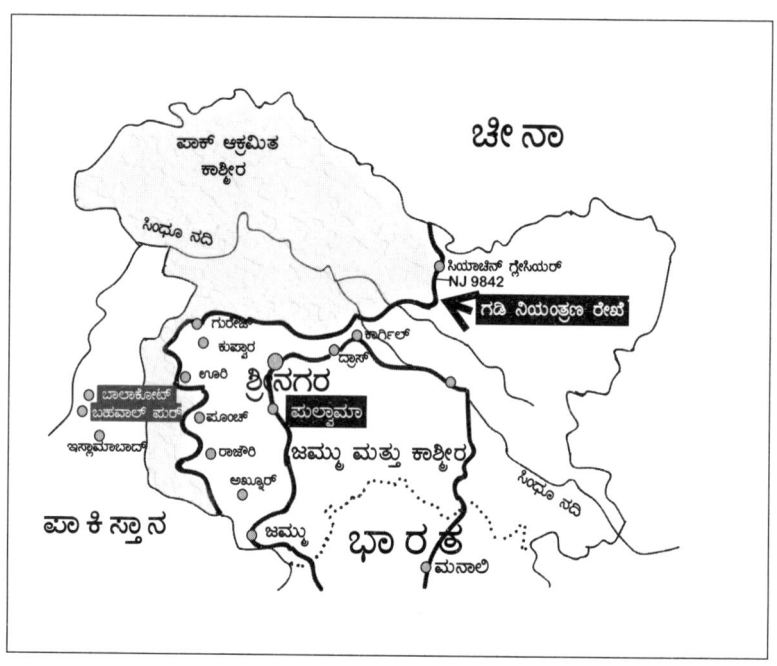

ಇದು ಯಾರ ಕಾಶ್ಮೀರ?

ನೀಲಮತ ಪುರಾಣವನ್ನು ಪುರಾಣಗಳ ಸಾಲಿಗೆ ಸೇರಿಸದೆ ಮಹಾಭಾರತಕ್ಕೆ ಸೇರಿಸಿದ್ದರೆ ಅದು ಇನ್ನೂ ಅಗಾಧವಾದ ಗ್ರಂಥವಾಗುತ್ತಿತ್ತೇನೋ ಎಂಬ ವಿಚಾರದಿಂದ ಬಹುಶಃ ವ್ಯಾಸರು ಇದನ್ನು ಪ್ರತ್ಯೇಕಿಸಿಬಿಟ್ಟರೂ ಏನೋ ಏಕೆಂದರೆ ಅಂದಿನ ಕಾಶ್ಮೀರ ಮತ್ತು ಅದರ ಇತಿಹಾಸವೇ ಅಷ್ಟು ಅಗಾಧವಾದದ್ದು. ನೀಲಮತ ಪುರಾಣ ಪ್ರಾರಂಭವಾಗುವುದೇ ವೈಶಂಪಾಯನ ಮತ್ತು ಜನಮೇಜರಾಯರ ನಡುವಿನ ಸಂವಾದದೊಂದಿಗೆ. ಅದರಲ್ಲಿ ಚರ್ಚಿಸುವ ವಿಷಯವೇನೆಂದರೆ ಕಾಶ್ಮೀರದ ರಾಜ ಗೋನಂದನ ಕುರುಕ್ಷೇತ್ರ ಯುದ್ಧದಲ್ಲಿ ಏಕೆ ಭಾಗವಹಿಸಲಿಲ್ಲ ಎನ್ನುವುದು. ಮುಂದಿನ ಅಧ್ಯಾಯಗಳಲ್ಲಿ ಈ ಅಗಾಧವಾದ ಗ್ರಂಥ ಕಾಶ್ಮೀರದ ಮಹಾಭಾರತ ಅಲ್ಲಿನ ಮಹಾಕಾವ್ಯ ಎನ್ನುವಷ್ಟು ಸವಿಸ್ತಾರವಾಗಿ ಕಾಶ್ಮೀರದ ಕಥೆಯನ್ನು ಹೇಳುತ್ತಾ ಹೋಗುತ್ತದೆ. ಮುಂದೆ ಹನ್ನೆರಡನೇ ಶತಮಾನದಲ್ಲಿ ಕಾಶ್ಮೀರದ ಕಲ್ಹಣ ಎನ್ನುವ ಕವಿ, ವಿದ್ವಾಂಸ ಇದನ್ನು ೭೮೬೨ ಶ್ಲೋಕಗಳಿಗೆ ಸರಳೀಕರಣಗೊಳಿಸಿ ೮ ಹೊತ್ತಿಗೆಯ ರಾಜತರಂಗಿಣಿ ಎನ್ನುವ ಗ್ರಂಥವನ್ನು ರಚಿಸುತ್ತಾರೆ. ಮುಂದೆ ೧೮೩೪ ರಲ್ಲಿ ಜಾರ್ಜ್ ಬುಲ್ ಹರ್ ಎನ್ನುವ ಜರ್ಮನ್ ವಿದ್ವಾಂಸ ರಾಜತರಂಗಿಣಿಯನ್ನು ಆಂಗ್ಲಭಾಷೆಗೆ ತರ್ಜುಮೆ ಮಾಡಿದಾಗ ವಿಶ್ವದೆಲ್ಲೆಡೆ ಕಾಶ್ಮೀರದ ಘನ ಇತಿಹಾಸದ ಕಂಪು ಪಸರಿಸುತ್ತದೆ. ನೀರ್ಪಾಜೆ ಭೀಮಭಟ್ಟರು ರಾಜತರಂಗಿಣಿಯನ್ನು ಸಂಸ್ಕೃತದಿಂದ ಕನ್ನಡಕ್ಕೆ ಅನುವಾದಿಸುತ್ತಾರೆ. ಕಾಶ್ಮೀರದ ಕಾಶ್ಮೀರದ ಕುರಿತು ಇದೊಂದು ವಿಶ್ವಾಸನೀಯ, ಛಂದೋಬದ್ಧ ಕಾಲಾನುಕ್ರಮ ವಿಪರ್ಯಾಸವೆಂದರೆ ಅಲ್ಲಿಯ ಕಾಶ್ಮೀರದ ವರ್ಣನೆಗೂ, ಇಂದಿನ ಅದರಲ್ಲೂ ಮಾಧ್ಯಮಗಳು ಬಿಂಬಿಸುವ ಕಾಶ್ಮೀರಕ್ಕೂ ಹೋಲಿಸಿದರೆ ಇದು ಯಾರ ಕಾಶ್ಮೀರ ಎನಿಸುತ್ತದೆ.

ಇದು ಋಷಿ ಕಶ್ಯಪರ ಕಾಶ್ಮೀರ...

'ಮೈರಾ' ಎನ್ನುವ ಸಂಸ್ಕೃತ ಪದದ ಅರ್ಥ ಸರೋವರ ಎಂದು. ಈಗಿನ ಮನ್ವಂತರದಲ್ಲಿ, ಸಪ್ತರ್ಷಿಗಳಲ್ಲಿ ಒಬ್ಬರು ಕಶ್ಯಪರು, ಇವರು ಬ್ರಹ್ಮನ ಮೊಮ್ಮಗ. ಇವರ ತಂದೆಯಾದ ಮಹರ್ಷಿ ಮರೀಚಿ, ಬ್ರಹ್ಮನ ಮಾನಸ ಪುತ್ರರು. ಪ್ರಜಾಪತಿ ದಕ್ಷ ತನ್ನ ಹದಿಮೂರು ಹೆಣ್ಣುಮಕ್ಕಳನ್ನು ಕಶ್ಯಪ ಮುನಿಗೆ ಕೊಟ್ಟು ಮದುವೆ ಮಾಡಿ ಕೊಡುತ್ತಾರೆ. ಕಶ್ಯಪ ಗೋತ್ರ ಆರಂಭವಾಗುವುದೇ ಇಲ್ಲಿಂದ. ಇವರ ಸಂತಾನದಲ್ಲಿ, ದೇವತೆಗಳು, ದೈತ್ಯರು, ದಾನವರು, ನಾಗಾಗಳು, ಮಾನವರು ಎಲ್ಲಾ ಪಂಗಡಗಳ ಜೀವಿಗಳು ಸೇರಿರುತ್ತಾರೆ.

ನೀಲಮತ ಪುರಾಣದ ಪ್ರಕಾರ ಈಗಿನ ಕಾಶ್ಮೀರವಿರುವ ಸ್ಥಳದಲ್ಲಿ 'ಸತೀಸರ' ಎನ್ನುವ ಬಹುದೊಡ್ಡ ಸರೋವರವಿತ್ತಂತೆ. ಶಿವ ಸತಿಯರಿಗೆ ಅದು ತುಂಬಾ ಪ್ರಿಯವಾದ ಸರೋವರವಾಗಿದ್ದರಿಂದ ಕಶ್ಯಪರು ಈ ಸರೋವರವನ್ನು ಶಿವ ಸತಿಯರಿಗೆ ಬಳುವಳಿಯಾಗಿ ಕೊಟ್ಟಿದ್ದರಂತೆ. ಆದರೆ ಆ ಸರೋವರದಲ್ಲಿ ಜಲೋದ್ಭವ ಎನ್ನುವ ರಾಕ್ಷಸ ಅಡಗಿಕೊಂಡು ಕಶ್ಯಪರ ಸಂತಾನಗಳಿಗೆ ಕಿರುಕುಳ ಕೊಡುತ್ತಿದ್ದ. ಆಗ ಕಶ್ಯಪರು ಅವರ ಮಗ 'ಅನಂತ ನಾಗ'ನ ಜೊತೆಗೂಡಿ ಒಂದು ವರಾಹ ಮುಖ (ಇಂದಿನ ಬಾರಮುಲ್ಲ) ಎನ್ನುವ ಕಣಿವೆಯನ್ನು ಕಡಿದು ಆ ಸರೋವರದ ನೀರನ್ನು ಹೊರ ಹರಿಸುತ್ತಾರೆ. ಹೀಗೆ ಹರಿದ ನೀರು ಪಶ್ಚಿಮದ ಇನ್ನೊಂದು ಕಣಿವೆಗೆ ಹರಿಯುತ್ತದೆ. ಅದನ್ನು ಕಶ್ಯಪ ಸಾಗರವೆಂದೂ (ಇಂದಿನ ಕ್ಯಾಸ್ಪಿಯನ್ ಸಮುದ್ರ) ಕರೆಯುತ್ತಾರೆ. ನಂತರ ವಿಷ್ಣು ಆ ಜಲೋದ್ಭವ ರಾಕ್ಷಸರ ಸಂಹಾರ ಮಾಡುತ್ತಾರೆ. ಹೀಗೆ ಬರಿದು ಮಾಡಿದ ಸರೋವರದ ತಪ್ಪಲಿನಲ್ಲಿ ವೇದವ್ಯಾಸಂಗಕ್ಕೆಂದೇ ವಿಶೇಷವಾಗಿ ಒಂದು ಪವಿತ್ರ ಕ್ಷೇತ್ರವನ್ನು ನಿರ್ಮಿಸುತ್ತಾರೆ... ಅದೇ "ಕಶ್ಯಪರ ಮೈರಾ"... "ಕಶ್ಯಪ ಪುರ"... ಕ್ರಮೇಣ "ಕಾಶ್ಮೀರ" ಎನಿಸಿಕೊಳ್ಳುತ್ತದೆ.

ಈ ಸುಂದರ ಕಾಶ್ಮೀರವನ್ನು ನೋಡಲು ಮುಂದೆ ಗೌರಿಯೂ ಗಣೇಶನ ಜೊತೆ ಹಿಮಚ್ಛಾದಿತ ಪರ್ವತ ಮಾರ್ಗವಾಗಿ ಬರುತ್ತಿದ್ದಳು. ಅದನ್ನು "ಗೌರೀ ಮಾರ್ಗ" ಎಂದು ಕರೆಯುತ್ತಿದ್ದರು. ಅದೂ ಸಹಾ ಇಸ್ಲಾಮೀಕರಣಗೊಂಡು "ಗುಲ್ಮರ್ಗ" ವಾಗಿದೆ.

ಇದು ಶಾರದಾದೇವಿಯ ಕಾಶ್ಮೀರ.

ನಮಸ್ತೇ ಶಾರದಾದೇವಿ
ಕಾಶ್ಮೀರ ಪುರವಾಸಿನಿ ।
ತ್ವಾಮಹಂ ಪ್ರಾರ್ಥಯೇ ನಿತ್ಯಂ
ವಿದ್ಯಾದಾನಂಚ ದೇಹಿಮೇ ॥

ಹೀಗೆ... ಶಾರದಾದೇವಿಯನ್ನು ಸ್ತುತಿಸುವುದೇ 'ಕಾಶ್ಮೀರ ಪುರವಾಸಿನಿ' ಎಂದು. ಕಾಶ್ಮೀರದ ಲಿಪಿಯ ಹೆಸರೇನು ಗೊತ್ತೇ?... 'ಶಾರದ'. ಅಂದಿನ ಕಾಶ್ಮೀರದ ವೇದಶಾಲೆಗಳನ್ನು ಏನೆಂದು ಕರೆಯುತ್ತಿದ್ದರು?.... ಶಾರದಾ ಪೀಠ! ಇದೆಲ್ಲಾ ಇರಲಿಬಿಡಿ.. ಅಂದೊಮ್ಮೆ ಇಡೀ ಕಾಶ್ಮೀರವನ್ನೇ 'ಶಾರದ ದೇಶ' ಎಂದು ಕರೆಯುತ್ತಿದ್ದರು.

ಇಷ್ಟಿಲ್ಲದಿದ್ದರೆ ಶಂಕರಾಚಾರ್ಯರು ಕಾಶ್ಮೀರಕ್ಕೆ ಏಕೆ ಹೋಗುತ್ತಿದ್ದರು? ಅಲ್ಲಿಯ ಕೃಷ್ಣಗಂಗೆ ನದಿಯ ತೀರದಲ್ಲಿರುವ ಶಾರದಾ ಪೀಠದ ಸೊಬಗನ್ನು ನೋಡಿ, ಅದೇ ತರಹದ ಇನ್ನೊಂದು ಶಾರದಾ ದೇವಸ್ಥಾನವನ್ನು ತುಂಗಭಧ್ರಾ ನದಿಯ ತೀರದ ಶೃಂಗೇರಿಯಲ್ಲಿ ಸ್ಥಾಪಿಸಲು ಪ್ರೇರಣೆ ಸಿಕ್ಕಿದ್ದು ಆ ಕಾಶ್ಮೀರದ ಶಾರದ ಪೀಠದಿಂದ. ಶಾರದಾದೇವಿಯ ಶ್ರೀಗಂಧದ ಮೂಲ ವಿಗ್ರಹವನ್ನು ಕಾಶ್ಮೀರದಿಂದಲೇ ಶೃಂಗೇರಿಗೆ ತರಲಾಗಿತ್ತಂತೆ.

ಕಾಶ್ಮೀರಕ್ಕೆ ತಮ್ಮ ಕೆಲವು ಶಿಷ್ಯರೊಂದಿಗೆ ಹೋದ ಹೊಸತರಲ್ಲಿ ಶಂಕರಾಚಾರ್ಯರು ಒಬ್ಬ ಕಾಶ್ಮೀರಿ ಪಂಡಿತರ ಅತಿಥಿಯಾಗಿದ್ದರಂತೆ. ಮೊದಲ ದಿನವೇ ಅವರ ಪಾಂಡಿತ್ಯಕ್ಕೆ ಬೆರಗಾದ ಪಂಡಿತ ದಂಪತಿಗಳು ಅವರನ್ನು ಇನ್ನಷ್ಟು ದಿನಗಳು ತಮ್ಮ ಅತಿಥಿ ಸತ್ಕಾರವನ್ನು ಸ್ವೀಕರಿಸುವಂತೆ ಮನವಿ ಮಾಡಿಕೊಂಡರಂತೆ. ಅದಕ್ಕೆ ಒಪ್ಪಿಕೊಂಡ ಶಂಕರಾಚಾರ್ಯರು ಒಂದು ಷರತ್ತು ಹಾಕುತ್ತಾರೆ, ಅದೇನೆಂದರೆ ನಮ್ಮ ಅಡುಗೆಯನ್ನು ನಾವೇ ಮಾಡಿಕೊಳ್ಳುತ್ತೇವೆ ಎಂದು. ಇದು ಪಂಡಿತ ದಂಪತಿಗಳಿಗೆ ಸ್ವಲ್ಪ ಅವಮಾನಿತವಾಗಿ ಕಂಡರೂ ಅವರಿಷ್ಟ ಎಂದು ಅಡುಗೆಗೆ ಬೇಕಾದ ದವಸ ಧಾನ್ಯಗಳನ್ನು, ಪಾತ್ರೆ, ಕಟ್ಟಿಗೆಗಳನ್ನು ಕೊಟ್ಟು ವಿರಮಿಸುತ್ತಾರೆ. ಆದರೆ ಅಡುಗೆ ಮಾಡಲು ಬೇಕಾದ ಬೆಂಕಿಯನ್ನು ಕೊಡಲು ಮರೆತು ಬಿಡುತ್ತಾರೆ. ಇನ್ನೊಮ್ಮೆ ಅವರನ್ನು ಕರೆದು ತೊಂದರೆ ಕೊಡುವುದರ ಬದಲು ಹಾಗೇ ಶಂಕರಾಚಾರ್ಯರು

ನಮಸ್ತೇ ಶಾರದಾದೇವಿ ಕಾಶ್ಮೀರ ಪುರವಾಸಿನಿ ।

ತ್ವಾಮಹಂ ಪ್ರಾರ್ಥಯೇ ನಿತ್ಯಂ ವಿದ್ಯಾದಾನಂಚ   ದೇಹಿಮೇ ॥

ಮತ್ತು ಅವರ ಶಿಷ್ಯರು ಹಸಿದ ಹೊಟ್ಟೆಯಲ್ಲೇ ಮಲಗಿ ಬಿಡುತ್ತಾರೆ. ಬೆಳಗ್ಗೆದ್ದು ಪಂಡಿತ ದಂಪತಿಗಳು ಬಂದು ನಮಸ್ಕರಿಸಿ ಮಾತನಾಡಿಸುವಾಗ ಅಡುಗೆಯ ಪದಾರ್ಥಗಳೆಲ್ಲಾ ಹಾಗೇ ಇರುವುದನ್ನು ನೋಡಿ ಏಕೆಂದು ವಿಚಾರಿಸುತ್ತಾರೆ. ಆಗ ಅವರ ಶಿಷ್ಯರುಗಳು ಬೆಂಕಿ ಇಲ್ಲದ್ದರಿಂದ ಅಡುಗೆ ಮಾಡಲಾಗಲಿಲ್ಲ ಎಂದು ಹೇಳುತ್ತಾರೆ. ತಕ್ಷಣ ಆ ಗೃಹಿಣಿ ಅಲ್ಲೇ ಇದ್ದ ನೀರನ್ನು ಕಟ್ಟಿಗೆಯ ಮೇಲೆ ಚಿಮುಕಿಸಿದಾಕ್ಷಣ ಬೆಂಕಿ ಉರಿಯ ತೊಡಗುತ್ತದೆ !

ಈ ಪ್ರಸಂಗದಿಂದ ಶಂಕರಾಚಾರ್ಯರಿಗೆ ತಾವಿನ್ನೂ ತುಂಬಾ ಕಲಿಯುವುದಿದೆ ಈ ಶಾರದ ದೇಶದಲ್ಲಿ ಎನಿಸಿ ಹಲವು ದಿನಗಳ ಕಾಲ ಅಲ್ಲೇ ನೆಲೆಸುತ್ತಾರೆ. ಅವರು ನೆಲಸಿದ ಬೆಟ್ಟ ಈಗಲೂ 'ಶಂಕರಾಚಾರ್ಯ ಬೆಟ್ಟ' ಎಂದು ಪ್ರಸಿದ್ಧ ಪುಣ್ಯಕ್ಷೇತ್ರವೆನಿಸಿಕೊಂಡಿದೆ. ಇದು ಶ್ರೀನಗರದ ನಟ್ಟನಡುವಿನ ಪ್ರಸಿದ್ಧವಾದ 'ದಾಲ್' ಸರೋವರದ ಪಕ್ಕದಲ್ಲಿದೆ.

ವಿಶಿಷ್ಟಾದ್ವೈತ ಸಿದ್ಧಾಂತ ನಾಥಮುನಿಯಿಂದ ಪ್ರಾರಂಭವಾದುದು ಎಂದು ಉಲ್ಲೇಖವಿದೆ, ಅದನ್ನು ಯಮುನಾಚಾರ್ಯರು ವಿಸ್ತರಿಸಿದರು ಮತ್ತು ರಾಮಾನುಜರು ಬ್ರಹ್ಮಸೂತ್ರದ ಚೌಕಟ್ಟಿನಲ್ಲಿ ಪ್ರತಿಪಾದಿಸಿ, 'ಶ್ರೀ ಭಾಷ್ಯಂ' ಎನ್ನುವ ಮೇರುಗ್ರಂಥವನ್ನು ಸೃಷ್ಟಿಸಿದರು. ಇದೇ ವೈಷ್ಣವರ ಮೂಲಗ್ರಂಥ. ಇಂತಹದ್ದೊಂದು ಗ್ರಂಥವನ್ನು ಸೃಷ್ಟಿಸಲು ರಾಮಾನುಜರು ತಮ್ಮ ಶಿಷ್ಯ ಕುರುತ್ತಾಳ್ವಾರ್ (ಕುರೇಸಿ) ಜೊತೆಗೂಡಿ ಬ್ರಹ್ಮಸೂತ್ರವನ್ನು ಹುಡುಕಿಕೊಂಡು ಕಾಶ್ಮೀರಕ್ಕೆ ಹೋಗಿದ್ದರು.

ಅಂದಿನ ಶಾರದಾ ಪೀಠ, ದುರಾದೃಷ್ಟವಶಾತ್ ಈಗ ಪಾಕಿಸ್ತಾನದ ಆಳ್ವಿಕೆಯ ಕಾಶ್ಮೀರದ ಭಾಗದಲ್ಲಿದೆ. ಅಲ್ಲಿಗೆ ಹೋಗಲು ಯಾರಿಗೂ ಅನುಮತಿ ಸಿಗುತ್ತಿಲ್ಲ. ಶಾರದಾ ದೇವಸ್ಥಾನ ಶಿಥಿಲಗೊಂಡು ದಿನೇ ದಿನೇ ಧರೆಗುರುಳುತ್ತಿದೆ. ಶಾರದಾದೇವಿಯ ಕೃಪಾಕಟಾಕ್ಷ ಅನಾದಿಕಾಲದಿಂದಲೂ ಕಾಶ್ಮೀರದ ಮೇಲಿರುವಾಗ... ಕಾಶ್ಮೀರ ಇನ್ನಾರದಾಗಲು ಸಾಧ್ಯ?

ಇದು ಭಟ್ಟರ ಕಾಶ್ಮೀರ...

ನೀಲಮತ ಪುರಾಣದ ಪ್ರಕಾರ ಕಾಶ್ಮೀರಕ್ಕೆ ಸುಮಾರು ೫೧೦೦ ವರ್ಷದ ಇತಿಹಾಸವಿದೆ. ಹದಿಮೂರನೇ ಶತಮಾನದವರೆಗೂ ಕಾಶ್ಮೀರದಲ್ಲಿ ಶತಪ್ರತಿಶತ ಹಿಂದು ಮತ್ತು ಬೌದ್ಧಧರ್ಮಿಗಳಿದ್ದರು. ಕೇವಲ ಏಳು ಶತಮಾನಗಳಲ್ಲಿ ಕಾಶ್ಮೀರದ ಕಣಿವೆಯಲ್ಲಿ ೯೭ ಪ್ರತಿಶತ ಮುಸ್ಲೀಮರು! ಏನೇನೆಲ್ಲಾ ಆಗಿರಬಹುದು ಈ ಏಳು ಶತಮಾನಗಳಲ್ಲಿ.

ಕಾಶ್ಮೀರದ ಪಂಡಿತರನ್ನು 'ಭಟ್ಟರು' ಎಂದು ಕರೆಯುತ್ತಾರೆ. ಇವರು ಶೈವ ಸಾರಸ್ವತ ಬ್ರಾಹ್ಮಣರು. ಸುಂದರ ಕಾಶ್ಮೀರದ ಶಾಂತಿಪ್ರಿಯ ಜನಾಂಗ. ವೇದ ಪಾರಾಯಣ, ಪೂಜೆ ಪುನಸ್ಕಾರಗಳಲ್ಲಿ ತಮ್ಮನ್ನು ತಾವು ತೊಡಗಿಸಿಕೊಂಡು ಸುಖೀಜೀವನ ನಡೆಸುತ್ತಿದ್ದ ಜನಾಂಗ. ಕಣಿವೆಯ ಜನರಲ್ಲಿ ಒಂದು ರೀತಿಯ ಭೌಗೋಳಿಕ ಏಕಾಂತತೆ ಇರುತ್ತದೆ. ಹೊರಗೆ ಏನಾಗುತ್ತಿದೆ ಎಂದು ತಿಳಿಯುವುದಿಲ್ಲ, ಹಾಗೇ ಹೊರಗಿನವರಿಗೆ ಸುಲಭವಾಗಿ ಒಗ್ಗಿಕೊಳ್ಳುವುದಿಲ್ಲ, ಹಾಗೂ ತಮ್ಮತಮ್ಮಲ್ಲೇ ಒಗ್ಗಟ್ಟೂ ಇರುವುದಿಲ್ಲ.

ಹದಿಮೂರನೇ ಶತಮಾನದ ಲೋಹಾನರ ರಾಜವಂಶದ ರಾಜ ರಾಮಚಂದ್ರನೇ ಇಲ್ಲಿನ ಕೊನೆಯ ಹಿಂದೂ ರಾಜ. ಅಷ್ಟೊತ್ತಿಗಾಗಲೇ ತುರ್ಕಿಸ್ತಾನದ 'ದುಲ್ಚ' ಎನ್ನುವ ದುಷ್ಟ ಕಾಶ್ಮೀರದ ಮೇಲೆ ಆಕ್ರಮಣ ಮಾಡಿ, ಕೊಳ್ಳೆ ಹೊಡೆದು, ಸುಮಾರು ಐವತ್ತು ಸಾವಿರ ಕಾಶ್ಮೀರಿಗಳನ್ನು ಗುಲಾಮರನ್ನಾಗಿ ಸೆರೆಹಿಡಿದುಕೊಂಡು ಹೋದ.

ಮುಂದೆ 'ರಿಂಚನ' ಎನ್ನುವ ಬೌದ್ಧ ಧರ್ಮದ ಸೇನಾನಿ ರಾಮಚಂದ್ರ ರಾಜನನ್ನು ಮೋಸದಿಂದ ಕೊಂದು ತಾನೇ ರಾಜನಾದ. ಇಲ್ಲೊಂದು ಕುತೂಹಲಕಾರಿ ವಿದ್ಯಮಾನ ನಡೆಯುತ್ತದೆ. 'ರಿಂಚನ' ಕಾಶ್ಮೀರದ ಪ್ರಜೆಗಳನ್ನು ಓಲೈಸಲು ಶೈವ ಮತಕ್ಕೆ ಮತಾಂತರಗೊಳ್ಳಲು ನಿರ್ಧರಿಸುತ್ತಾನೆ. ಇದನ್ನು ರಾಜಗುರು ದೇವಸ್ವಾಮಿಯ ಹತ್ತಿರ ವಿಚಾರಣೆ ಮಾಡುತ್ತಾನೆ. ದೇವಸ್ವಾಮಿ ಈ ವಿಷಯವನ್ನು ಕಾಶ್ಮೀರಿ ಪಂಡಿತರ ಬಳಿ ನಿಷ್ಕರ್ಶಿಸಿ, ಇದಕ್ಕೆ ಶೈವ ಮತದಲ್ಲಿ ಅವಕಾಶವಿಲ್ಲವೆಂದು ಹೇಳಿಬಿಡುತ್ತಾರೆ! ಇದರಿಂದ ಅವಮಾನಿತನಾದ ರಿಂಚನ ಮುಸ್ಲೀಮ್ ಧರ್ಮಕ್ಕೆ ಮತಾಂತರಗೊಂಡು, ಜೊತೆಗೆ ಹತ್ತು ಸಾವಿರ ಪಂಡಿತರನ್ನೂ ಮುಸ್ಲೀಮರನ್ನಾಗಿ ಮತಾಂತರಗೊಳಿಸಿ ಬಿಡುತ್ತಾನೆ! ಇಲ್ಲಿಂದ ಶುರುವಾಗುತ್ತದೆ ನೋಡಿ ಭಟ್ಟರ ಮತಾಂತರದ, ಮಾರಣಹೋಮದ ವೃತ್ತಾಂತ.

ಇದು ಋಷಿಗಳ, ಸಂತರ ಕಾಶ್ಮೀರ...

ಹದಿಮೂರನೇ ಶತಮಾನದಿಂದ ಆರಂಭವಾದ ಮತಾಂತರ, ಕೇವಲ ಏಳು ಶತಮಾನಗಳಲ್ಲಿ ಹಿಂದೂ ಮತ್ತು ಬೌದ್ಧರ ಸಂಖ್ಯೆಯನ್ನು..... ಶತ ಪ್ರತಿಶತದಿಂದ ಕೇವಲ ಮೂರು ಪ್ರತಿಶತಕ್ಕಿಳಿಸಿಬಿಟ್ಟಿತ್ತು! ಭಾರತದಲ್ಲಿ ಈ ತರಹದ ಕ್ಷಿಪ್ರವಾಗಿ ನಡೆದ ಮತಾಂತರದ ಉದಾಹರಣೆಗಳು ಬಹುಶಃ ಬೇರೆಲ್ಲೂ ಕಾಣಸಿಗದು....of course ...ಗೋವಾ ಒಂದನ್ನು ಹೊರತುಪಡಿಸಿ! ಇಲ್ಲಿ ಒಂದು ಕುತೂಹಲಕಾರಿ ವಿದ್ಯಮಾನವೆಂದರೆ ಈ ಎರಡೂ ರಾಜ್ಯಗಳ ಮತಾಂತರದ ಮಂಥನದಲ್ಲಿ ಸಿಲುಕಿದವರು ಪ್ರಮುಖವಾಗಿ ಸಾರಸ್ವತ ಬ್ರಾಹ್ಮಣರು! ಕಶ್ಯಪರ ಕಾಶ್ಮೀರದಲ್ಲಿ ಶೈವ ಸಾರಸ್ವತ ಬ್ರಾಹ್ಮಣರು ಮತ್ತು ವಿಶ್ವಾಮಿತ್ರರ ಗೋಮಾಂತದಲ್ಲಿ ಗೌಡ ಸಾರಸ್ವತ ಬ್ರಾಹ್ಮಣರು. ಈ ರಕ್ತಸಿಕ್ತ ಇತಿಹಾಸದ ಅವಧಿಯಲ್ಲೂ ಕಾಶ್ಮೀರದಲ್ಲಿ ಹಲವು ಕ್ರಾಂತಿಕಾರಕ ಘಟನೆಗಳು ನಡೆಯುತ್ತವೆ. ಸೂಫಿ ಸಂತರ, ನಂದ ಋಷಿಯಂತಹ ಮುಸ್ಲಿಂ ಸನ್ಯಾಸಿಯ ಮತ್ತು ಲಲ್ಲೇಶ್ವರಿಯಂತಹ ಸಂತ ಕವಿಗಳ ಉದ್ಭವವಾಗುತ್ತದೆ.

ಹನ್ನೆರಡನೇ ಶತಮಾನದಲ್ಲಿ ಕರ್ನಾಟಕದಲ್ಲಿ ನಡೆದ ಅಕ್ಕಮಹಾದೇವಿಯ ವೃತ್ತಾಂತ ಹದಿನಾಲ್ಕನೇ ಶತಮಾನದಲ್ಲಿ ಕಾಶ್ಮೀರದಲ್ಲಿ ಲಲ್ಲೇಶ್ವರಿಯ ಹೆಸರಿನಲ್ಲಿ ಪುನರಾವರ್ತನೆಯಾಗುತ್ತದೆಯೇನೋ ಎನ್ನುವಷ್ಟು ಹೊಂದಾಣಿಕೆಯಿದೆ. ಇಬ್ಬರೂ ಶಿವಾರಾಧಕರು, ಇಬ್ಬರೂ ಅಪ್ರತಿಮ ಸುಂದರಿಯರು, ಇಬ್ಬರೂ ವಿವಾಹ ಬಂಧನದಿಂದ ಹೊರಬಂದು ಆಧ್ಯಾತ್ಮದ ಹಾದಿಯಲ್ಲಿ ನಡೆದವರು ಮತ್ತು ಇಬ್ಬರೂ ಅದ್ಭುತ ಕಾವ್ಯಗಳ, ಸಾಹಿತ್ಯದ ರಚನಾಕಾರರು...ಅಕ್ಕಮಹಾದೇವಿ ವಚನಗಳನ್ನು ರಚಿಸಿದರೆ ಲಲ್ಲೇಶ್ವರಿಯ ರಚನೆಗಳು 'ವಾಕ್' ಹೆಸರಿನಲ್ಲಿ ವಿಶ್ವವದೆಲ್ಲೆಡೆ ಹೆಸರುವಾಸಿಯಾಗಿವೆ. ಅಕ್ಕಮಹಾದೇವಿಯನ್ನು 'ಅಕ್ಕ' ಎಂದು ಸಂಬೋಧಿಸಿದರೆ ಲಲ್ಲೇಶ್ವರಿಯನ್ನು ಅಮ್ಮ (ಲಾಲ್ ದೇಡ್) ಎಂದು ಸಂಬೋಧಿಸಲಾಗುತ್ತದೆ. ಇಬ್ಬರೂ ಆಕಾಶವೇ ಹೊದಿಕೆ ಎಂದು ಕೇಶವಸ್ತ್ರಧಾರಿಗಳಾಗಿ ನಡೆದಾಡುತ್ತಿದ್ದರಂತೆ ಎನ್ನುವ ಪ್ರತೀತಿಯಿದೆ. ಲಲ್ಲೇಶ್ವರಿಯ ವೈಶಿಷ್ಟ್ಯವೆಂದರೆ ಅವರ ಶಿಷ್ಯವರ್ಗದಲ್ಲಿ ಮುಸ್ಲಿಮರೇ ಹೆಚ್ಚು! ಹಿಂದೂ ಮುಸ್ಲಿಮರೆನ್ನುವ ಭೇದಭಾವ ಬೇಡ. ಶಿವ ಸೂತ್ರವೇ ಎಲ್ಲದರ ಮೂಲ' ಎಂದು ಬೋಧಿಸಿ ಶಿವಾರಾಧಕರ, ಸೂಫಿ ಸಂತರ..ಮಾತೆಯಾಗಿ ಮೆರೆದಳು ಕಾಶ್ಮೀರದ ಲಲ್ಲೇಶ್ವರಿ.

ಇದು ಕವಿ ಕಲ್ಹಣ ಮತ್ತು ಬಿಲ್ಹಣರ ಕಾಶ್ಮೀರ !

ಕಾಶ್ಮೀರದ ನಂಟು ಕರ್ನಾಟಕಕ್ಕೂ ಇತ್ತು..! ಅದು ಹೇಗೆ? ಅನಾದಿ ಕಾಲದಿಂದಲೂ ಈ ದೇವನಾಡಿನಲ್ಲಿ ಪ್ರಚಲಿತವಾದ ದೇವಭಾಷೆ ಸಂಸ್ಕೃತ. ಹನ್ನೊಂದನೇ ಶತಮಾನದಲ್ಲಿ 'ಕಲ್ಹಣ' ಎಂಬ ಮಹಾನ್ ಕವಿ ಕಾಶ್ಮೀರದ ಇತಿಹಾಸದ ಬಗ್ಗೆ, ಇಲ್ಲಿಯ ಸಾಹಿತ್ಯ ಮತ್ತು ಸಂಸ್ಕೃತಿಯ ಬಗ್ಗೆ ಒಂದು ಬೃಹತ್ ಗ್ರಂಥವನ್ನು ಬರೆಯುತ್ತಾರೆ. ಅದೇ "ರಾಜತರಂಗಿಣಿ". ಇದೇ ಸಮಯದಲ್ಲಿ "ಬಿಲ್ಹಣ" ಎನ್ನುವ ಬಹುಮುಖ ಪ್ರತಿಭೆಯ ಕಾಶ್ಮೀರದ ಕವಿಯೊಬ್ಬರ ರಚನೆಗಳು ಬೆಳಕಿಗೆ ಬರುತ್ತವೆ. ಆದರೆ ಅವರು ಪ್ರಖ್ಯಾತಿ ಪಡೆದಿದ್ದು ಮತ್ತು ಅವರ ರಚನೆಗಳು ಬೆಳಕು ಕಂಡಿದ್ದು ಅಂದಿನ ಕರ್ನಾಟಕದಲ್ಲಿ!

ಬಿಲ್ಹಣ ಕಾಶ್ಮೀರದಿಂದ ಹೊರಬಂದು ವಿದರ್ಭ, ವಂಗ, ಮಾಳವ ದೇಶಗಳನ್ನೆಲ್ಲಾ ಸುತ್ತಾಡಿ ಅಂದಿನ ಕಲ್ಯಾಣ ಕರ್ನಾಟಕಕ್ಕೆ ಬಂದು ಸೇರುತ್ತಾರೆ. ಅದು ಚಾಳುಕ್ಯ ವಂಶದ ರಾಜರಾದ ಆರನೇ ವಿಕ್ರಮಾದಿತ್ಯರ ರಾಜಧಾನಿ. ವಿಕ್ರಮಾದಿತ್ಯರು ಇವರ ಸಂಸ್ಕೃತದ ಪಾರಂಗತ್ಯವನ್ನು ಮೆಚ್ಚಿ ಅವರಿಗೆ ಆಸ್ಥಾನಕವಿಯ ಸ್ಥಾನವನ್ನು ಕೊಟ್ಟು ಗೌರವಿಸುತ್ತಾರೆ. ಇಲ್ಲಿ ಅವರು "ವಿಕ್ರಮಾಂಕ ದೇವಚರಿತ"ವನ್ನು ರಚಿಸುತ್ತಾರೆ. ಆದರೆ ಬಿಲ್ಹಣರ ರಸಿಕತೆಯ ಪರಿಚಯವಾಗುವುದು ಅವರ ಇನ್ನೊಂದು ಕೃತಿ "ಚೌರ ಸುರತ ಪಂಚಶಿಖಾ" ಎನ್ನುವ ಐವತ್ತು ಪ್ರೇಮಗೀತೆಗಳ ಸಂಕಲನದಿಂದ. ಇದರ ಹಿನ್ನೆಲೆಯಲ್ಲಿ ಒಂದು ಸ್ವಾರಸ್ಯಕರ ಘಟನೆ ಇದೆ.

ವಿಕ್ರಮಾದಿತ್ಯರ ರಾಜ್ಯಕ್ಕೂ ಬರುವ ಮೊದಲು, ಬಿಲ್ಹಣ ಅಂದಿನ ಗುಜರಾತಿನ ವೀರಸೇನರ ಆಸ್ಥಾನದ ವಿದ್ವಾಂಸರಾಗಿರುತ್ತಾರೆ. ಈ ಯುವಕವಿಗೆ ರಾಜಕುಮಾರಿ ಚಂಪಾವತಿಯ ಶಿಕ್ಷಣದ ಜವಾಬ್ದಾರಿಯನ್ನು ವಹಿಸಿದ್ದರು. ಆದರೆ ಇದಕ್ಕೆ ಕೆಲವು ನಿರ್ಬಂಧನೆಗಳನ್ನು ಹಾಕಿದ್ದರು. ಅಪ್ರತಿಮ ಸುಂದರಿಯಾದ ರಾಜಕುಮಾರಿ ಈ ಸುಂದರ, ಪ್ರತಿಭಾನ್ವಿತ ಕವಿಯಿಂದ ಸಾಹಿತ್ಯದ, ಸಂಸ್ಕೃತದ ಶಿಕ್ಷಣದ ಸಮಯದಲ್ಲಿ ವಯೋಸಹಜವಾದ ವಾಂಛೆಗಳು ಅಡ್ಡ ಬರಬಾರದೆಂದು ರಾಜವೀರಸೇನ ಬಿಲ್ಹಣನ ಕಣ್ಣು ಕಟ್ಟಿ.. ಇವರು ಕುರುಡರು ಎಂದು, ರಾಜಕುಮಾರಿ ಕುಷ್ಟರೋಗಿ ಎಂದು ಒಬ್ಬರಿಗೊಬ್ಬರನ್ನು ಪರಿಚಯಿಸಿ ನಡುವೆ ಒಂದು ದಪ್ಪನೆಯ ಪರದೆಯನ್ನು ಹಾಕುತ್ತಾರೆ. ಇಬ್ಬರೂ ಇದೇ ನಿಜವೆಂದು ನಂಬಿಕೊಂಡೇ ರಾಜಕುಮಾರಿಯ ವ್ಯಾಸಂಗ ನಡೆಯುತ್ತಿರುತ್ತದೆ.

ಒಮ್ಮೆ ಬೆಳದಿಂಗಳ ಚಂದ್ರನನ್ನು ವರ್ಣಿಸುತ್ತಾ ಬಿಲ್ಹಣರು ಒಂದು ಪ್ರೇಮಕವಿತೆಯನ್ನು ಹೇಳಿಕೊಡುತ್ತಾರೆ. ಆಗ ಬರುತ್ತದೆ ನೋಡಿ ರಾಜಕುಮಾರಿಗೆ ಬಿಲ್ಹಣನ ಬಗ್ಗೆ ಅನುಮಾನ...ಒಬ್ಬ ಕುರುಡನು, ಎಂದೂ ಚಂದ್ರನನ್ನು ನೋಡದವನು ಇಷ್ಟು ಸುಂದರವಾದ ವಿವರಣೆ ಕೊಡುವುದು ಹೇಗೆ ಸಾಧ್ಯ? ಕುತೂಹಲ ತಾಳಲಾರದೆ ರಾಜಕುಮಾರಿ ಪರದೆಯಿಂದ ಹೊರಗೆ ಬಂದು ಬಿಲ್ಹಣನ ಕಣ್ಣಿನ ಬಟ್ಟೆಯನ್ನು ಬಿಚ್ಚುತ್ತಾಳೆ. ಬಿಲ್ಹಣನೂ ರಾಜಕುಮಾರಿಯ ಸೌಂದರ್ಯಕ್ಕೆ ಮಾರು ಹೋಗುತ್ತಾನೆ. ಇಬ್ಬರೂ ರೋಮಾಂಚಿತರಾಗಿ ಕ್ಷಣಾರ್ಧದಲ್ಲಿ ಪ್ರೇಮಾಂಕುರವಾಗಿ ಬಿಡುತ್ತದೆ! ಕಾಲಾಂತರದಲ್ಲಿ ವಿಷಯ ತಿಳಿದ ರಾಜ, ಕೋಪಗೊಂಡು ಬಿಲ್ಹಣನನ್ನು ಸೆರೆಮನೆಗೆ ತಳ್ಳಿಬಿಡುತ್ತಾನೆ. ಅಲ್ಲಿ ರಚಿತವಾಗುತ್ತದೆ "ಚೌರ ಸುರತ ಪಂಚಶಿಖಾ" ಎನ್ನುವ ಐವತ್ತು ಪ್ರೇಮ ಮತ್ತು ವಿರಹಗೀತೆಗಳ ಸಂಕಲನ. ಸೆರೆಮನೆಯಲ್ಲಿ ಇನ್ನೂ ಉತ್ಕಟಕ್ಕೇರಿದ ಪ್ರೇಮಾಯಣದ ಅರಿವಾದ ರಾಜ ವೀರಸೇನ ಬಿಲ್ಹಣನನ್ನು ಸೆರೆಯಿಂದ ಬಿಡುಗಡೆ ಮಾಡಿ ಅವರಿಬ್ಬರ ಮದುವೆಗೆ ಸಮ್ಮತಿಸುತ್ತಾನೆ ಎನ್ನುವ ಪ್ರತೀತಿ. ಅಂತೂ ಬಿಲ್ಹಣ ಮತ್ತು ಚಂಪಾವತಿಯರ ಪ್ರೇಮಗಾಥೆ ಸುಖಾಂತ್ಯವನ್ನು ಕಾಣುತ್ತದಂತೆ. ಮುಂದೊಮ್ಮೆ ಈ ಪ್ರೇಮಗ್ರಂಥ ಹಲವಾರು ಭಾಷೆಗಳಲ್ಲಿ ಭಾಷಾಂತರಿಸಲ್ಪಟ್ಟು ದೇಶವಿದೇಶಗಳಲ್ಲಿ ಪ್ರಸಿದ್ಧಿ ಪಡೆಯುತ್ತದೆ. ೧೯೪೮ ರಲ್ಲಿ ಮದ್ರಾಸಿನಲ್ಲಿ ಈ ಕಥೆಯಾಧಾರಿತ ಚಲನಚಿತ್ರವೊಂದೂ ಸಹ ಬಿಡುಗಡೆಯಾಗುತ್ತದೆ!

ಕಾಶ್ಮೀರಕ್ಕೆರಗಿದ ಕಳ್ಳಕಾಕರು

ಹತ್ತು-ಹನ್ನೊಂದನೇ ಶತಮಾನದಲ್ಲಿ ಭಾರತದ ಮೇಲೆ ಘಜ್ನಿ ಮೊಹಮ್ಮದನ ದಾಳಿಗಳು ನಡೆಯುತ್ತವೆ. ಸತತವಾಗಿ ಹದಿನೇಳು ಬಾರಿ ದಂಡೆತ್ತಿ ಬಂದು ಭಾರತದ ಸಂಪತ್ತನ್ನು, ವಿಶೇಷವಾಗಿ ದೇವಸ್ಥಾನಗಳಲ್ಲಿದ್ದ ಅಪಾರ ಧನಕನಕಗಳನ್ನು ಲೂಟಿ ಮಾಡಿಕೊಂಡು ಹೋಗುತ್ತಾನೆ. ಇಲ್ಲಿಂದ ಪ್ರಾರಂಭವಾಗುತ್ತದೆ ಪವಿತ್ರ ಕಾಶ್ಮೀರದ ಅವನತಿ. ವಿಚಿತ್ರವೆಂದರೆ ಈ ದುಷ್ಟನ ಜೊತೆ ಅಲ್ ಬಿರೂನಿ ಎನ್ನುವ ಒಬ್ಬ ಮಿತ್ರನೂ ಭಾರತಕ್ಕೆ ಬರುತ್ತಾನೆ. ಇವನೊಬ್ಬ ಮೇಧಾವಿ, ವಿಜ್ಞಾನಿ, ಖಗೋಳ ಶಾಸ್ತ್ರದ, ವೈದ್ಯಕೀಯ ಶಾಸ್ತ್ರದ ವಿದ್ಯಾರ್ಥಿ. ಗಾಂಧಾರ ದೇಶದ ಸಾಹಿ ರಾಜನ ಆಸ್ಥಾನದಲ್ಲಿ ಇವನಿಗೆ ವಿಶೇಷ ಗೌರವ ಕೊಟ್ಟು ಸನ್ಮಾನಿಸುತ್ತಾರೆ. ಅಲ್ಲಿದ್ದ ಕೆಲವು ಗ್ರಂಥಗಳನ್ನು ಅಭ್ಯಾಸ ಮಾಡಿ ಭಾರತದ ಬಗ್ಗೆ, ಸನಾತನ ಧರ್ಮದ ಬಗ್ಗೆ ಸ್ವಲ್ಪ ಮಟ್ಟಿಗೆ ತಿಳಿದುಕೊಂಡಿರುತ್ತಾನೆ.

ಘಜ್ನಿಯ ಜೊತೆ ಕಾಶ್ಮೀರಕ್ಕೆ ಬಂದ ಅಲ್ ಬಿರೂನಿ ಮೊದಲು ಹೋಗುವುದೇ ಅಲ್ಲಿಯ ಗ್ರಂಥಾಲಯಗಳಿಗೆ. ಸಂಸ್ಕೃತ ಕಲಿಯದೇ ಈ ಗ್ರಂಥಗಳನ್ನು ಅರ್ಥ ಮಾಡಿಕೊಳ್ಳಲು ಅಸಾಧ್ಯ ಎಂದರಿತವನು ಕೂಡಲೇ ಕೆಲವು ಪಂಡಿತರ ಸಹಾಯದಿಂದ ವಿದ್ಯಾರಂಭ ಪ್ರಾರಂಭಿಸಿ ಬಿಡುತ್ತಾನೆ. ಘಜ್ನಿ ಮೊಹಮ್ಮದನಿಗೆ ಇಲ್ಲಿನ ಧರ್ಮ ಗ್ರಂಥಗಳನ್ನು ಮಾತ್ರ ಮುಟ್ಟಬೇಡ...ಎನ್ನುವ ಕೋರಿಕೆಗೆ ಮನಸ್ಸಿಲ್ಲದ ಸಮ್ಮತಿಯೂ ಸಿಗುತ್ತದೆ. ಸಾಯವಬಾಲ ಎನ್ನುವ ಕಾಶ್ಮೀರಿ ಬ್ರಾಹ್ಮಣ ಮಿತ್ರನ ಸಹಾಯದಿಂದ ಸಂಸ್ಕೃತದಲ್ಲಿ ಎಂತಹ ಪರಿಣಿತಿ ಪಡೆಯುತ್ತಾನೆಂದರೆ ಕೆಲವೇ ದಿನಗಳಲ್ಲಿ ಸಂಸ್ಕೃತದಲ್ಲಿ ಒಂದು ಪುಸ್ತಕವನ್ನೇ ಬರೆದು ಬಿಡುತ್ತಾನೆ.!

ಈಗ ಪ್ರಚಲಿತವಾಗುತ್ತಿರುವ ಇಂಡಾಲಜಿಯ ಪ್ರಥಮ ಪ್ರವರ್ತಕ ಅಲ್ ಬಿರೂನಿ ಎನ್ನಬಹುದು ಅಷ್ಟು ಸುದೀರ್ಘವಾಗಿ ಭಾರತದ ಬಗ್ಗೆ, ಸನಾತನ ಧರ್ಮದ ಬಗ್ಗೆ, ಇಲ್ಲಿಯ ಸಾಂಸ್ಕೃತಿಕತೆಯ ಬಗ್ಗೆ ಹಲವಾರು ಪುಸ್ತಕಗಳನ್ನು ಅರೇಬಿಕ್ ಮತ್ತು ಪರ್ಷಿಯನ್ ಭಾಷೆಗೆ ಭಾಷಾಂತರಿಸುತ್ತಾನೆ. ಹಾಗೆ ಭಾಷಾಂತರಿಸಿದ ಅನೇಕ ಪುಸ್ತಕಗಳಲ್ಲಿ ಒಂದು "ಕಿತಾಬ್ ಅಲ್ ಬತಾಂಜಲ್"... ಇದು ಪತಾಂಜಲಿಯ ಯೋಗಸೂತ್ರದ ಅವತರಣ!

ಹೀಗಿದೆ ಕಾಶ್ಮೀರದ ಸುದೀರ್ಘ, ವಿಶೇಷ, ವಿಭಿನ್ನ ಇತಿಹಾಸ. ಮಾಧ್ಯಮಗಳ ಚಲಾವಣೆಯಲ್ಲಿರುವ ಕಾಶ್ಮೀರಕ್ಕೂ ನಾವು ಈಗ ಓದಿದ ಕಾಶ್ಮೀರಕ್ಕೂ ಎಷ್ಟು ವ್ಯತ್ಯಾಸವಿದೆ ಅನಿಸುತ್ತಿಲ್ಲವೇ?

ಪಶ್ಯಾಮಿ ಅಹಂ ಯದಿ ಪುನರ್ ದಿವಸಾವಸಾನೇ ಸ್ವರ್ಗ ಅಪವರ್ಗರಾರಾಜ್ಯ ಸುಖಂ ತ್ವಜಾಮಿ

ಕಾಶ್ಮೀರ !
ನಾವಿದರ ವಾರಸ್ದಾರ ಎಚ್ಚರ,
ನಮ್ಮದಿದು ಕಾಶ್ಮೀರ!

ನಭಃ ಸ್ಪರ್ಶ ದೀಪ್ತಂ

14 ಫೆಬ್ರವರಿ ೨೦೧೯ ರಂದು ಜಮ್ಮು ಶ್ರೀನಗರದ ರಾಷ್ಟ್ರೀಯ ಹೆದ್ದಾರಿಯಲ್ಲಿ ಪುಲ್ವಾಮಾ ಜಿಲ್ಲೆಯ ಲೇತ್ಪುರ ಎನ್ನುವ ಗ್ರಾಮದ ಬಳಿ ಕೇಂದ್ರೀಯ ಆರಕ್ಷಕ ಬಲದ ಸಿಬ್ಬಂದಿಗಳು ಪ್ರಯಾಣಿಸುತ್ತಿದ್ದ ಬಸ್ಸುಗಳ ಮೇಲೆ ಆತ್ಮಾಹುತಿಯ ದಾಳಿ ನಡೆದು, ೪೬ ಆರಕ್ಷಕ ಸಿಬ್ಬಂದಿ ಹುತಾತ್ಮರಾದರು. ಈ ದಾಳಿಯಲ್ಲಿ ಆಕ್ರಮಣಕಾರನೂ ಹತವಾಗಿ ಹೋದ. ಪಾಕಿಸ್ತಾನದಲ್ಲಿ ನೆಲಸಿರುವ ಜೈಶ್-ಎ-ಮೊಹಮ್ಮದ್ ಎನ್ನುವ ಉಗ್ರ ಸಂಘಟನೆ ಈ ದಾಳಿಯನ್ನು ನಾವೇ ಮಾಡಿಸಿದ್ದು ಎನ್ನುವ ವಿಡಿಯೋವನ್ನು ದಾಳಿಯಾದ ಕೆಲವೇ ಗಂಟೆಗಳಲ್ಲಿ ಬಿಡುಗಡೆ ಮಾಡಿತು. ಪಾಕಿಸ್ತಾನವೂ ಕೂಡಲೇ ಪ್ರತಿಕ್ರಿಯಿಸಿ ನಮ್ಮ ದೇಶಕ್ಕೂ ಈ ದಾಳಿಗೂ ಸಂಬಂಧವಿಲ್ಲ, ನಾವು ಈ ದಾಳಿಯನ್ನು ಖಂಡಿಸುತ್ತೇವೆ ಎನ್ನುವ ಸೋಗಲಾಡಿತನದ ಹೇಳಿಕೆ ಕೊಟ್ಟಿತ್ತು. ಪಾಕಿಸ್ತಾನದ ಈ ಹೇಳಿಕೆಯಲ್ಲಿ ಎಷ್ಟು ಸುಳ್ಳಿದೆ ಎಂದು ವಿಶ್ವದ ಬಹುತೇಕ ರಾಷ್ಟ್ರಗಳಿಗೆ ಅರಿವಿತ್ತು ಏಕೆಂದರೆ ಈ ಆತ್ಮಾಹುತಿಯ ದಾಳಿ ಮಾಡುವ ಮನಸ್ಥಿತಿಯ ಆತಂಕವಾದಿಗಳನ್ನು ತಯಾರಿಸಿ ಭಾರತವೂ ಸೇರಿದಂತೆ ಇತರೆ ದೇಶಗಳಿಗೆ ರಫ್ತು ಮಾಡುವ ಭಯೋತ್ಪಾದನೆಯ ಕಾರ್ಖಾನೆಗಳು ಪಾಕಿಸ್ತಾನದಲ್ಲಿ ನೆಲಸಿವೆ ಎನ್ನುವ ಸತ್ಯ ಎಲ್ಲರಿಗೂ ಗೊತ್ತಿದೆ. ಇದರಲ್ಲಿ ಪ್ರಮುಖವೆಂದರೆ ಬಹಾವಲಪುರ ಮತ್ತು ಬಾಲಾಕೋಟಿನ ಭಯೋತ್ಪಾದನೆಯ ತರಬೇತಿ ಕೇಂದ್ರಗಳು.

ಬಹಾವಲಪುರದ ಭಯೋತ್ಪಾದಕರು

೨೪ ಡಿಸೆಂಬರ್ ೧೯೯೯, ನೇಪಾಳದ ಕಠ್ಮಂಡು ಏರ್ಪೋರ್ಟಿನಿಂದ ನವದೆಹಲಿಗೆ ಹೊರಟ ಏರ್ ಇಂಡಿಯಾ ವಿಮಾನ ಐ ಸಿ ೮೧೪, ಪಾಕಿಸ್ತಾನದ ಭಯೋತ್ಪಾದಕರಿಂದ ಅಪಹರಿಸಲ್ಪಟ್ಟು ಹಲವಾರು ಗಂಟೆಗಳ ಆತಂಕಭರಿತ ಹಾರಾಟದ ನಂತರ ಅಫ್ಘಾನಿಸ್ತಾನದ ಕಂದಹಾರದಲ್ಲಿ ಬಂದಿಳಿಯುತ್ತದೆ. ಈ ಉಗ್ರಗಾಮಿಗಳ ಷರತ್ತು ಏನೆಂದರೆ ಭಾರತದ ಸೆರೆಮನೆಗಳಲ್ಲಿರುವ ಕೆಲವು ಉಗ್ರರ ಬಿಡುಗಡೆಯಾಗಬೇಕು. ಈ ಷರತ್ತಿಗೆ ಒಪ್ಪದಿದ್ದಾಗ, ರೂಪಿನ್ ಕಟಿಯಾಲ್ ಎನ್ನುವ ಪ್ರಯಾಣಿಕನ ಕತ್ತು ಸೀಳಿ ಅವನ ದೇಹವನ್ನು ಹೊರಗೆಸೆದು ಬಿಡುತ್ತಾರೆ. ಭಾರತದ ಮಾಧ್ಯಮಗಳಲ್ಲಿ ಈ ವಿಷಯ ಹೊರಬಂದು ಸರ್ಕಾರದ ವಿಳಂಬ ನೀತಿಯನ್ನು ವಿರೋಧಿಸಿ ಹಲವಾರು ಕಡೆ ಪ್ರತಿಭಟನೆಗಳು ನಡೆಯುತ್ತದೆ. ಈಗಿನ ಹಾಗೆ ಆಗಿನ್ನೂ ವಿಮಾನದ ಅಪಹರಣಕಾರರ ಬಗ್ಗೆ ಸ್ಪಷ್ಟ ನೀತಿ ನಿರೂಪಣೆ ಆಗಿರಲಿಲ್ಲ. ಈಗ ಅಂದ್ರೆ ಅಪಹರಣಕಾರಿಗೆ ಮರಣದಂಡನೆ ನಿಶ್ಚಿತ.

ಒತ್ತಡಗಳಿಗೆ ಒಳಗಾದ ಅಂದಿನ ವಾಜಪೇಯಿಯವರ ಸರ್ಕಾರ, ಮೂರು ಉಗ್ರಗಾಮಿಗಳನ್ನು ಬಿಡುಗಡೆ ಮಾಡಿ, ಬದಲಿಗೆ ವಿಮಾನದಲ್ಲಿದ್ದ ೧೫೫ ಪ್ರಯಾಣಿಕರನ್ನು ಸುರಕ್ಷಿತವಾಗಿ ಭಾರತಕ್ಕೆ ಮರಳಿ ಕರೆತಂದಿತು. ಹಾಗೆ ಬಿಡುಗಡೆಯಾದ ಉಗ್ರಗಾಮಿಗಳು ಕೂಡಲೇ ಪಾಕಿಸ್ತಾನದ ನೆರವು ಪಡೆದು ಭಾರತದ ವಿರುದ್ಧ ತಮ್ಮ ಭಯೋತ್ಪಾದಕ ಚಟುವಟಿಕೆಗಳನ್ನು ತೀವ್ರಗೊಳಿಸಿದರು. ಅದರಲ್ಲಿ ಪ್ರಮುಖ ಉಗ್ರ ಮೌಲಾನಾ ಮಸೂದ್ ಅಜ಼ರ್.

ಯಾರು ಈ ಮಸೂದ್ ಅಜ಼ರ್?

ಪಾಕಿಸ್ತಾನದ ಪಂಜಾಬ್ ಪ್ರಾಂತ್ಯದ ಬಹಾವಲಪುರದ ಸ್ಕೂಲ್ ಮಾಸ್ಟರ್ ಒಬ್ಬರ ಹನ್ನೊಂದು ಜನ ಮಕ್ಕಳಲ್ಲಿ ಈ ಅಜ಼ರ್ ಮಸೂದ್ ಒಬ್ಬ. ಎಂಟನೇ ತರಗತಿಯಲ್ಲೇ ವಿದ್ಯಾಭ್ಯಾಸವನ್ನು ತೊರೆದು ಇಸ್ಲಾಂ ಮೂಲಭೂತವಾದಿಗಳ ಸಂಘಟನೆಯ ಸದಸ್ಯನಾಗುತ್ತಾನೆ. ಖುರಾನಿನ ಕೆಲವು ಆಯ್ದ ಭಾಗಗಳನ್ನು ಆಧಾರವಾಗಿಟ್ಟುಕೊಂಡು, ಮಸ್ಲೀಮೇತರರ ಮೇಲೆ ದ್ವೇಷ, ಹಿಂಸೆಯನ್ನು ಸಮರ್ಥಿಸಿಕೊಳ್ಳುವ ವಿಷದ ಬೀಜವನ್ನು ಅವನ ಮನಸಿನಲ್ಲಿ ಬಿತ್ತಲಾಗುತ್ತದೆ. ಅದೇ ಸಮಯದಲ್ಲಿ ಹರ್ಕತ್–ಉಲ್–ಅನ್ಸಾರ್ ಎನ್ನುವ ಮೂಲಭೂತವಾದಿಗಳ ಸಂಸ್ಥೆಯ ಸಕ್ರಿಯ ಸದಸ್ಯನಾಗಿ ಭಯೋತ್ಪಾದನೆಯ ರಂಗಪ್ರವೇಶ ಮಾಡುತ್ತಾನೆ.

೧೯೮೯ ರಿಂದ ೧೯೯೪ ರವರೆಗೂ ಅಫ್ಘಾನಿಸ್ತಾನ, ಸೋಮಾಲಿಯಾ ಮತ್ತು ಬ್ರಿಟನ್ ದೇಶಗಳಲ್ಲಿ ಸುತ್ತಾಡಿ ಅಲ್ಲಿ ಇಸ್ಲಾಮೀಕರಣ, ಭಯೋತ್ಪಾದನೆಯನ್ನು ಪ್ರೇರೇಪಿಸುವ ಭಾಷಣಗಳನ್ನು ನಿರಂತರವಾಗಿ ಮಾಡುತ್ತಾನೆ. ಕೆಲವಾರು ಹಿಂಸಾಚಾರದ ಚಟುವಟಿಕೆಗಳಲ್ಲಿಯೂ ಭಾಗವಹಿಸುತ್ತಾನೆ. ಕ್ರಮೇಣ ಅವನಲ್ಲಿ ಹಿಂಸೆಯ ಮೂಲಕವೇ ಪ್ರಪಂಚದೆಲ್ಲೆಡೆ ಇಸ್ಲಾಮೀಕರಣ ಸಾಧ್ಯ ಎಂಬ ನಂಬಿಕೆ ಬಲವಾಗುತ್ತಾ ಹೋಗುತ್ತದೆ . ಕಾಶ್ಮೀರದ ಮೂಲಕವೇ ಭಾರತಕ್ಕೆ ನುಗ್ಗಿ ಅಲ್ಲಿ ಹಿಂಸೆಯ ಮೂಲಕ ಇಸ್ಲಾಮಿನ ಪ್ರಚಾರಣೆ ಮತ್ತು ಮತಾಂತರ ನಡೆಯಬೇಕು ಎನ್ನುವ ತನ್ನ ಧೋರಣೆಯೊಂದಿಗೆ ಕಾಶ್ಮೀರವನ್ನು ೧೯೯೪ ರಲ್ಲಿ ಪ್ರವೇಶಿಸಿ ಬಿಡುತ್ತಾನೆ. ಮಸೂದನ ಆಗಮನದ ಸೂಚನೆ ಭಾರತೀಯ ಬೇಹುಗಾರಿಕೆ ಇಲಾಖೆಗೆ ಗೊತ್ತಾಗಿಬಿಡುತ್ತದೆ. ಈ ವಿಷಯವನ್ನು ಕಾಶ್ಮೀರದಲ್ಲಿನ ಸೇನೆಗಳ ವಿವಿಧ ಅಂಗಗಳಿಗೆ ಗೌಪ್ಯವಾಗಿ ಬಿತ್ತರಿಸಲಾಗುತ್ತದೆ. ಅಂತೂ ಕೊನೆಗೆ ಕಾಶ್ಮೀರದ ಅನಂತ್ ನಾಗ್ ಜಿಲ್ಲೆಯಲ್ಲಿ ಪತ್ರಕಾರನ ಸೋಗಿನಲ್ಲಿ ತಿರುಗಾಡುತ್ತಿದ್ದ ಮಸೂದನನ್ನು ಅರೆಸ್ಟ್ ಮಾಡಿ ಸೆರೆಮನೆಗೆ ಅಟ್ಟಿಬಿಡುತ್ತಾರೆ ಭಾರತದ ರಕ್ಷಣಾ ಪಡೆಗಳು.

ಮಸೂದನಿಲ್ಲದೆ ಹರ್ಕತ್-ಉಲ್-ಅನ್ಸಾರ್ ಸಂಸ್ಥೆ ಗತಿಗೆಟ್ಟು ಹೋಗುತ್ತದೆ. ಏನಾದರೂ ಮಾಡಿ ಅವನನ್ನು ಭಾರತದ ಜೈಲಿನಿಂದ ಬಿಡುಗಡೆಗೊಳಿಸಲೇಬೇಕೆಂದು ನಿರ್ಧರಿಸುತ್ತಾರೆ. ೧೯೯೫ ಜುಲೈನಲ್ಲಿ ಶ್ರೀನಗರದಲ್ಲಿ ಆರು ವಿದೇಶೀ ಪ್ರವಾಸಿಗರನ್ನು ಅಪಹರಿಸಲಾಗುತ್ತದೆ. ಅಪಹರಣಕಾರರ ಬೇಡಿಕೆಗಳಲ್ಲಿ ಒಂದು ಮಸೂದ್ ಅಝರನ ಬಿಡುಗಡೆ. ಭಾರತ ಆ ಬೇಡಿಕೆಗಳನ್ನು ನಿರಾಕರಿಸಿದ ಮೇಲಂತೂ ಇನ್ನೂ ರೊಚ್ಚಿಗೆದ್ದ ಹರ್ಕತ್ ಉಲ್ ಅನ್ಸಾರ್ ಸಂಸ್ಥೆ ಇನ್ನೊಂದು ದೊಡ್ಡ ಅವಘಢಕ್ಕೆ ಸಿದ್ದತೆ ಮಾಡಲಾರಂಭಿಸುತ್ತದೆ, ಅದರ ಪರಿಣಾಮವೇ ೨೪ ಡಿಸೆಂಬರ್ ೧೯೯೯ ರಂದು ನಡೆದ ಐ ಸಿ ೮೧೪ ವಿಮಾನದ ಅಪಹರಣ!

<u>ಮಸೂದ್ ಮರಳಿ ಭಯೋತ್ಪಾದನೆಯ ತವರು ಪಾಕಿಸ್ತಾನಕ್ಕೆ</u>

ಭಾರತದ ಜೈಲಿನಿಂದ ಬಿಡುಗಡೆ ಹೊಂದಿ ಪಾಕಿಸ್ತಾನಕ್ಕೆ ಮರಳಿದ ಇವನು, ಬಹಾವಲಪುರದಲ್ಲಿ ಪಾಕಿಸ್ತಾನ ಕೊಟ್ಟ ಏಳು ಎಕರೆ ಜಮೀನಿನಲ್ಲಿ ಒಂದು ಬೃಹತ್ ಮಸೀದಿಯನ್ನು ಕಟ್ಟಿಸುತ್ತಾನೆ. ಜಾಮಿಯ ಮಸ್ಜಿದ್ ಸುಭಾನ್ ಅಲ್ಲಾ ಎನ್ನುವ ಹೆಸರಿನ ಈ ಮಸಿದಿ ಭಯೋತ್ಪಾದನೆಯ ಕಾರ್ಖಾನೆಯಾಗಿ ಮಾರ್ಪಡುತ್ತದೆ.

ಜೈಶ್-ಎ-ಮಹಮ್ಮದ, ಮಹಮ್ಮದನ ಸೇನೆ, ಪ್ರವಾದಿಯ ಸೇನೆ ಎನ್ನುವ

ಜಿಹಾದಿ ಸಂಘಟನೆಯನ್ನು ಕಟ್ಟುತ್ತಾನೆ. ಪ್ರತಿಸಲ ಭಾರತವು ಈ ಭಯೋತ್ಪಾದಕ ಸಂಘಟನೆಯ ಬಗ್ಗೆ ಅಂತರಾಷ್ಟ್ರೀಯ ಒತ್ತಡವನ್ನು ಹೇರಿದಾಗ ಈ ಸಂಘಟನೆ ತನ್ನ ಹೆಸರು ಬದಲಾಯಿಸಿಕೊಳ್ಳುತ್ತದೆ ನಂತರ ಪಾಕಿಸ್ತಾನ ಈ ಸಂಘಟನೆಯ ಬಗ್ಗೆ ತಮಗೆ ಮಾಹಿತಿ ಇಲ್ಲ ಎಂದು ತಿಪ್ಪೆ ಸಾರಿಸಿಬಿಡುತ್ತದೆ. ವಿಪರ್ಯಾಸವೆಂದರೆ ಈ ಮಸೀದಿಯಿಂದ ಎಂಟು ಕಿಲೋಮೀಟರ್ ದೂರದಲ್ಲೇ ಪಾಕಿಸ್ತಾನ ಸೈನ್ಯದ ಸುಮಾರು ಮೂವತ್ತು ಸಾವಿರ ಸಂಖ್ಯೆಯ ಸೈನಿಕರಿರುವ ೩೧ ನೇ ಸೈನ್ಯದ ಘಟಕ ಇದೆ, ಇದರ ಅರ್ಥ ಗೊತ್ತಾಯಿತಲ್ಲವೇ, ಇದೆಲ್ಲಾ ನಡೆಯುತ್ತಿರುವುದು ಪಾಕಿ ಸೈನ್ಯದ ಕೃಪಾಕಟಾಕ್ಷದಿಂದಲೇ.

ಅಷ್ಟರಲ್ಲಿ ಕಾಶ್ಮೀರದ ಪ್ರತ್ಯೇಕತಾವಾದಿ ಯುವಕನೊಬ್ಬ ಈ ಜೈಶ್ ತಂಡಕ್ಕೆ ಸೇರಿಕೊಳ್ಳುತ್ತಾನೆ, ಅವನೇ ಅಫ್ಜಲ್ ಗುರು. ಕಾಶ್ಮೀರದ ಈ ತಂಡವನ್ನು ಅಫ್ಜಲ್ ಗುರು ಸ್ಕ್ವಾಡ್ ಎಂದು ಕರೆಯಲಾಗುತ್ತದೆ. ಈ ತಂಡದ ಸಹಾಯದಿಂದ ಭಾರತದ ಹಲವಾರು ಕಡೆ ಉಗ್ರರ ಹಲ್ಲೆ ನಡೆಸಲಾಗುತ್ತದೆ, ಅದರಲ್ಲಿ ಮುಖ್ಯವಾದವು ಎಂದರೆ,
೨೦೦೧ ರಲ್ಲಿ ಪಾರ್ಲಿಮೆಂಟ್ ಮೇಲೆ ನಡೆದ ಆಕ್ರಮಣ,
೨೦೦೮ ರಲ್ಲಿ ನಡೆದ ಮುಂಬೈ ದಾಳಿ,
೨೦೧೬ ಪಂಜಾಬಿನ ಪಠಾಣಕೋಟ್ ವಾಯುನೆಲೆಯ ಮೇಲೆ ನಡೆದ ಆಕ್ರಮಣ,
೨೦೧೯ ನಲ್ಲಿ ಪುಲ್ವಾಮಾದ ಆತ್ಮಾಹುತಿಯ ದಾಳಿ
ಇವರ ಕರಾಳಕೃತ್ಯಗಳಲ್ಲಿ ಕೆಲವು.

ಪಾಕಿಸ್ತಾನದ ಕೃಪಾಕಟಾಕ್ಷದಲ್ಲಿ ಅದರಲ್ಲೂ ಐ ಎಸ್ ಐ ನ ನೇರ ಸಂಪರ್ಕ ದಲ್ಲಿರುವ ಈ ಜಿಹಾದಿಗಳು ಸುನ್ನೀ ಮುಸ್ಲಿಂ ಮೂಲಭೂತವಾದಿಗಳು. ಕಾಶ್ಮೀರವೇ ಭಾರತದ ಹೆಬ್ಬಾಗಿಲು, ಹಾಗಾಗಿ ಮೊದಲು ಕಾಶ್ಮೀರವನ್ನು ಭಾರತದಿಂದ ಬಿಡುಗಡೆಗೊಳಿಸಿ, ತದನಂತರ ಇಡೀ ಭಾರತವನ್ನು ಹಿಂದೂಗಳಿಂದ ಮುಕ್ತ ಗೊಳಿಸಬೇಕು ಎನ್ನುವ ಸಂದೇಶದ ಆಧಾರದ ಮೇಲೆ ಯುವಕರನ್ನು ಬಹವಾಲಾಪುರದ ಮದರಸ್ಸಾದಲ್ಲಿ ಆತ್ಮಾಹುತಿಯ ಮನಸ್ಥಿತಿಗೆ ತಲುಪುವವರೆಗೂ ಇವರನ್ನು ತರಬೇತಿಗೊಳಗಾಗಿಸಲಾಗುತ್ತದೆ. ಪಾಕಿಸ್ತಾನದ ಐ ಎಸ್ ಐ ಇವರ ತರಬೇತಿಯಲ್ಲಿ ಸಕ್ರಿಯವಾಗಿ ಮಾರ್ಗದರ್ಶನ ನೀಡುತ್ತದೆ

ಈ ಯುವಕರೆಲ್ಲಾ ಇವರಿಗೆ ಎಲ್ಲಿಂದ ಸಿಗುತ್ತಾರೆ? ಪಾಕಿಸ್ತಾನದ ಪಂಜಾಬ್ ಪ್ರಾಂತ್ಯದ ಮುಲ್ತಾನ್, ರಹೀಂಯಾರ್ ಖಾನ್ ಮತ್ತು ಬಹಾವಲಪುರದ ಆಸುಪಾಸಿನ ಯುವಕರನ್ನು ಹಿಡಿದುಕೊಂಡು ಬಂದು ಇವರನ್ನು ಕಾಶ್ಮೀರದ ಯುವಕರು ಎಂದು ಬಿಂಬಿಸಲಾಗುತ್ತದೆ. ಹೊರಗಿನ ಜನರ ಸಂಪರ್ಕವನ್ನು ಕಡಿದು ಹಾಕಲಾಗುತ್ತದೆ. ಇಂತಹ ಸುಮಾರು ೩೦೦ ಆತ್ಮಾಹುತಿಗೆ ತಯಾರಾಗಿರುವ ಯುವಕರ ತಂಡವಿದೆ

ಎಂದು ಅವರೇ ಹೇಳಿಕೊಂಡಿದ್ದಾರೆ. ಕೆಲವರು ಇವರ ನೆರವಿಗೆ, ಜನಸಾಮಾನ್ಯರಂತೆ ಜನರ ನಡುವೆಯೇ ನಡೆದಾಡಿಕೊಂಡು ಇವರಿಗೆ ನೆರವಾಗುತ್ತಾರೆ, ಇವರನ್ನು ಓವರ್ ಗ್ರೌಂಡ್ ವರ್ಕರ್ಸ್ ಎನ್ನುತ್ತಾರೆ. ಇವರಿಗೆ, ಇವರ ಕುಟುಂಬದ ಸದಸ್ಯರಿಗೆ ಲಕ್ಷಾಂತರ ರೂಪಾಯಿಗಳ ಹಣದ ವ್ಯವಸ್ಥೆಯನ್ನು ಮುಫ್ತಿ ಅಸ್ಗರ್ ಎನ್ನುವ ಉಗ್ರನೊಬ್ಬ ಮಾಡುತ್ತಾನಂತೆ. ಹವಾಲಾ ಮಾರುಕಟ್ಟೆಯಿಂದ ನಿರಂತರವಾಗಿ ಹರಿದು ಬರುತ್ತಿದ್ದ ಹಣದ ಹೊಳೆ ಭಾರತದಲ್ಲಿ ಡಿಮಾನಿಟೈಜ಼ೇಶನ್ ಆದನಂತರ ನಿಂತೇ ಹೋಯಿತು. ಆಗ ಹಣದ ವ್ಯವಸ್ಥೆಯನ್ನು ಅರಬ್ಬೀ ದೇಶದಲ್ಲಿರುವ ಕೆಲವು ನೆಂಟರಿಷ್ಟರ ಮತ್ತು ಹಜ್ ಯಾತ್ರೆಯ ಪ್ರಯಾಣಿಕರಿಂದ ಚಂದಾ ಎತ್ತುವ ಮುಖಾಂತರ ಮಾಡತೊಡಗಿದರು, ಹಾಗಾಗಿ ಈ ನಡುವೆ ಹಣದ ಭಾರೀ ಮುಗ್ಗಟ್ಟಾಗಿ ಆಕ್ರಮಣಗಳನ್ನು ಮುಂದೂಡಲಾಗಿತ್ತು.

ಬಹಾವಲಪುರದಿಂದ ಬಾಲಾಕೋಟಿನವರೆಗೆ

ಜೈಶ್ ಸಂಘಟನೆಯ ಭಯೋತ್ಪಾದನೆಯ ಚಟುವಟಿಕೆಗಳು ಬಹಾವಲಪುರದ ಮಸೀದಿಯಲ್ಲಿ, ಮದರಸ್ಸಾದಲ್ಲಿ ಗೌಪ್ಯವಾಗಿ ಉಳಿಯಲು ಸಾಧ್ಯವಾಗುತ್ತಿಲ್ಲ ಎಂದು ಅರಿತ ಮಸೂದ್ ಅಜ಼ರ್ ಭಯೋತ್ಪಾದನೆಯ ತೀವ್ರತೆಯನ್ನು ಹೆಚ್ಚಿಸಲು ಮತ್ತು ಆತ್ಮಾಹುತಿಯ ದಾಳಿಗೆ ಹೆಚ್ಚು ಹೆಚ್ಚು ಯುವಕರನ್ನು ಪ್ರೇರೇಪಿಸಿ, ಅವರಿಗೆ ಕಠಿಣವಾದ ತರಬೇತಿಯನ್ನು ಕೊಡಲು ಅನುಕೂಲವಾಗುವಂತಹ, ನಾಗರೀಕರಿಂದ ದೂರ ಕಾಡಿನ ಮಧ್ಯ ಇರುವ ಒಂದು ಸ್ಥಳವನ್ನು ಹುಡುಕಲಾರಂಭಿಸಿದನು. ಪಾಕಿಸ್ತಾನದ ಐ ಎಸ್ ಐ ಸಹಾಯದಿಂದ ಅಂತಹದ್ದೊಂದು ಸ್ಥಳವೂ ಸಿಕ್ಕಿತು, ಅದೇ ಬಾಲಾಕೋಟಿನ ಸಮೀಪದ 'ಜಾಬಾ ಟಾಪ್' ಎನ್ನುವ ಹೆಸರಿನ ಬೆಟ್ಟದ ತುದಿಯ ಮೇಲಿನ ಸ್ಥಳ. ಅಂದಹಾಗೆ ಈ ಬಾಲಾಕೋಟೆಗೆ ಜಿಹಾದಿನ ಕ್ರೌರ್ಯದ ಇತಿಹಾಸವೂ ಇದೆ. ೧೮೩೧ ರಲ್ಲಿ ಸಯ್ಯದ್ ಅಹ್ಮದ್ ಮತ್ತು ಷಾಹ್ ಇಸ್ಮಾಯಿಲ್ ಎನ್ನುವ ಜಿಹಾದಿ ಮುಖಂಡರು ಪಂಜಾಬಿನ ರಾಜ ರಣಜಿತ್ ಸಿಂಗ್ ರವರ ಮೇಲೆ ಯುದ್ಧ ಸಾರಿದಾಗ ಜಿಹಾದಿಗಳು ಹೀನಾಯವಾಗಿ ಸೋತು ಸತ್ತುಹೋದದ್ದೂ ಇಲ್ಲೇ. ೨೦೦೪-೨೦೦೫ ನ ಅವಧಿಯಲ್ಲಿ ಈ ಆರು ಎಕರೆಯಷ್ಟು ಜಾಗದಲ್ಲಿ ಸುಮಾರು ಹತ್ತು ಬಿಲ್ಡಿಂಗುಗಳನ್ನು ಕಟ್ಟಲಾಯಿತು. ಇಂತಹ ಒಂದು ಭಯೋತ್ಪಾದನೆಯ ವಿಶ್ವವಿದ್ಯಾಲಯದ ಹೆಸರು "ಮಾರ್ಕಾಜ್ ಸಯ್ಯದ್ ಅಹ್ಮದ್ ಶಹೀದ್" ಎಂದು. ಮಸೂದನ ಕಲ್ಪನೆಯಂತೆ ಇದು ಇಡೀ ದಕ್ಷಿಣ ಏಶಿಯಾದಲ್ಲಿ ಅತಿ ದೊಡ್ಡ ಜಿಹಾದಿನ ಅಧಿಕೇಂದ್ರವಾಗಿ ಕುಖ್ಯಾತಿ ಪಡೆಯಿತು.

ಬಾಲಾಕೋಟಿನ ಕ್ಯಾಂಪ್ ಹೇಗಿತ್ತು? ಅದೊಂದು ಬೃಹದಾಕಾರದ ಶಿಬಿರ. ಸುಮಾರು ೭೦೦ ಜನರಿಗೆ ವಸತಿಯನ್ನು ಕಲ್ಪಿಸಲಾಗಿತ್ತು. ಮಧ್ಯದಲ್ಲೊಂದು ಮಸೀದಿ, ಅದರಲ್ಲೊಂದು ಸಭಾಂಗಣವನ್ನು ನಿರ್ಮಾಣ ಮಾಡಿದರು. ಬಾಂಬ್ ತಯಾರಿಕೆ, ಶಸ್ತ್ರಾಸ್ತ್ರಗಳ ತರಬೇತಿಯ ಉಸ್ತುವಾರಿಯನ್ನು ಪಾಕಿಸ್ತಾನದ ಐಎಸ್ ಐ ನ ಕೆಲವು ನಿವೃತ್ತ ಸೇನಾಧಿಕಾರಿಗಳು ವಹಿಸಿಕೊಂಡಿದ್ದರಂತೆ. ಒಂದು ಈಜುಕೊಳವನ್ನೂ ಒಳಗೊಂಡ ಈ ವಸತಿ ಸಮುಚ್ಚಯ ಯಾವ ಐಶಾರಾಮಿ ಹೋಟೇಲಿಗೂ ಕಡಿಮೆ ಇಲ್ಲ ಎನ್ನುತ್ತಿದ್ದರಂತೆ ಅಲ್ಲಿಗೆ ಬಂದವರು...

೨೬ ಫೆಬ್ರವರಿ ೨೦೧೯ ಬೆಳಗಿನ ಜಾವ ಮೂರೂವರೆಯ ತನಕ! ಭಾರತೀಯ ವಾಯುಸೇನೆಯ ಯುದ್ಧ ವಿಮಾನಗಳು ಬಲಾಕೋಟಿನ ಉಗ್ರರ ಶಿಬಿರದ ಮೇಲೆ ವಜ್ರ ಪ್ರಹಾರ ಮಾಡುವವರೆಗೆ ....

ಈಗ ವಿಶ್ವಸಂಸ್ಥೆ ಮಸೂದ್ ಅಜರ್ ನನ್ನು ಜಾಗತಿಕ ಉಗ್ರ ಎನ್ನುವ ಪಟ್ಟ ಕಟ್ಟಿದ ಮೇಲೆ, ಇನ್ನು ಅವನ ಮತ್ತು ಆ ಕುಖ್ಯಾತ ಉಗ್ರ ಸಂಘಟನೆ ಜೈಷ್- ಎ - ಮೊಹಮ್ಮದನ ನಿರ್ನಾಮದ ಅಂತಿಮ ಕ್ಷಣಗಣನೆ ಪ್ರಾರಂಭವಾಯಿತೇ ಅಥವಾ ಇದಕ್ಕೂ ಮೊದಲೇ ಭಾರತೀಯ ವಾಯುಸೇನೆ ೨೬ ಫೆಬ್ರವರಿ ೨೦೧೯ ಬೆಳಗಿನ ಜಾವ ಮೂರುವರೆ ಸಮಯದ ದಾಳಿಯಿಂದಲೇ ಅವರ ಸರ್ವನಾಶಕ್ಕೆ ನಾಂದಿ ಹಾಡಿತ್ತೇ ?

ಬಾಲಾಕೋಟಿನ ಮೇಲೆ ವಜ್ರಪ್ರಹಾರ

ಏನಾಯಿತು ಅವತ್ತು, ೨೬ ಫೆಬ್ರವರಿ ೨೦೧೯ ರಂದು? ಪಾಕಿಸ್ತಾನದ ಬಾಲಾಕೋಟಿನ ಪ್ರದೇಶದಲ್ಲಿರುವ ಜೈಷ್ ಉಗ್ರರ ತರಬೇತಿ ಕೇಂದ್ರದ ಮೇಲೆ ಭಾರತೀಯ ವಾಯುಸೇನೆಯ ೧೨ ಮಿರಾಜ್ ೨೦೦೦ ಯುದ್ಧ ವಿಮಾನಗಳು ದಾಳಿ ನಡೆಸಿ ಉಗ್ರರನ್ನು ಮತ್ತು ಅವರ ತರಬೇತಿ ವ್ಯವಸ್ಥೆಯನ್ನು ಧೂಳಿಪಟ ಮಾಡಿ ಸುರಕ್ಷಿತವಾಗಿ ಭಾರತಕ್ಕೆ ಮರಳಿ ಬಂದ ವಾಯುಪಡೆಯ ಈ ಅಪ್ರತಿಮ ಸಾಹಸಕ್ಕೆ ಪ್ರತಿಕ್ರಿಯಿಸುತ್ತಾ ಪಾಕಿಸ್ತಾನದ ರಕ್ಷಣಾ ಮಂತ್ರಿ ಪರವೇಜ್ ಖಾಟಕ್ ಹೇಳಿದ್ದು ಹೀಗೆ...

'ನಮ್ಮ ವಾಯುಪಡೆಯೂ ತಯಾರಿತ್ತು ಆದರೆ ಏನು ಮಾಡೋದು ತುಂಬಾ ಕತ್ತಲಾಗಿತ್ತು'! ಅವರ ಈ ಹೇಳಿಕೆಯ ಹಿನ್ನಲೆಯಲ್ಲಿ ಅರ್ಥವಾಗುತ್ತದೆ ಪಾಕಿಸ್ತಾನದ ಮತ್ತು ಭಾರತೀಯ ವಾಯುಸೇನೆಯ ತುಲನೆ. ಕತ್ತಲಿಗೆ ಹೆದರಿದ

ವಾಯುಸೇನೆ.. ಕೇಳಿದ್ದೀರಾ ಎಲ್ಲಾದರೂ, ಒಂದು ದೇಶದ ರಕ್ಷಣಾ ಮಂತ್ರಿ ತನ್ನ ದೇಶದ ಸೇನೆಯ ಬಗ್ಗೆ ಈ ರೀತಿ ಮಾತನಾಡಿದ್ದನ್ನು!

ವಾಸ್ತವವಾಗಿ ಏನಾಗಿತ್ತೆಂದರೆ ಭಾರತೀಯ ವಾಯುಸೇನೆಯ ಫೈಟರ್ ಪ್ಲೇನುಗಳು ಪಾಕಿಸ್ತಾನದ ಗಡಿಯೊಳಗೆ ಆಕ್ರಮಣ ಮಾಡುತ್ತಿದ್ದಾವೆ ಎನ್ನುವ ಸೂಚನೆ ಪಾಕಿಸ್ತಾನದ ರಡಾರುಗಳಿಗೆ ಸಿಕ್ಕಿದೆ, ನಿದ್ದೆಯಿಂದ, ಆಘಾತದಿಂದ ಕಣ್ಣುಜ್ಜುತ್ತಲೇ... ಸ್ಕ್ರಾಂಬಲ್...ಸ್ಕ್ರಾಂಬಲ್ ಎಂದು ಬಡಬಡಿಸುತ್ತಲೇ ಪಾಕಿಸ್ತಾನದ ವಾಯುದಳದ ಎಫ್೧೬ ಫೈಟರ್ ವಿಮಾನಗಳು ಸೂಚನೆ ಬಂದ ದಿಕ್ಕಿನಲ್ಲಿ ಹೊರಟಿವೆ, ಆದರೆ ಅವರಿಗೆ ರಡಾರಿನಲ್ಲಿ ಕಂಡ ದೃಶ್ಯ ಅವರ ಜಂಘಾಬಲವನ್ನೇ ಅಡಗಿಸಿಬಿಟ್ಟಿವೆ. ಪಾಕಿಸ್ತಾನದ ಗಡಿಯೊಳಗೆ ಭಾರತದ ೧೨ ಮಿರಾಜ್ ವಿಮಾನಗಳು ಕಂಡರೆ ಆ ವಿಮಾನಗಳ ರಕ್ಷಣೆಗೆ, ಕಾವಲಿಗೆಂದು ಗಡಿಯ ಸಮೀಪ ಭಾರತದ ಆಕಾಶದಲ್ಲಿ ಎಣಿಸಲಾಗದಷ್ಟು ಭಾರತೀಯ ವಾಯುಸೇನೆಯ ವಿಮಾನಗಳ ಸಾಲು ಸಾಲು.. ಪಾಕಿಸ್ತಾನದ ಪೈಲಟ್ಟುಗಳಿಗೆ ಇದನ್ನು ನೋಡಿ ತಲೆ ಬೌಳು ಬಂದಿರಬೇಕು, ಕಣ್ಣು ಕಪ್ಪಿಟ್ಟಿರಬಹುದು ಹಾಗಾಗಿ ಈ ಅಮಾವಾಸ್ಯೆಯ ರಾತ್ರಿಯಲ್ಲಿ ಏನೂ ಮಾಡೋದು ಬೇಡ ಸದ್ಯಕ್ಕೆ ಅಂತಾ ವಾಪಸು ಹೋಗಿ, ತಾವು ಕಂಡಿದ್ದನ್ನು ರಕ್ಷಣಾ ಮಂತ್ರಿಗೆ ವರದಿ ಮಾಡಿದ್ದಾರೆ, ಹಾಗಾಗಿ ಪ್ರೆಸ್ ಮೀಟ್ ನಡೆದ ಸಂದರ್ಭದಲ್ಲಿ ತುಂಬಾ ಕತ್ತಲಾಗಿತ್ತು ಎನ್ನುವ ಹೇಳಿಕೆಯನ್ನು ರಕ್ಷಣಾ ಮಂತ್ರಿ ಕೊಟ್ಟರು ಎಂದು ಅನಿಸುತ್ತದೆ.

ಇದೆಲ್ಲಾ ಹೇಗೆ ನಡೆಯಿತು?

೧೯೭೧ ಭಾರತ ಪಾಕಿಸ್ತಾನದ ನಡುವೆ ನಡೆದ ಯುದ್ಧದ ನಂತರ ಇದೇ ಮೊಟ್ಟಮೊದಲ ಬಾರಿಗೆ ಭಾರತದ ವಾಯುಸೇನೆ ಪಾಕಿಸ್ತಾನದ ಗಡಿಯೊಳಗೆ ನುಗ್ಗಿ ದಾಳಿ ಮಾಡಿರುವುದು. ಇದಕ್ಕೆ ಬಳಸಿದ ವಿಮಾನಗಳು ಫ್ರಾನ್ಸ್ ದೇಶದ ಡಸಾಲ್ಟ್ ಎನ್ನುವ ಕಂಪನಿಯ ನಿರ್ಮಿತ ಮಿರಾಜ್ ೨೦೦೦ ಎನ್ನುವ ಯುದ್ಧ ವಿಮಾನಗಳು. ಭಾರತೀಯ ವಾಯುಸೇನೆಯಲ್ಲಿ ಈ ವಿಮಾನಗಳಿಗೆ 'ವಜ್ರ' ಎಂದು ಹೆಸರಿಡಲಾಗಿದೆ. ಅಂದು ಈ ವಿಮಾನಗಳು ಪಾಕಿಸ್ತಾನದ ಮೇಲೆ ವಜ್ರಪ್ರಹಾರವನ್ನೇ ಮಾಡಿ ಅವರ ನಾಮಾಂಕಿತದ ಸಾರ್ಥಕತೆಯಿಂದ ಮೆರೆದವು. ಈ ವಿಮಾನಗಳು ಪ್ರತಿಗಂಟೆಗೆ ೨೫೦೦ ಕಿಮೀ ವೇಗದವರೆಗೂ ಹಾರುವ ಕ್ಷಮತೆ ಹೊಂದಿರುತ್ತವೆ ಮತ್ತು ಅವಶ್ಯಕತೆ ಇದ್ದರೆ ಪ್ರತಿ ನಿಮಿಷಕ್ಕೆ ಅರವತ್ತು ಸಾವಿರ ಅಡಿಯವರೆಗೂ ಆಕಾಶವನ್ನು ಸೀಳಿಕೊಂಡು ನೇರವಾಗಿ ಜಿಗಿಯ ಬಲ್ಲವು. ೧೮೫೦ ಕಿಮೀಗಳ ಯುದ್ಧ ಪರಿಧಿ ಹೊಂದಿರುವ ಈ ವಿಮಾನಗಳು ಸುಮಾರು ಒಂಭತ್ತು ವಿವಿಧ ರೀತಿಯ ಬಾಂಬುಗಳನ್ನು ತನ್ನ ಬಾಹುಗಳಲ್ಲಿ ಹೇರಿಕೊಂಡ ಬಾಹುಬಲಿ ಎನ್ನಬಹುದು. ಅಂದು

ಬಹಾವಲಪುರದ ಮೇಲೆ ದಾಳಿಮಾಡಿದಾಗಲೂ ಹೀಗೇ ಸಾವಿರಾರು ಕೇಜಿಯಷ್ಟು ಸ್ಮಾರ್ಟ್ ಬಾಂಬುಗಳನ್ನು ಹೊತ್ತೊಯ್ದಿದ್ದವು. ಈ ಬಾಂಬುಗಳ ಬಗ್ಗೆ ಮುಂದೆ ವಿವರಿಸುತ್ತೇನೆ. ಥಾಲೆಸ್ ಕಂಪನಿಯ ಆರ್ ಡಿ ಐ ೨ ಎನ್ನುವ ರಡಾರನ್ನು ಈ ವಿಮಾನದಲ್ಲಿ ಅಳವಡಿಸಲಾಗಿದೆ, ಇದರಿಂದ ಶತ್ರು ವಿಮಾನಗಳ ಮತ್ತು ರಡಾರಿನ ಕಣ್ಣಿಗೆ ಬೀಳದಂತೆ ದೂರದಿಂದಲೇ ವಜ್ರಪ್ರಹಾರ ಮಾಡುವ ಸಾಮರ್ಥ್ಯವಿದೆ.

"ಆಪರೇಶನ್ ಬಂದರ್"

ಲಂಕಾ ದಹನ ಮಾಡಲು ಹೊರಟುನಿಂತ ಹನುಮಂತನ ಸಾಂಕೇತಿಕವಾಗಿ ಈ ಕಾರ್ಯಾಚರಣೆಗೆ "ಆಪರೇಷನ್ ಬಂದರ್" ಎಂದು ಹೆಸರಿಡಲಾಯಿತು. ಮುಂದೊಮ್ಮೆ ಇದೇ ಹೆಸರಿನ ಒಂದು ಚಲನಚಿತ್ರವೂ ಬರಬಹುದು. ಯಾರು ಇಂತಹ ಚಲನಚಿತ್ರದ ನಿರ್ದೇಶನ ಮಾಡುತ್ತಾರೋ ಗೊತ್ತಿಲ್ಲ ಆದರೆ ಪಾಕಿಸ್ತಾನದ ಮೇಲೆ ನಡೆದ ವಾಯುಪ್ರಹಾರದ ದಾಳಿಯಲ್ಲಿ ೧೨ ಮಿರಾಜ್ ೨೦೦೦ ಫೈಟರ್ ವಿಮಾನಗಳು ಮತ್ತು ಅವಕ್ಕೆ ಅಳವಡಿಸಿದ ಶಸ್ತ್ರಾಸ್ತ್ರಗಳು, ಮುಖ್ಯ ನಾಯಕರುಗಳಾದರೆ, ಅವುಗಳ ನಿರ್ದೇಶಕರು ಎಂಬ್ರೇಯರ್ ೧೪೫ ಎನ್ನುವ ವಿಮಾನ. Eye in the sky...ಗಗನದಲ್ಲಿ ಚಕ್ಷು ಎನ್ನುತ್ತಾರೆ ಈ ವಿಮಾನಕ್ಕೆ, ಹಾಗಾಗಿ ಇದರ ಹೆಸರು "ನೇತ್ರಾ" ಎಂದು. Airborne Early Warning and Controlling (AEW&C) ಎನ್ನುವ ತಾಂತ್ರಿಕ ಪದಬಳಕೆ ಇದರ ಬಹುಮುಖ ಪ್ರತಿಭೆಯನ್ನು ಸಂಪೂರ್ಣವಾಗಿ ಸಾರಿ ಹೇಳಲಾರದು, ಇದರ ಮಹತ್ವ ಇನ್ನೂ ಸುದೀರ್ಘವಾದದ್ದು. ಬ್ರೆಜಿಲ್ ದೇಶದ ದೇಹವಾದರೂ, ಇದರ ಮೆದುಳು, ಹೃದಯ ಮತ್ತಿತರ ದೇಹಭಾಗಗಳನ್ನು ಸೃಷ್ಟಿಸಿರುವುದು ನಮ್ಮ ಹೆಮ್ಮೆಯ ಭಾರತೀಯ Defence Research and Development Organisation (DRDO) ಇಂತಹದೊಂದು ದಾಳಿ ನಡೆಸಬಹುದು ಎನ್ನುವ ಸಾಧ್ಯತೆಯ ವರದಿ ಕೊಡುವುದೇ ಈ ವಿಮಾನ. ಪೈಲಟ್ಟುಗಳ ಹೊರತಾಗಿ ಈ ವಿಮಾನದಲ್ಲಿ ೬–೮ ವಿವಿಧ ತಂತ್ರಜ್ಞಾನದ ವಿಶೇಷಜ್ಞರ ತಂಡವೇ ಇಲ್ಲಿ ಕಾರ್ಯನಿರತರಾಗಿರುತ್ತದೆ. ಒಬ್ಬೊಬ್ಬರೂ ಒಂದೊಂದು ವಿಧದ ಕೌಶಲ್ಯತೆಯ ಪರಿಣಿತರು.

ನೇತ್ರಾ ವಿಮಾನದ ಮೊಟ್ಟಮೊದಲ ಕೆಲಸವೆಂದರೆ ಮುಖ್ಯ ಆಕ್ರಮಣದ ನಮ್ಮ ಹೀರೋ, ಮಿರಾಜ್ ೨೦೦೦ ಫೈಟರ್ ಪ್ಲೇನುಗಳು ಹೋಗುವ ಮಾರ್ಗದಲ್ಲಿ ಯಾರು ಯಾರೆಲ್ಲಾ ಹೊಂಚು ಹಾಕಿಕೊಂಡು ಕುಳಿತಿದ್ದಾರೆ ಎಂದು ಪತ್ತೆ ಹಚ್ಚುವುದು. ಯಾವ್ಯಾವ ರೇಡಿಯೋ ತರಂಗಾಂತರಗಳು ಇಲ್ಲಿ ಸಕ್ರಿಯವಾಗಿವೆ ಎಂಬುದನ್ನು

ಕಂಡುಹಿಡಿಯುತ್ತಾರೆ. ಇದರಲ್ಲಿ S, L ,X, K, Ka, Ku ಬ್ಯಾಂಡುಗಳು ಅಂತೆಲ್ಲಾ ಇರುತ್ತದೆ. ಈ ತರಂಗಾಂತರಗಳಲ್ಲಿ ಕೆಲಸ ಮಾಡುವ ರಡಾರುಗಳ, ಗನ್ನುಗಳ, ಮಿಸ್ಸೈಲುಗಳ ಸ್ಥಳಗಳನ್ನು ಪತ್ತೆಹಚ್ಚಿ ಸಂಪೂರ್ಣ ಅಂಕಿ ಅಂಶಗಳ ಪಟ್ಟಿಯನ್ನು ಸಿದ್ಧಪಡಿಸಲಾಗುತ್ತದೆ. ಇದನ್ನು 'Threat Library' ಎನ್ನುತ್ತಾರೆ. ಈ ಮಾಹಿತಿಯನ್ನು ನಮ್ಮ ಫೈಟರ್ ಏರೋಪ್ಲೇನುಗಳ ವಿದ್ಯುನ್ಮಾನ ವ್ಯವಸ್ಥೆಯಲ್ಲಿ ಅಳವಡಿಸಲಾಗುತ್ತದೆ. ಈ ಶತ್ರುಗಳ ರಡಾರ್ ಅಥವಾ ಮಿಸ್ಸೈಲುಗಳ ಕಾರ್ಯಪರಿಧಿ ಪ್ರವೇಶಿಸಿದ ಕೂಡಲೇ ಅವುಗಳನ್ನು ಸ್ವಯಂಚಾಲಿತವಾಗಿ ನಿಷ್ಕ್ರಿಯಗೊಳಿಸುವ ಜ್ಯಾಮರ್ ವ್ಯವಸ್ಥೆಯು ನಡೆದು, ಆ ಸಮಯದಲ್ಲಿ ರಡಾರಿನಲ್ಲಿ ವಿಮಾನಗಳು ಅದೃಶ್ಯವಾಗುವಂತೆ ಮಾಡಿಬಿಡುತ್ತವೆ!

ಆಕ್ರಮಣದ ದಿನ ಮತ್ತು ಸಮಯ ನಿರ್ಧಾರವಾದ ನಂತರ ಮೊಟ್ಟಮೊದಲು ಕಾರ್ಯಪ್ರವೃತ್ತರಾಗುವುದೇ ಈ ನೇತ್ರಾ ವಿಮಾನದ ತಂಡ. ದೀರ್ಘ ಸಮಯದವರೆಗೆ ಆಕಾಶದಲ್ಲಿರುವ ಕ್ಷಮತೆ ಹೊಂದಿರುವ ಈ ವಿಮಾನಕ್ಕೆ ಇಂಧನ ಕಡಿಮೆಯಾದರೆ ೭೮ ಎನ್ನುವ ಆಕಾಶದ ಇಂಧನ ಟ್ಯಾಂಕರ್ ವಿಮಾನ ಇದ್ದಲ್ಲಿಗೇ ಬಂದು ನಡು ಆಗಸದಲ್ಲಿ ಇಂಧನ ತುಂಬಿಸುವುದರ ಮೂಲಕ ಇನ್ನೂ ಹಲವಾರು ಗಂಟೆಗಳ ಕಾರ್ಯಕ್ಷಮತೆಯ ಅವಧಿಯನ್ನು ಹೆಚ್ಚಿಸಿಕೊಳ್ಳಲಾಗುತ್ತದೆ.

ಈ ಕಾರ್ಯಾಚರಣೆಯ ಗೌಪ್ಯತೆಯನ್ನು ಕಾಪಾಡಲು ಆಕ್ರಮಣದ ಮತ್ತು ಅವುಗಳ ಸಹಾಯಕ್ಕೆ ಬರುವ ಏರೋಪ್ಲೇನುಗಳನ್ನು ಒಂದೇ ಸಲ, ಒಂದೇ ನೆಲೆಯಿಂದ ಹಾರಿಸುವುದಿಲ್ಲ. ಆಕ್ರಮಣಕ್ಕೆ ಸಂಪೂರ್ಣ ಸಿದ್ಧಗೊಳಿಸಿದ ವಿಮಾನಗಳು ಒಂದೊಂದಾಗಿ, ಅನುಮಾನ ಬರದ ಹಾಗೆ ಆಕಾಶ ಸೇರಿಕೊಂಡು ಈ AEW&C ಏರೋಪ್ಲೇನಿನ ಸಂಪರ್ಕಕ್ಕೆ ಬಂದು ಅವರ ನಿರ್ದೇಶನದ ಪ್ರಕಾರ ಮುಂದುವರೆಯುತ್ತವೆ. ಸುಮಾರು ೪೦ ಫೈಟರ್ ಪ್ಲೇನುಗಳ ನಿಯಂತ್ರಣವನ್ನು ಏಕಕಾಲಕ್ಕೆ ನಿಯಂತ್ರಿಸುವ ಕ್ಷಮತೆ ಇದೆ.

ಇತ್ತ ಫೈಟರ್ ವಿಮಾನಗಳು ಶತ್ರುಗಳ ರಡಾರಿಗೆ ಕಾಣಿಸದ ಹಾಗೆ ಮರದೆತ್ತರದಲ್ಲೇ ಹಾರುತ್ತಾ ಮೊದಲೇ ನಿರ್ಧರಿಸಿದ ಒಂದು ಸ್ಥಳಕ್ಕೆ ಮೂರು ಏರೋಪ್ಲೇನುಗಳ ಒಂದು ಸೆಕ್ಷನ್ ಬಂದು ಸೇರುತ್ತದೆ, ಹಾಗೇ ಒಟ್ಟು ನಾಲ್ಕು ಈ ತರಹದ ಸೆಕ್ಷನ್ನುಗಳು, ಒಟ್ಟು ಹನ್ನೆರಡು ಪ್ಲೇನುಗಳು ನಾಲ್ಕು ಸ್ಥಳಗಳಲ್ಲಿ ಸೇರಿರುವುದನ್ನು ಈ AEW&C ಪ್ಲೇನಿನ ಮುಖಾಂತರ ದೃಢೀಕರಿಸಲಾಗುತ್ತದೆ. ಈ ಪೂರ್ವ ನಿರ್ಧಾರಿತ ಪಾಯಿಂಟುಗಳನ್ನು Initial Point (IP) ಎನ್ನುತ್ತಾರೆ, ಎಲ್ಲಾ ೧೨ ಏರೋಪ್ಲೇನುಗಳನ್ನು ಸೇರಿಸುವ ಪಾಯಿಂಟಿಗೆ Master Initial Point

(MIP) ಎನ್ನುತ್ತಾರೆ. ಇದು ನಮ್ಮ ಹಿರೋಗಳ ಮೇಕಪ್ ಹಂತ...ಇನ್ನು ಮುಂದೆ ಇದೆ, ಲೈಟ್ಸ್, ಕ್ಯಾಮೆರಾ, ಆಕ್ಷನ್....!

ಅಂತಿಮ ಆಕ್ರಮಣಕ್ಕೆ ಮುನ್ನ ಇನ್ನೊಮ್ಮೆ ಎಲ್ಲಾ ವಿಮಾನಗಳು ತಮ್ಮ ತಮ್ಮ ಇಂಧನ ಸಾಕಷ್ಟು ಇದೆಯೇ ಎಂದು ಪರಿಶೀಲಿಸಿಕೊಳ್ಳುತ್ತಾರೆ. ಆಕ್ರಮಣತಂಡದ ನಾಯಕ Check your gravy ಎಂದು ಎಲ್ಲಾ ವಿಮಾನಗಳಿಗೂ ಆದೇಶಿಸುತ್ತಾರೆ. ಹಾಗೇನಾದರೂ ಇಂಧನದ ಅವಶ್ಯಕತೆ ಇದ್ದರೆ ಗಡಿಭಾಗದ ಆಕಾಶದಲ್ಲಿ IL ೭೮ ಎನ್ನುವ ಬೃಹದಾಕಾರದ ಟ್ಯಾಂಕರ್ ವಿಮಾನ ಆ ಫೈಟರ್ ವಿಮಾನಗಳಿಗೆ ಇಂಧನವನ್ನು ಪೂರೈಸುತ್ತದೆ. ಇನ್ನು ಶತ್ರುಗಳ ರಡಾರಿನ ಚಕ್ರವ್ಯೂಹವನ್ನು ಭೇದಿಸುವ ಸಮಯ. ಇದಕ್ಕೆ ಎರಡು ಉಪಾಯಗಳಿವೆ. ಒಂದು ಮರದೆತ್ತರದಲ್ಲೇ ವಿಮಾನಗಳನ್ನು ಹಾರಿಸುವುದು. ಆದರೆ ಕಗ್ಗತ್ತಲಿನ ಸಮಯ, ಈಗ ಎಲ್ಲೆಡೆ ಮೊಬೈಲ್ ಟವರುಗಳ ಹಾವಳಿ, ಆಪಾಯವಲ್ಲವೇ? ಅದಕ್ಕೆಂದೇ ಈ ಪೈಲಟ್ಟುಗಳು ನೈಟ್ ವಿಷನ್ ಗಾಗಲ್ಸ್ ಧರಿಸಿರುತ್ತಾರೆ, ಅಮಾವಾಸ್ಯೆಯ ಕತ್ತಲಲ್ಲೂ ಬೆಳದಿಂಗಳ ಬಾಲೆ ಕಾಣುತ್ತಾಳೆ! ಅದೇ ಸಮಯದಲ್ಲಿ AEW&C ಏರೋಪ್ಲೇನಿನಲ್ಲಿರುವ ತಾಂತ್ರಿಕ ತಂಡ ಶತ್ರುಗಳ ರಡಾರುಗಳನ್ನು ನಿಷ್ಕ್ರಿಯಗೊಳಿಸುವ ಕೆಲಸಮಾಡುತ್ತದೆ. ಕೆಲಕಾಲದವರೆಗೆ ರಡಾರಿನ ಪರದೆಯ ಮುಂದೆ ಕುಳಿತಿದ್ದವರಿಗೆ ಕಣ್ಣು ಕುಕ್ಕುವಂತಹ ಬೆಳಕು, ಏನಾಯಿತು... ಏನಾಯಿತು ಎಂದು ತಡಕಾಡುವಷ್ಟರಲ್ಲಿ ನಮ್ಮ ಫೈಟರ್ ವಿಮಾನಗಳು ಗಡಿಯೊಳಗೆ ನುಗ್ಗಿ ಬಿಟ್ಟಿರುತ್ತವೆ. ಇನ್ನೇನು ಬಾಲಾಕೋಟಿನ ಉಗ್ರರ ಶಿಬಿರದ ಕಟ್ಟಡಗಳು ಹತ್ತಿರವಾಗುತ್ತಿದ್ದಂತೆ ಮತ್ತೆ ಮೂರು ಮೂರರಂತೆ ನಾಲ್ಕು ಗುಂಪುಗಳಾಗಿ ಚದರಿಕೊಳ್ಳುತ್ತವೆ. ಒಂದು ಗುಂಪು ಪಾಕಿಸ್ತಾನಿ ವಿಮಾನಗಳೇನಾದರೂ ಬರುತ್ತಾ ಅಂತಾ ಹದ್ದಿನ ಕಣ್ಣಿನಿಂದ ನಿಗಾ ಇಟ್ಟಿದ್ದರೆ, ಇನ್ನೊಂದು ಗುಂಪು ಬೇರೊಂದು ದಿಕ್ಕಿಗೆ ದಾಳಿ ಮಾಡಲು ಹೋದವರಂತೆ ಪಾಕಿಸ್ತಾನದ ರಡಾರುಗಳನ್ನು ದಿಗಿಲಿಡಿಸಿ ಬಿಡುತ್ತವೆ. ಸ್ಮಾರ್ಟ್ ಬಾಂಬುಗಳನ್ನು ಅಳವಡಿಸಿಕೊಂಡ ಮುಖ್ಯ ಆಕ್ರಮಣದ ತಂಡದ ವಿಮಾನಗಳು ತಮ್ಮ ಟಾರ್ಗೆಟ್ಟಿನತ್ತ ದೌಡಾಯಿಸುತ್ತವೆ.

ವಾಯುಸೇನೆಯ ಬತ್ತಳಿಕೆಯಲ್ಲಿ ಆಧುನಿಕ ಅಂಜನಾಸ್ತ್ರ

ಪಾಂಡವರ ಅಜ್ಞಾತವಾಸದ ಸಮಯದಲ್ಲಿ ಕಾಮ್ಯಕ ವನದಲ್ಲಿ ವಾಸಿಸುತ್ತಿರುವಾಗ ವ್ಯಾಸರು ಅವರ ಯೋಗಕ್ಷೇಮವನ್ನು ವಿಚಾರಿಸಲು ಹೋಗಿದ್ದರಂತೆ. ಪಾಂಡವರಿದ್ದ ಪರಿಸ್ಥಿತಿಯನ್ನು ಕಂಡು ಮಮ್ಮಲ ಮರುಗಿ, ಈ

ಅಜ್ಞಾತ ಸಮಯದ ಅವಧಿಯಲ್ಲಿ ನಿಮ್ಮ ಶಕ್ತಿಯನ್ನು ವೃದ್ಧಿಸುವಂತಹ ಶಸ್ತ್ರಾಸ್ತ್ರಗಳನ್ನು ಶೇಖರಿಸಿ ಇಟ್ಟುಕೊಳ್ಳಿ ಮುಂದೆ ನೆರವಾಗುತ್ತದೆ ಎಂದು ಸಲಹೆ ನೀಡಿದರಂತೆ. ಅದರಂತೆಯೇ ಪಾಂಡವರು ತಪಸ್ಸಿನ ಫಲದಿಂದ, ದೇವತೆಗಳಿಂದ, ಇಂದ್ರನಿಂದ ಹಲವಾರು ಅಸ್ತ್ರಗಳನ್ನು ಪಡೆದರಂತೆ. ಅದರಲ್ಲಿ ಶಿವನು ಅರ್ಜುನನಿಗೆ ಕೊಟ್ಟ ಪಾಶುಪತಾಸ್ತ್ರ ಮತ್ತು ಪಾರ್ವತಿಯು ದಯಪಾಲಿಸಿದ ಅಂಜನಾಸ್ತ್ರ ವಿಶೇಷವಾದ ಅಸ್ತ್ರಗಳು. ಮುಂದೆ ಕುರುಕ್ಷೇತ್ರದಲ್ಲಿ ಒಂದೊಂದು ಅಸ್ತ್ರವನ್ನೂ ಹೇಗೆ ಪ್ರಯೋಗಿಸಿ, ಪಾಂಡವರು ಯುದ್ಧದಲ್ಲಿ ಜಯಗಳಿಸಿದರು ಎನ್ನುವುದು ಎಲ್ಲರಿಗೂ ತಿಳಿದಿರುವ ಸಂಗತಿ. ಅದರಂತೆಯೇ ಭಾರತೀಯ ವಾಯುಸೇನೆಯೂ ಸಹ ಶಾಂತಿ ಸಮಯದಲ್ಲಿ ಸದ್ದಿಲ್ಲದೇ ತನ್ನ ಬತ್ತಳಿಕೆಗೆ ಆಧುನಿಕ ಶಸ್ತ್ರಾಸ್ತ್ರಗಳನ್ನು ಶಕ್ತ್ಯಾನುಸಾರ ತುಂಬುತ್ತಾ ಹೋಯಿತು.

ಫೆಬ್ರವರಿ ೨೬ ರಂದು ಭಾರತೀಯ ವಾಯುಸೇನೆಯು ಪಾಕಿಸ್ತಾನದ ಬಾಲಾಕೋಟಿನ ಉಗ್ರರ ಶಿಬಿರದ ಮೇಲೆ ನಡೆಸಿದ ಕ್ಷಿಪ್ರ ಮತ್ತು ಕರಾರುವಕ್ಕಾದ, ಉಗ್ರರು ನೆಲೆಸಿದ್ದ ಮದರಸ್ಸಾದ ಮೇಲೆ ನಡೆಸಿದ ದಾಳಿಯಿಂದಾಗಿ ಈಗ ವಿಶ್ವದ ಇತರೆ ರಾಷ್ಟ್ರಗಳು ಭಾರತದ ಕಡೆ ಹುಬ್ಬೇರಿಸಿ ನೋಡುವಂತಾಗಿದೆ. ತದನಂತರದ ಪಾಕಿಸ್ತಾನದ ಪ್ರತಿಕ್ರಿಯೆ, ಅದರಲ್ಲೂ ಮಿಗ್–೨೧ ಎಂಬ ವಿಮಾನ ಪಾಕಿಸ್ತಾನದ ಎಫ್–೧೬ ವಿಮಾನವನ್ನು ಹೊಡೆದುರುಳಿಸಿದ ಸಂಗತಿಯಿಂದಾದ ಮುಖಭಂಗ ವನ್ನು ಪಾಕಿಸ್ತಾನಕ್ಕೆ ಇನ್ನೂ ಅರಗಿಸಿಕೊಳ್ಳಲು ಸಾಧ್ಯವಾಗುತ್ತಿಲ್ಲ. ಇದರಲ್ಲಿ ಮುಖ್ಯವಾದ ಅಂಶವೆಂದರೆ ಭಾರತೀಯ ವಾಯುಸೇನೆಯ ವಿಮಾನಗಳ ಮತ್ತು ಅವಕ್ಕೆ ಅಳವಡಿಸಿದ ಶಸ್ತ್ರಾಸ್ತ್ರಗಳ ಆಯ್ಕೆ. ಬಾಲಾಕೋಟಿನ ಉಗ್ರರ ಶಿಬಿರದ ಮೇಲಷ್ಟೇ ಕರಾರುವಾಕ್ಕಾಗಿ ನಡೆಯಬೇಕಾಗಿದ್ದ ರಾತ್ರಿಯ ದಾಳಿಗೆ ಮಿರಾಜ್ ೨೦೦೦ ವಿಮಾನಗಳನ್ನು ಆಯ್ಕೆ ಮಾಡಿಕೊಳ್ಳಲಾಯಿತು. ಈ ವಿಮಾನಗಳಿಗೆ ಅಳವಡಿಸಿದ್ದ ಶಸ್ತ್ರಗಳು ಇಸ್ರೇಲಿನ ಸ್ಪೈಸ್ ೨೦೦೦ ಎನ್ನುವ ಹೆಸರಿನ ಬಾಂಬ್.

ಈ ಒಂದು ಮಸಾಲೆ ಅಂತಾ ಹೆಸರು ಯಾಕಿಟ್ಟರು ಇಸ್ರೇಲಿನವರು. ಈ ಬಾಂಬಿನಿಂದ ಪಾಕಿಸ್ತಾನಕ್ಕೆ ಮೆಣಸಿನ ಹೊಗೆ ಹಾಕಿದೆವು ಸರಿ, ಆದರೆ ಸ್ಪೈಸ್ ಎನ್ನುವುದು ಒಂದು ಅಡಕನುಡಿ. ವಿವರಿಸಿದರೆ ಇದು Smart, Precise Impact and Cost-Effective (SPICE)ಅಂತಾಗುತ್ತದೆ. ನೋಡಿ ಎಷ್ಟೆಲ್ಲಾ ತುಂಬಿದೆ ಈ ೧೦೦೦ ಕೆ. ಜಿ. ಬಾಂಬಿನಲ್ಲಿ. ಇದೊಂದು ಅಂಜನಾಸ್ತ್ರವೇ ಸರಿ, ಯಾಕೆಂದರೆ ಇದು ಕಣ್ಣಿಗೆ ಅಂಜನ ಹಚ್ಚಿಕೊಂಡು ತನ್ನ ಗುರಿಯನ್ನು ಹುಡುಕಿಕೊಂಡು ಹೋಗುತ್ತದೆ. ಇದಕ್ಕೆ ಗ್ಲೈಡ್ ಬಾಂಬ್ ಅಂತಾನೂ ಹೆಸರಿದೆ. ವಿಮಾನದಿಂದ ಬಿಟ್ಟ ಕೂಡಲೇ ಇದು ಸುರ್ ಅಂತಾ ಟಾರ್ಗೆಟ್ ಮೇಲೆ ಬೀಳುವುದಿಲ್ಲಾ. ವಿಮಾನದಿಂದ ಹೊರಬಂದ ಈ

ಬಾಂಬ್ ಮೊದಲು ಒಂದು ಪ್ಯಾರಾಚೂಟನ್ನು ಬಿಚ್ಚಿಕೊಂಡು ಆಕಾಶದಲ್ಲಿ ತೇಲಾಡಲು ಪ್ರಾರಂಭಿಸುತ್ತದೆ. ಅದಾದ ನಂತರ ಇದು ತನ್ನ ಮೆದುಳಿನಲ್ಲಿ ಅಳವಡಿಸಿರುವ ಭೌಗೋಳಿಕ ನಿರ್ದೇಶನಾಂಕಗಳಿಗೆ ಕರಾರುವಾಕ್ಕಾಗಿ ಬಂದು ತಲುಪುತ್ತದೆ. ಅದು ನಾಶಮಾಡಬೇಕಾಗಿರುವ ಟಾರ್ಗೆಟ್ ಚಿತ್ರವೂ ಇದರ ಕಂಪ್ಯೂಟರಿನಲ್ಲಿ ಅಳವಡಿಸಿರುತ್ತಾರೆ. ಸರಿ ತನ್ನ ಟಾರ್ಗೆಟ್ಟನ್ನು ಹುಡುಕುತ್ತಾ ಕೆಲವು ಕಿಮೀಗಳ ಪರಿಧಿಯಲ್ಲಿ ಸುತ್ತುತ್ತಾ ಹೋಗುತ್ತದೆ, ಸ್ಯಾಟಲೈಟ್ ಮುಖಾಂತರವೂ ಇದಕ್ಕೆ ಮಾರ್ಗದರ್ಶನ ಮಾಡಲಾಗುತ್ತದೆ. ಇನ್ನೇನು ತಾನು ಹುಡುಕುತ್ತಿದ್ದ ನಿರ್ದಿಷ್ಟವಾದ ಗುರಿ ದೊರಕಿತೋ ಆ ಟಾರ್ಗೆಟ್ಟಿನ ಮೇಲೆಯೇ ಎತ್ತರಕ್ಕೆ ಏರತೊಡಗುತ್ತದೆ. ಸರಿಯಾದ ಎತ್ತರಕ್ಕೆ ಏರಿದ ನಂತರ ಕಟ್ಟಿದ್ದ ಪ್ಯಾರಾಚೂಟಿನ್ನು ಕಳಚಿಕೊಂಡು ಶರವೇಗದಲ್ಲಿ ಟಾರ್ಗೆಟ್ಟಿನತ್ತ ದೌಡಾಯಿಸುತ್ತದೆ. ಮೊದಲು ಡ್ರಿಲ್ಲಿಂಗ್ ಮಷೀನಿನಂತೆ ತೂತು ಕೊರೆದು ಒಳಗೆ ಪ್ರವೇಶಿಸಿದ ನಂತರವೇ ಧುಢುಂ ಎಂದು ಸ್ಫೋಟಗೊಳ್ಳುತ್ತದೆ. ಒಳಗಿದ್ದ ವಿಮಾನಗಳು, ಉಪಕರಣಗಳು, ವಾಹನಗಳು ಮತ್ತು ಜನರು ನಿಮಿಷಾರ್ಧದಲ್ಲಿ ಛಿದ್ರಗೊಂಡು ಹೋಗುತ್ತಾರೆ. ಪಕ್ಕದ ಮನೆಯವರಿಗೂ ವಿಷಯ ತಿಳಿಯುವುದಿಲ್ಲ ಹಾಗೆ ನಾಶವಾಗಿ ಹೋಗುತ್ತಾರೆ, ಅದಕ್ಕೇ ಇದನ್ನು smart bomb, bunker buster ಎನ್ನುತ್ತಾರೆ. ಮುಖ್ಯವಾಗಿ ಇದನ್ನು ನೆಲಮಾಳಿಗೆಯಲ್ಲಿ ಮರೆಮಾಚಿ ಇಟ್ಟಿರುವ ವಿಮಾನಗಳನ್ನು, ಯುದ್ಧ ನಿಯಂತ್ರಣ ಕೇಂದ್ರಗಳನ್ನು ಧ್ವಂಸ ಮಾಡಲು ಪ್ರಯೋಗಿಸಲಾಗುತ್ತದೆ.

ಬಾಲಾಕೋಟಿನ ಉಗ್ರರ ತಾಣದ ಮೇಲೆ ನಡೆಸಿದ ದಾಳಿಯಲ್ಲಿ ಈ ಬಾಂಬನ್ನೇ ಏಕೆ ಉಪಯೋಗಿಸಲಾಯಿತು? ಉಗ್ರರು ಈ ಮದರಸ್ಸಾದಲ್ಲಿದ್ದಾರೆ ಎನ್ನುವ ಖಚಿತ ಮಾಹಿತಿ ಭಾರತಕ್ಕೆ ಗೊತ್ತಿತ್ತು. ಯಾವ ಯಾವ ಉಗ್ರರು ಯಾವ ಕೋಣೆಯಲ್ಲಿ ತಂಗಿದ್ದಾರೆ ಎನ್ನುವ ಮಾಹಿತಿಯೂ ಇತ್ತು. ಈ ಆಧಾರದ ಮೇಲೆ ಈ ವಾಯು ಪ್ರಹಾರದ ರೂಪರೇಷೆಗಳನ್ನು ನಿರ್ಮಿಸಲಾಯಿತು ಮತ್ತೆ ಇದರಲ್ಲಿ ಗುರಿ ತಪ್ಪುವ ಸಾಧ್ಯತೆಗಳಿರಬಾರದು ಏಕೆಂದರೆ ಆಸುಪಾಸಿನಲ್ಲಿ ನೆಲಸಿರುವ ನಾಗರೀಕರು ಈ ದಾಳಿಗೆ ತುತ್ತಾಗಬಾರದು. ಈ ದಾಳಿ ನಡೆಸಿದ ಸಮಯ ಬೆಳಗಿನ ಜಾವದ ಮೂರೂವರೆ, ಇನ್ನೂ ದಟ್ಟ ಕತ್ತಲು. ಆ ಸಮಯದಲ್ಲಿ, ಕಾಡಿನ ಮಧ್ಯದಲ್ಲಿ ವಾಹನ ಚಲಾಯಿಸುವುದೇ ಕಷ್ಟಕರ ಇನ್ನು ಸಾವಿರ ಕೀಮೀ ವೇಗದಲ್ಲಿ ಹಾರುವ ವಿಮಾನಕ್ಕೆ ಕಾಣುವುದೇ? ಇವನ್ನೆಲ್ಲಾ ಪರಿಗಣಿಸಿ ಈ ವಿಮಾನಗಳು, ಈ ಬಾಂಬುಗಳು, ಈ ಸಮಯದಲ್ಲಿ ದಾಳಿ ನಡೆಸಬೇಕು ಎನ್ನುವ ನಿರ್ಧಾರವನ್ನು ಕೈಗೊಳ್ಳಲಾಗಿದೆ.

ಇನ್ನು ಮುಂದೆ ಆಗುವ ಕೆಲಸಗಳೆಲ್ಲಾ ಚಕಚಕನೆ ಆಗಬೇಕು. ಇನ್ನೇನು

ಉಗ್ರರ ಶಿಬಿರಗಳು ಇನ್ನೊಂದು ಕಿಮೀ ದೂರವಿರುವಾಗ ಈ ಹನ್ನೆರಡು ವಿಮಾನಗಳು ಮೂರು ಮೂರರ ಗುಂಪಿನಲ್ಲಿ ನಾಲ್ಕು ಪೂರ್ವನಿರ್ಧರಿತ ಸ್ಥಳದ ದಿಕ್ಕಿನಲ್ಲಿ ದೌಡಾಯಿಸುತ್ತಾ ಮೇಲಕ್ಕೇರತೊಡಗುತ್ತವೆ. ಈಗ ಅವರು ಹೊಡೆದುರುಳಿಸಬೇಕಾದ ಗುರುತಿನ ಜಾಗ ಸ್ಪಷ್ಟವಾಗಿ ಕಾಣುತ್ತದೆ. ಪ್ರತಿಯೊಬ್ಬ ಪೈಲಟ್ಟಿಗೂ ತಾನು ಬಾಂಬು ಹಾಕಿ ಹೊಡೆದುರುಳಿಸುವ ಜಾಗದ, ಅದರ ಸುತ್ತಮುತ್ತಲಿನ ಪರಿಸರದ ಪರಿಚಯವಿರುತ್ತದೆ, ಹಾಗಾಗಿ ಪೈಲಟ್ಟುಗಳು ಏಕಲವ್ಯನಂತೆ ತಮ್ಮ ಎಲ್ಲಾ ಗಮನವನ್ನು ಅಲ್ಲಿಗೇ ಕೇಂದ್ರೀಕರಿಸುತ್ತಾರೆ. ಆ ಟಾರ್ಗೆಟ್ ಕಂಡ ಕೂಡಲೇ ಲೇಸರ್ ಕಿರಣಗಳ ಸಹಾಯದಿಂದ ಆ ಸ್ಥಳವನ್ನು ಲಾಕ್ ಮಾಡಲಾಗುತ್ತದೆ ಇನ್ನು ೧೦೦೦ ಕೆ.ಜಿ ಭಾರದ ಬಾಂಬ್ ಆ ಲೇಸರ್ ಕಿರಣಗಳನ್ನು ಅನುಸರಿಸಿ ನಿರ್ದಿಷ್ಟವಾದ ಸ್ಥಳದಲ್ಲಿ ಸ್ಫೋಟಗೊಳ್ಳುತ್ತದೆ. ಅದೇ ಸಮಯದಲ್ಲೇ Battle Damage Assessment (BDA) ನ ವಿಡಿಯೋ ರೆಕಾರ್ಡಿಂಗ್ ಸಹಾ ನಡೆಯುತ್ತದೆ. ಬಾಲಾಕೋಟಿನ ಆಕ್ರಮಣದ BDA ಎಷ್ಟು ಗೊತ್ತೇ? ೧೦೦% ಆಕ್ಯುರೇಟ್! ತಮ್ಮ ತಮ್ಮ ಕಾರ್ಯಾಚರಣೆ ಸಂಪನ್ನಗೊಳಿಸಿದ ಈ ವಿಮಾನಗಳು ಪುನಃ ಒಂದೊಂದಾಗಿ ಸಮೂಹದ ತಮ್ಮ ಸ್ಥಾನಕ್ಕೆ ಬಂದು ಸೇರಿಕೊಳ್ಳುತ್ತವೆ. ಇಷ್ಟೊತ್ತಿಗಾಗಲೇ ಶತ್ರುಗಳ ವಿಮಾನಗಳು, ಮಿಸ್ಸೈಲುಗಳು, ಗನ್ನುಗಳು ಚೌಕನ್ನರಾಗುವ ಸಾಧ್ಯತೆ ಇರುವುದರಿಂದ ಆದಷ್ಟೂ ಬೇಗ ಸುರಕ್ಷಿತವಾಗಿ ನಮ್ಮ ಗಡಿಯೊಳಗೆ ಪ್ರವೇಶಿಸುವುದೇ ಮುಖ್ಯ ಗುರಿ. ಗಡಿಯಲ್ಲೇ ಕಾತರದಿಂದ ಇವರಿಗಾಗಿ ಕಾಯುತ್ತಿರುತ್ತವೆ ಸುಖೋಯ್ ೩೦ ಫೈಟರ್ ಪ್ಲೇನುಗಳು. ಶತ್ರುಗಳ ವಿಮಾನಗಳು ಏನಾದರೂ ಹಿಂಬಾಲಿಸುತ್ತಾ ಬಂದಿದ್ದರೆ ಅವುಗಳನ್ನು ವಿಚಾರಿಸಿಕೊಳ್ಳುವುದು ಈ ಸುಖೋಯ್ ೩೦ ವಿಮಾನಗಳ ಜವಾಬ್ದಾರಿ. ಇದಕ್ಕೆ ಪೂರಕವಾಗಿ ನಮ್ಮ Surface to Air Missile (SAM) ತಯಾರಾಗಿರುತ್ತದೆ. ಇಂಧನದ ಅವಶ್ಯಕತೆ ಇರುವ ವಿಮಾನಗಳಿಗೆ ಮತ್ತೊಮ್ಮೆ mid air refuelling ಮಾಡಲಾಗುತ್ತದೆ. ಇಷ್ಟೆಲ್ಲಾ ಕಾರ್ಯಾಚರಣೆ ೪೫ ನಿಮಿಷಗಳಲ್ಲಿ ಪರಿಸಮಾಪ್ತಿಗೊಳ್ಳುತ್ತದೆ.

ಈ ದಾಳಿಯ ಪ್ರತಿ ನಿಮಿಷದ ವರದಿಯನ್ನು ಸಂಯಮದಿಂದ ಕೇಳುತ್ತಿದ್ದ ಭಾರತದ ಪ್ರಧಾನಮಂತ್ರಿಯವರಿಗೆ ಬೆಳಗಿನ ನಾಲ್ಕು ಗಂಟೆಗೆ ಈ ದಾಳಿಯ ಯಶಸ್ಸಿನ ಬಗ್ಗೆ ಮತ್ತು ಸುರಕ್ಷಿತವಾಗಿ ಮರಳಿದ ಪೈಲಟ್ಟುಗಳ ಬಗ್ಗೆ ವರದಿ ಕೊಡಲಾಗುತ್ತದೆ. ಬೆಳಗಿನ ಸುಪ್ರಭಾತದೊಂದಿಗೆ ವಾಯುಸೇನೆಯ ಈ ಯಶಸ್ವೀ ದಾಳಿಯ ಸಮಾಚಾರ ದೇಶದ ಮನೆಮನೆಗೆ ತಲುಪುತ್ತದೆ.

<u>ಪಾಕಿಸ್ತಾನದ ಪ್ರತಿಕ್ರಿಯೆ</u>

ಮರುದಿನ ೨೭ ಫೆಬ್ರವರಿ ೨೦೧೯, ಬಾಲಾಕೋಟಿನ ದಾಳಿಯಿಂದ ಮುಖಭಂಗಗೊಂಡ ಪಾಕಿಸ್ತಾನದ ವಾಯುಸೇನೆಗೆ ಮತ್ತು ಅಲ್ಲಿನ ರಾಜಕೀಯತೆಗೆ ಪ್ರತಿಕ್ರಿಯಿಸುವ ಅನಿವಾರ್ಯತೆ ಇರುತ್ತದೆ ಎಂಬ ಅಂಶವನ್ನು ಭಾರತೀಯ ವಾಯುಸೇನೆ ಪರಿಗಣಿಸಿತ್ತು. ಹಾಗಾಗಿ ಆಕಾಶದಲ್ಲಿ ಚಕ್ಷು 'ನೇತ್ರಾ' ವಿಮಾನ ಮತ್ತು ಗಡಿಯುದ್ಧಕ್ಕೂ ಇದ್ದ ರಡಾರುಗಳು ಚೌಕನ್ನರಾಗಿ ಪಾಕಿಸ್ತಾನದ ದಿಕ್ಕಿನಲ್ಲಿ ನಡೆಯುವ ಪ್ರತಿಕ್ರಿಯೆಗಳನ್ನು ಗಮನಿಸುತ್ತಿದ್ದವು. Combat Air Patrol (CAP) ಪಾತ್ರವನ್ನು ನಿರ್ವಹಿಸುತ್ತಾ ಮಿಗ್–೨೧ ಮತ್ತು ಸುಖೋಯ್–೩೦ ಯುದ್ಧ ವಿಮಾನಗಳು ಗಡಿಯ ಸಮೀಪದಲ್ಲೇ ಗಸ್ತು ಹೊಡೆಯುತ್ತಾ ಹಾರಾಡುತ್ತಿದ್ದವು.

ಆಗಲೇ ಪಾಕಿಸ್ತಾನದ ಮೂರು ವಾಯುನೆಲೆಗಳಿಂದ ಒಟ್ಟು ೨೪ ವಿಮಾನಗಳು ಬಾನಿಗೇರಿ ಭಾರತದ ಗಡಿಯ ಕಡೆ ಬರುತ್ತಿವೆ ಎನ್ನುವ ಮಾಹಿತಿ ನೇತ್ರಾ AEW&C ಏರೋಪ್ಲೇನಿನಿಂದ ಗಸ್ತು ಹೊಡೆಯುತ್ತಿದ್ದ Combat Air Patrol ವಿಮಾನಗಳಿಗೆ ದೊರಕುತ್ತದೆ. ಭಾರತದ ಗಡಿ ಕಡೆಗೆ ಮುನ್ನುಗ್ಗುತ್ತಿದ್ದ ಈ ವಿಮಾನಗಳಲ್ಲಿ ಮೂರು ಎಫ್–೧೬ ವಿಮಾನಗಳೂ ಇದ್ದವು. ಈ ವಿಮಾನಗಳಿಗೆ, 'ನೀವು ಗಡಿ ಉಲ್ಲಂಘನೆ ಮಾಡುವುದರಲ್ಲಿದ್ದೀರಿ ಹಿಂತಿರುಗಿ ಹೋಗಿ' ಎನ್ನುವ ಸಂಕೇತ ಕೊಡುವ ವಿನ್ಯಾಸವನ್ನು ರಚಿಸುತ್ತವೆ ನಮ್ಮ ಯುದ್ಧ ವಿಮಾನಗಳು. ನಾವು ನಿಮಗೆ ಮುಖ ತೋರಿಸಿ ಹೋಗಲು ಬಂದಿದ್ವಿ... ಎನ್ನುವಂತೆ ಪಾಕಿಸ್ತಾನದ ವಿಮಾನಗಳು ಒಂದೊಂದಾಗಿ ಹಿಂತಿರುಗಿ ಪಾಕಿಸ್ತಾನದ ದಿಕ್ಕಿನಲ್ಲಿ ಹಾರಲು ಪ್ರಾರಂಭಿಸುತ್ತವೆ. ಆದರೆ ಅದರಲ್ಲಿದ್ದ ತುಂಟ ಪೈಲಟ್ಟೊಬ್ಬನಿಗೆ ಒಂದ್ಸಲ ಗಡಿದಾಟಿ ನೋಡೇ ಬಿಡೋಣ ಎನಿಸಿತೋ ಏನೋ ಅಥವಾ...ಏ ನಾನು ಪಾಕಿಸ್ತಾನಿ ವಾಯುದಳದ ಡೆಪ್ಯೂಟಿ ಚೀಫ್ ಅವರ ಮಗಾ ಅನ್ನುವ ಹಮ್ಮಿನಿಂದಲೋ ಏನೋ, ಭಾರತದ ಗಡಿ ಪ್ರವೇಶಮಾಡಿ ಒಂದು ಮಿಸೈಲನ್ನು ನಮ್ಮ ವಿಮಾನಗಳ ದಿಕ್ಕಿನಲ್ಲಿ ಫೈರ್ ಮಾಡೇಬಿಟ್ಟ. ಆಗ ನಡೆಯುತ್ತದೆ ಒಂದು ಯುದ್ಧ ಇತಿಹಾಸ ಕಂಡರಿಯದ ಕೌತುಕ. ಈ ಎಫ್–೧೬ ವಿಮಾನದಿಂದ ಹೊರಬಂದ AAMRAM ಎನ್ನುವ ಈ Air to Air ಮಿಸೈಲು ಭಾರತೀಯ ವಾಯುಸೇನೆಯ ವಿಮಾನ ಒಂದನ್ನು ಹುಡುಕಿಕೊಂಡು ಹೊರಡುತ್ತದೆ ಎನ್ನುವ ವಿಷಯವನ್ನು ಕ್ಷಣಾರ್ಧದಲ್ಲಿ ಗ್ರಹಿಸಿದ ಭಾರತೀಯ ವಾಯುದಳದ Sukhoi-30 ವಿಮಾನದ ಪೈಲಟ್ಟು ತಮ್ಮ ಮಿಸೈಲಿನಿಂದ AAMRAM ಮಿಸೈಲನ್ನು ಧ್ವಂಸಗೊಳಿಸಿಬಿಡುತ್ತಾರೆ. ಇದೊಂದು ಅಪರೂಪದಲ್ಲಿ

ಅಪರೂಪ ಎನ್ನಬಹುದಾದ ಯುದ್ಧ ವೈಖರಿ.

ಇದನ್ನು ನೋಡಿದ ವಿಂಗ್ ಕಮಾಂಡರ್ ಅಭಿನಂದನ್..ಎಲಾ ಇವನಾ.. ಅನ್ನುತ್ತಲೇ ತಮ್ಮ ವಿಮಾನ ಮಿಗ್–೨೧ ನ್ನು ಈ ಪಾಕಿಸ್ತಾನದ ಎಫ್–೧೬ ವಿಮಾನದೆಡೆಗೆ ತಿರುಗಿಸಿ ಅಟ್ಟಾಡಿಸಿಕೊಂಡು ಹೊರಟರು. ಅವರ ಸಹಾಯಕ್ಕೆ ಪಂಜಾಬಿನ ವಾಯುನೆಲೆಯ ರಡಾರಿನ ನಿರ್ವಹಣೆ ಮಾಡುತ್ತಿದ್ದ ಮಹಿಳಾ ಸ್ಕ್ವಾಡ್ರನ್ ಲೀಡರ್, ಅಭಿನಂದನ್ ರವರ ದೃಶ್ಯ ವ್ಯಾಪ್ತಿಗೆ ಪಾಕಿಸ್ತಾನದ ಎಫ್–೧೬ ಸಿಗುವಂತೆ ಮಾರ್ಗದರ್ಶನ ಮಾಡಿ "Your target is at 12 o'clock position" ಅಂದದ್ದೇ ತಡ ಅಭಿನಂದನ್ ರವರು ಎಫ್–೧೬ ವಿಮಾನವನ್ನು ತಮ್ಮ ರಡಾರಿನಲ್ಲಿ ಲಾಕ್ ಮಾಡಿಕೊಂಡು ಹಿಂಬಾಲಿಸಲಾರಂಭಿಸಿದರು. ಇನ್ನೇನು ಗಡಿದಾಟಿದೆ ಎಂದು ನಿಟ್ಟುಸಿರು ಬಿಟ್ಟನೇನೋ ಆ ಪಾಕಿ ಪೈಲಟ್ಟು, ಅಭಿನಂದನ್ ತಮ್ಮ ಪಾಶುಪತಾಸ್ತ್ರವನ್ನು ಪ್ರಹಾರಿಸಿಬಿಟ್ಟರು! ತಮ್ಮ ಬತ್ತಳಿಕೆಯಲ್ಲಿದ್ದ R-73 Air to Air ಮಿಸ್ಸೈಲನ್ನು ಫೈರ್ ಮಾಡಿ ಪಾಕಿಸ್ತಾನದ ಎಫ್–೧೬ ವಿಮಾನವನ್ನು ಹೊಡೆದುರುಳಿಸಿದರು. ಅದರ ಪೈಲಟ್ಟೇನಾದ? ಅವನು ವಿಮಾನದಿಂದ eject ಆಗಿ ಪ್ಯಾರಾಚೂಟಿನ ಸಹಾಯದಿಂದ ಕೆಳಗಿಳಿದು ಬಂದ. ವಿಂಗ್ ಕಮಾಂಡರ್ ಶಹಜುದ್ದಿನ್ ಆ ಪಾಕಿಸ್ತಾನದ ಪೈಲಟ್, ಇವರು ಪಾಕಿಸ್ತಾನದ ವಾಯುಸೇನೆಯ ಡೆಪ್ಯುಟಿ ಏರ್ ಚೀಫ್ ರವರ ಮಗ. ಇವರು ಪ್ಯಾರಚೂಟಿನ ಸಹಾಯದಿಂದ ಕೆಳಗಿಳಿಯುತ್ತಲೇ ಅಲ್ಲಿನ ಸ್ಥಳೀಯರು ಇವರ ಮೇಲೆ ಮಾರಣಾಂತಿಕ ಹಲ್ಲೆ ನಡೆಸುತ್ತಾರೆ. ಎರಡು ದಿನಗಳ ನಂತರ ಅವರು ಆಸ್ಪತ್ರೆಯಲ್ಲಿ ನಿಧನ ಹೊಂದುತ್ತಾರೆ.

<u>ಅಭಿನಂದನರ ಅನುಭವ</u>

It's not the machine...But it is the Man behind machine who matters.

"ಯಂತ್ರಕ್ಕಿಂತ ಅದನ್ನು ನಡೆಸುವ ಮನುಷ್ಯನ ತಂತ್ರ ದೊಡ್ಡದು" ಅನ್ನೋದು ಅಭಿನಂದನರ ಸಾಹಸಕ್ಕೆ ಸರಿಯಾಗಿ ಅನ್ವಯಿಸುತ್ತದೆ.

"ನ ಭೂತೋ ನ ಭವಿಷ್ಯತಿ.." ಇದೇ ಮೊಟ್ಟಮೊದಲ ಸಲ ಭಾರತೀಯ ವಾಯುಸೇನೆ ಪಾಕಿಸ್ತಾನದ ಎಫ್–೧೬ ಯುದ್ಧ ವಿಮಾನವನ್ನು ಹೊಡೆದುರುಳಿಸಿರುವುದು. ಅದೂ ಒಂದು ನಲವತ್ತು ವರ್ಷಗಳಷ್ಟು ಹಳೆಯ ಮಿಗ್–೨೧ ವಿಮಾನದಿಂದ ಮತ್ತು ಅದರ ಭಾರತೀಯ ಪೈಲಟ್ಟಿನಿಂದ!

ಈ ಸಾಹಸ ಭಾರತದಲ್ಲಷ್ಟೇ ಅಲ್ಲಾ..ಪ್ರಪಂಚದ ಇತರೆಡೆ ನಡೆದ ಯಾವ ವಾಯುಯುದ್ಧಗಳಲ್ಲಿಯೂ ನಡೆದಿರಲಿಕ್ಕಿಲ್ಲ. ಅದಕ್ಕೇ ಹೇಳೋದು ಮಷೀನು ಎಷ್ಟೇ ಹಳೆಯದಾಗಿರಲಿ ಆದರೆ ಅದನ್ನು ನಿಯಂತ್ರಿಸುವ ಮಾನವ, ಮತ್ತು ಅವನ ಮನೋಬಲ ಮುಖ್ಯವಾಗಿರುತ್ತದೆ ಇಂತಹ ಸಂದರ್ಭದಲ್ಲಿ. ಹೀಗೆ ಪಾಕೀ ವಿಮಾನವನ್ನು ಅಟ್ಟಾಡಿಸಿಕೊಂಡು ಹೋಗಿ ಹೊಡದು ಉರುಳಿಸಿದ ಸ್ವಲ್ಪ ಕ್ಷಣಗಳಲ್ಲೇ ಅಭಿನಂದನ್ ಅವರು ವಿಮಾನದಿಂದ ಹೊರಚಿಮ್ಮುವ ಪ್ರಮೇಯ ಒದಗಿ ಬಂತು.

ಇಲ್ಲಿ ಸಂಕ್ಷಿಪ್ತವಾಗಿ ejection ಪ್ರಕ್ರಿಯೆ ಹೇಗೆ ನಡೆಯುತ್ತದೆಂದು ಹೇಳಿಬಿಡುತ್ತೇನೆ. ಯುದ್ಧ ವಿಮಾನಗಳಲ್ಲಿ ಪೈಲಟ್ ಕುಳಿತಿರುವ ಸೀಟಿನ ವಿನ್ಯಾಸ ಹೇಗಿರುತ್ತದೆ ಎಂದರೆ, ಸೀಟಿನ ಕೆಳಗೆ ಎರಡು ಚಿಕ್ಕ ಬಾಂಬುಗಳಿರುತ್ತವೆ! ಹೆದರಿಕೆ ಎನಿಸುತ್ತದೆಯೇ? ಹಾಗೇನಿಲ್ಲಾ, ಇವುಗಳನ್ನು ಗಟ್ಟಿಯಾದ ಎರಡು ಉಕ್ಕಿನ ಕೊಳವೆಯೊಳಗೆ ತೂರಿಸಿಟ್ಟಿರುತ್ತಾರೆ ಮತ್ತು ಆ ಎರಡು ಉಕ್ಕಿನ ಕೊಳವೆಗಳನ್ನು ಸೀಟಿನ ಹಿಂಬದಿಯಲ್ಲಿ ಭದ್ರವಾಗಿ ಬಿಗಿಯಲಾಗುತ್ತದೆ. ಪೈಲಟ್ ವಿಮಾನದಿಂದ ಹೊರಬರಲೇಬೇಕೆಂಬ ಅನಿವಾರ್ಯ ಸಮಯದಲ್ಲಿ, ತನ್ನ ಸೀಟಿನ ತಲೆಯ ಭಾಗದಲ್ಲಿ ಕಟ್ಟಿರುವ ಒಂದು ಉಕ್ಕಿನ ಪಟ್ಟಿಯನ್ನು ಕೆಳಗೆ ಎಳೆಯುತ್ತಲೇ ಈ ಪುಟ್ಟ ಬಾಂಬುಗಳು ತೂಬಿನೊಳಗೆ ನಿಯಂತ್ರಿತವಾಗಿ ಸ್ಫೋಟಗೊಳ್ಳುತ್ತದೆ ಮತ್ತು ಕ್ಷಣಾರ್ಧದಲ್ಲಿ ಸೀಟಿನ ಸಮೇತ ಪೈಲಟ್ ವಿಮಾನದಿಂದ ಹೊರಗೆಸೆಯಲ್ಪಡುತ್ತಾನೆ. ಅದೆಷ್ಟು ರಭಸವಾಗಿ ಈ ಪ್ರಕ್ರಿಯೆ ನಡೆಯುತ್ತದೆ ಎಂದರೆ ಪ್ರಾರಂಭದ ಕೆಲವು ಸೆಕೆಂಡುಗಳಲ್ಲಿ ಪೈಲಟ್ಟಿನ ದೇಹದ ಮೇಲೆ ಗುರುತ್ವಾಕರ್ಷಣ ಬಲ ಹತ್ತು ಪಟ್ಟು ಹೆಚ್ಚಾಗಿರುತ್ತದೆ, ಅಂದರೆ ಅಭಿನಂದನ್ ಅವರ ತೂಕ 70 ಕೆಜಿಯಷ್ಟಿದ್ದರೆ

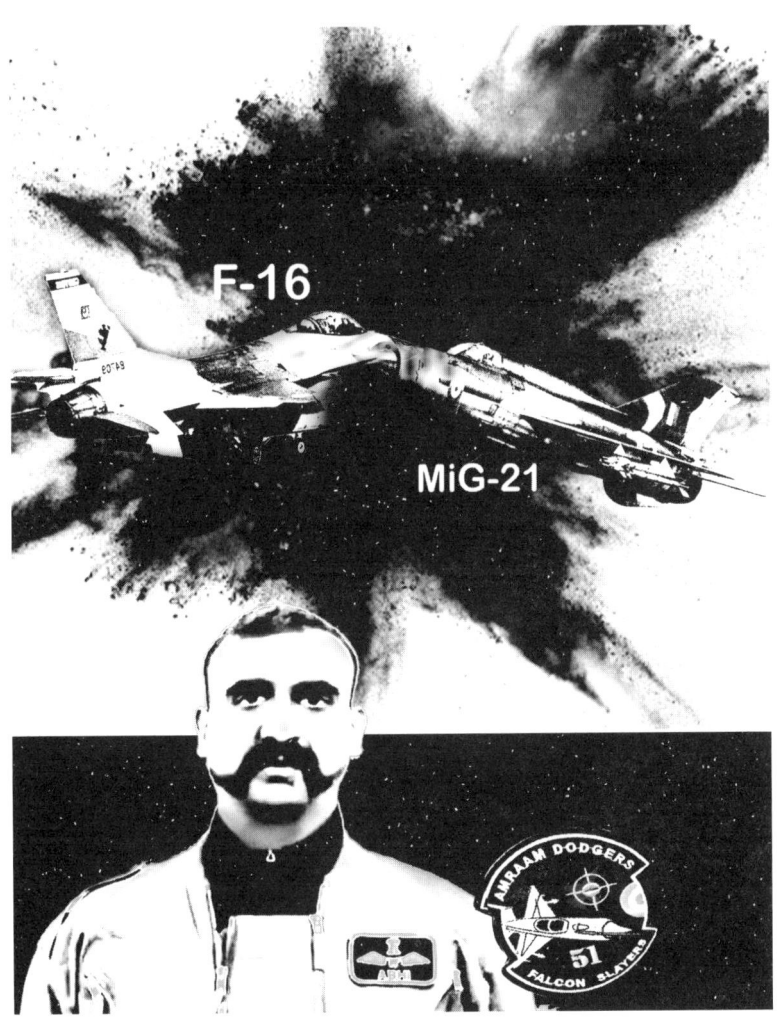

ವಿಂಗ್ ಕಮಾಂಡರ್ ಅಭಿನಂದನ್

ವೀರ ಚಕ್ರ

ಹೊರಚಿಮ್ಮುವ ಪ್ರಾರಂಭಿಕ ಕೆಲ ಕ್ಷಣ ಅವರ ದೇಹ 700 ಕೆಜಿಯ ಭಾರ ಹೊತ್ತ ಅನುಭವ! ಹೀಗಾಗಿ ಹಲವಾರು ಸಲ ಬೆನ್ನೆಲುಬು ಮತ್ತು ಕತ್ತುಗಳು ಮುರಿದು ಹೋದ ಉದಾಹರಣೆಗಳೂ ಇವೆ. ಗಂಟೆಗೆ ಸಾವಿರ ಕಿ.ಮೀ. ವೇಗದಲ್ಲಿ ಹಾರಾಡುವ ವಿಮಾನದಿಂದ ಹೊರಚಿಮ್ಮಿಬರಲು ಬೇರೆ ಉಪಾಯವೇ ಇಲ್ಲ. ಸದ್ಯ ಅಭಿನಂದನ್ ಅವರಿಗೆ ಈ ಯಾವ ತೊಂದರೆಗಳೂ ಆಗಲಿಲ್ಲ. ಕ್ಷಣಾರ್ಧದಲ್ಲಿ ಅವರ ಪ್ಯಾರಾಚೂಟು ತೆರೆದುಕೊಂಡಿತು, ಸುರಕ್ಷಿತವಾಗಿ ಧರೆಗಿಳಿದರು, ಆದರೆ ಅವರು ಇಳಿದಿದ್ದು ಶತ್ರುಗಳ ನೆಲದಲ್ಲಿ ಪ್ಯಾರಾಚೂಟಿನ ಮುಖಾಂತರ ಬಂದಿಳಿದ ಈ ಪೈಲಟ್ ನನ್ನು ಕಂಡ ಸ್ಥಳೀಯರು ಅವರನ್ನು ಥಳಿಸಿದ್ದು, ಆ ವಿಡಿಯೋಗಳು ವೈರಲ್ ಆಗಬಾರದಿತ್ತು ಆದರೂ ಆದದ್ದು ನಿಮಗೆಲ್ಲಾ ಗೊತ್ತಿದೆ. ಅಂತೂ ಪಾಕಿಸ್ತಾನದ ಸೈನಿಕರು ಅವರನ್ನು ಬಿಡಿಸಿಕೊಂಡು ಅಲ್ಲಿನ ಸೈನ್ಯಾಧಿಕಾರಿಗಳಿಗೆ ಒಪ್ಪಿಸಿದರು, ಅಲ್ಲಿಗೆ ಅಭಿನಂದನ್ ಸೇಫ್ ಅನ್ನಬಹುದಾಗಿತ್ತಾ? ಇಲ್ಲ, ಪಾಕಿಸ್ತಾನ ಒಂದು ಚರಿತ್ರಾಹೀನ ದೇಶ, ನಮ್ಮ ಸೈನಿಕರ ಮೇಲಿನ, ಅಲ್ಲಿನ ಸೈನ್ಯದ, ಪರಂಪರಾಗತ ದುರ್ನಡತೆಯ ಬಗ್ಗೆ ನಮಗೆಲ್ಲಾ ಚೆನ್ನಾಗಿ ಪರಿಚಯವಿದೆ.

ಪ್ರಾರಂಭದಲ್ಲಿ, ಇಲ್ಲಾ ನಾವು ಅಂತಹವರಲ್ಲಾ ಎನ್ನುವುದನ್ನು ತೋರಿಸಿಕೊಳ್ಳಲು ಪ್ರಯತ್ನಿಸಿದರು. ಅಭಿನಂದನ್ ರವರಿಗೆ ಟೀ ಸಂತರ್ಪಣೆ ಮಾಡಿದ್ದೇನು, ಅದನ್ನೇ ವಿಡಿಯೋ ಮಾಡಿ ಹೊರಜಗತ್ತಿಗೆ ತೋರಿಸಿದ್ದೇನು, ಆದರೆ ಯಾರೂ ಇವರನ್ನು ನಂಬಲಿಲ್ಲ, ಆ ಸಣ್ಣ ವಿಡಿಯೋ ತುಣುಕಿನಲ್ಲಿ ಹೊರಹೊಮ್ಮಿದ್ದು, ಇಡೀ ಭಾರತಕ್ಕೆ ಭಾರತವೇ ಹೆಮ್ಮೆಯಿಂದ ಗದ್ಗಗವಾಗಿದ್ದು ಅಭಿನಂದನರ ಸ್ಥೈರ್ಯ ಮತ್ತು ಮನೋಬಲದ ಪ್ರದರ್ಶನದಿಂದ. ಪಾಕಿಸ್ತಾನದ ಸೈನ್ಯಾಧಿಕಾರಿಗಳು ಕೇಳಿದ ಪ್ರಶ್ನೆಗಳಿಗೆ ಸ್ವಲ್ಪವೂ ವಿಚಲಿತಗೊಳ್ಳದೇ ಉತ್ತರಿಸಿದ ಗತ್ತು ಇದೆಯಲ್ಲಾ ಅದು ನಮ್ಮ ಸೈನ್ಯದ ಉತ್ಕೃಷ್ಟ ತರಬೇತಿಯ ಪ್ರತೀಕ.

ಇಲ್ಲಿ ಮಾಧ್ಯಮಗಳ ಮತ್ತು ಸಾಮಾಜಿಕ ಜಾಲತಾಣಗಳಲ್ಲಿ ನಡೆದ ಕ್ಷುಲ್ಲಕ ವರ್ತನೆಯನ್ನು ಎತ್ತಿ ಹಿಡಿಯಲೇಬೇಕು. ಅಭಿನಂದನ್ ಎಷ್ಟು ಸಮತೋಲನದ ವರ್ತನೆಯನ್ನು ಪ್ರದರ್ಶಿಸಿ ತಮ್ಮ ಹೆಸರು, ಸರ್ವೀಸ್ ನಂಬರ್ ಬಿಟ್ಟರೆ ಇನ್ನಾವ ಮಾಹಿತಿಯನ್ನು ಬಿಟ್ಟುಕೊಡಲಿಲ್ಲ ಆದರೆ ಈ TRP ಎನ್ನುವ ಭೂತ ಎಷ್ಟು ಬೇಜವಾಬ್ದಾರಿಯಿಂದ ವರ್ತಿಸಿತ್ತು ಅಂದರೆ, ಸೀದಾ ಅವರ ಮನೆಯ ಮುಂದೆಯೇ ಟೆಂಟ್ ಹಾಕಿ ಬಿತ್ತರಿಸುವ ಹೊಣೆಗೇಡಿತನದ ಪ್ರದರ್ಶನಕ್ಕೆ ನಿಂತು ಎಲ್ಲರಿಂದಲೂ ಛೀಮಾರಿ ಹಾಕಿಸಿಕೊಂಡರು ಮಾಧ್ಯಮದವರು.

ಆ ಎರಡು ದಿನಗಳಲ್ಲಿ ಭಾರತದ ಮನೆ, ಮನಗಳಲ್ಲಿ ಬರೀ ಅಭಿನಂದನ್

ರವರ ಬಗ್ಗೆ ಮಾತು ಮತ್ತು ಆತಂಕ. ಅವರು ಸುರಕ್ಷಿತವಾಗಿ ಭಾರತಕ್ಕೆ ಮರಳುತ್ತಾರೋ ಇಲ್ಲವೋ ಎನ್ನುವ ಅನುಮಾನ ಇಡೀ ದೇಶವನ್ನೇ ಒಂದುಗೂಡಿಸಿತು, ಒಕ್ಕೊರಲಿನಿಂದ 'ಅಭಿನಂದನ್ ರವರನ್ನು ಸುರಕ್ಷಿತವಾಗಿ ಹಿಂತಿರುಗಿಸಿ' ಎನ್ನುವ ಅಭಿಯಾನವೇ ಪ್ರಾರಂಭವಾಯಿತು.

ಅಂತೂ ಅಂತಾರಾಷ್ಟ್ರೀಯ ಒತ್ತಡ ಮತ್ತು ಅದಕ್ಕೂ ಮಿಗಿಲಾಗಿ ಬದಲಾದ ಭಾರತದ 'ನಿಮ್ಮ ಮನೆಗೇ ನುಗ್ಗಿ ಹೊಡೆದುಬಿಡುತ್ತೇವೆ' ಎನ್ನುವ ನಿಲುವು ಇವೆಲ್ಲವುಗಳ ಪರಿಣಾಮ, ಎರಡೇ ದಿನಗಳಲ್ಲಿ ಅಭಿನಂದನ್ ರವರನ್ನು ಭಾರತಕ್ಕೆ ಮರಳಿಸಿತು ಪಾಕಿಸ್ತಾನ. ಇಡೀ ದೇಶ ಸಮಾಧಾನದ ನಿಟ್ಟುಸಿರು ಬಿಟ್ಟು, ಅಭಿನಂದನ್ ರವರಿಗೆ ಭವ್ಯ, ಭಾವುಕ ಸ್ವಾಗತ ನೀಡಿತು.

ಈ ತರಾತುರಿಯ ಬಲಪ್ರದರ್ಶನಕ್ಕೆ ಬಂದ ಪಾಕಿಸ್ತಾನದ ಸ್ಥಿತಿ ನೋಡಿ ಅಡಕತ್ತಿನಲ್ಲಿ ಸಿಕ್ಕ ಅಡಕೆಯಂತಾಗಿದೆ, ಯಾಕೆ, ಏನಾಯಿತು? ಎಂಭತ್ತರ ದಶಕದಲ್ಲಿ ಪಾಕಿಸ್ತಾನ ಅಮೆರಿಕಾದಿಂದ ಎಫ್–೧೬ ಯುದ್ಧ ವಿಮಾನಗಳನ್ನು ಖರೀದಿಸುವ ಸಮಯದಲ್ಲಿ ಒಂದು ಒಪ್ಪಂದಕ್ಕೆ ಸಹಿ ಹಾಕಿತ್ತು. ಅದೇನೆಂದರೆ ಈ ಯುದ್ಧ ವಿಮಾನಗಳನ್ನು ಭಯೋತ್ಪಾದನೆ ನಿಗ್ರಹಕ್ಕೆ ಮಾತ್ರ ಬಳಸಲಾಗುತ್ತದೆ ಎಂದು! ಅದು ಇಷ್ಟು ವರ್ಷಗಳಾದ ಮೇಲೆ ಮರೆತುಹೋಗಿತ್ತೇನೋ ಅಥವಾ ಈ ಬಲಪ್ರದರ್ಶನ ಒಂದು ನಡೆದುಬಿಡಲಿ ಮುಂದಕ್ಕೆ ನೋಡಿಕೊಂಡರಾಯಿತು ಎನ್ನುವ ಭಂಡತನಕ್ಕೆ ಬಿತ್ತೋ ಪಾಕಿಸ್ತಾನ, ಅಂತೂ ಎಫ್–೧೬ ವಿಮಾನವನ್ನು ಭಾರತದ ಗಡಿಯವರೆಗೆ ರವಾನಿಸಿಯೇ ಬಿಟ್ಟಿತ್ತು, ಆದರೆ ಆ ವಿಮಾನವನ್ನು ವಿಂಗ್ ಕಮಾಂಡರ್ ಅಭಿನಂದನ್ ಹೊಡೆದು ಬೀಳಿಸಿದ್ದಾರೆ. ಪಾಕಿಸ್ತಾನದ ಗಾಯದ ಮೇಲೆ ಬರೆ ಎಳೆದಂತೆ ಆ ಪಾಕಿಸ್ತಾನದ ಪೈಲಟ್ ಶಹಝಾಜ್ ಉದ್ದೀನ್ ಪಾಕಿಸ್ತಾನೀಯರಿಂದಲೇ ಮಾರಣಾಂತಿಕವಾಗಿ ಥಳಿಸಲ್ಪಟ್ಟು ಸತ್ತೇಹೋದ. ಈಗೇನು ಮಾಡುವುದು? ಅಧಿಕೃತವಾಗಿ ಶವಸಂಸ್ಕಾರ ಮಾಡಿ ಒಂದು ಆಖ್ರಿ ಸಲಾಮನ್ನು ಅರ್ಪಿಸಲಾಗದಂತಹ ಪರಿಸ್ಥಿತಿಯಲ್ಲಿ ಪಾಕಿಸ್ತಾನ!

ಭಾರತವನ್ನು, ಭಾರತೀಯರನ್ನು ಸುರಕ್ಷಿತವಾಗಿಡುವ ಉದ್ದೇಶದ ಹಿನ್ನೆಲೆಯಲ್ಲಿ ನಡೆದ ವಾಯುಸೇನೆಯ ಈ ದಾಳಿ, ವಿಷಜಂತುಗಳು ಎಲ್ಲಿದ್ದರೂ ಅವರ ಮನೆಗೆ ನುಗ್ಗಿ ಅವರನ್ನು ನಿರ್ಮೂಲನೆ ಮಾಡುವ ಸಾಮರ್ಥ್ಯವನ್ನು ಜಗತ್ತಿಗೆ ಸಾರಿ ಹೇಳಲು ರಚಿಸಿದ ಈ ಸಾಹಸಗಾಥೆ ಈ ದೇಶದ, ವಾಯುದಳದ ಇತಿಹಾಸದ ಪುಟಗಳಲ್ಲಿ ಹೆಮ್ಮೆಯಿಂದ, ಶಾಶ್ವತವಾಗಿ ಮೆರೆದಾಡಬೇಕು ಮತ್ತು ಅದರ ಹಿಂದಿರುವ ತರಬೇತಿ, ದೈಹಿಕ ಮತ್ತು ಮಾನಸಿಕ ಧೃಢತೆಯನ್ನು ಮೆಚ್ಚಲೇಬೇಕು.

ವಾಯುಸೇನೆಯ ಮಂತ್ರವೇನೆಂದರೆ

"ತರಬೇತಿ ಸಮಯದಲ್ಲಿ ಎಷ್ಟು ಹೆಚ್ಚು ಬೆವರು ಸುರಿಸುತ್ತೀರೋ ಯುದ್ಧದಲ್ಲಿ ಅಷ್ಟು ಕಡಿಮೆ ರಕ್ತಪಾತವಾಗುತ್ತದೆ"

ಆಗಲೇ ಆಕಾಶದಲ್ಲಿ ವಿಜೃಂಭಣೆಯಿಂದ ವಿಜಯೋತ್ಸವದಿಂದ ಮೆರೆಯಲು ಸಾಧ್ಯ.

"Touch The Sky with Glory"

"ನಭ ಸ್ಪರ್ಶ ದೀಪ್ತಂ"

ಆಕಾಶದಲ್ಲಿ ಅಭಿಮನ್ಯುಗಳು

ಅಂತರಾಷ್ಟ್ರೀಯ ಮಟ್ಟದಲ್ಲಿ ಪಾಕಿಸ್ತಾನಕ್ಕೆ ಇಷ್ಟು ಕೆಟ್ಟ ಹೆಸರು ಏಕೆ ಬಂದಿದೆ? ಪಾಕಿಸ್ತಾನದಲ್ಲಿರುವವರಲ್ಲಾ ಕೆಟ್ಟವರೇ? ಕ್ರೂರಿಗಳೇ? ಖಂಡಿತಾ ಇಲ್ಲ. ಆದರೆ ಪಾಕಿಸ್ತಾನದ ಹೆಸರು ಅಂತರಾಷ್ಟ್ರೀಯ ಮಟ್ಟದಲ್ಲಿ ಕೆಡಲು ಮುಖ್ಯ ಕಾರಣ ಅಲ್ಲಿಯ ಪಂಜಾಬಿ ಮುಸ್ಲಿಮರು. ಇವರಿಗೆ ಬಲೂಚಿಗಳು, ಸಿಂಧಿಯರು ಮತ್ತು ಬೆಂಗಾಳಿ ಮುಸ್ಲಿಮರು ಎಂದರೆ ಎಲ್ಲಿಲ್ಲದ ಅಸಡ್ಡೆ, ಸುಮಾರು ಎಪ್ಪತ್ತರ ದಶಕದಲ್ಲಿ, ಅಂದಿನ ಪೂರ್ವ ಪಾಕಿಸ್ತಾನದಲ್ಲಿ ಆದದ್ದೂ ಅದೇ...ಪಂಜಾಬಿ ಮುಸ್ಲಿಮರ ಕ್ರೌರ್ಯದ ಅಟ್ಟಹಾಸ. ಪೂರ್ವ ಪಾಕಿಸ್ತಾನದಲ್ಲಿ ಬೆಂಗಾಳಿಗಳು, "ನಾವು ಬೆಂಗಾಳಿಗಳು ಬಹುಸಂಖ್ಯೆಯಲ್ಲಿದ್ದೇವೆ" ಎಂದರೆ, ಸರಿ ಹಾಗಾದರೆ, ನಿಮ್ಮನ್ನು ಅಲ್ಪಸಂಖ್ಯಾತರನ್ನಾಗಿ ಮಾಡಿಬಿಡುತ್ತೇವೆ ಎಂದು ವ್ಯವಸ್ಥಿತವಾಗಿ ಬೆಂಗಾಳಿಗಳ ಸಾಮೂಹಿಕ ನರಹತ್ಯೆ ಮಾಡತೊಡಗಿದರು. ಬೆಂಗಾಳಿ ಆಡಳಿತಾಧಿಕಾರಿಗಳನ್ನು, ಸೈನ್ಯಾಧಿಕಾರಿಗಳನ್ನು ಓಡಿಸಿಬಿಟ್ಟರು. ೧೯೭೧ ರಷ್ಟು ಹೊತ್ತಿಗೆ ಅವರ ಪಾಪದ ಕೊಡ ತುಂಬಿತು. ಲಕ್ಷಗಟ್ಟಲೆ ನಿರಾಶ್ರಿತರು ಭಾರತಕ್ಕೆ ಹರಿದು ಬಂದರು. ಇನ್ನು ಕೈಕಟ್ಟಿ ಕೂರಲು ಸಾಧ್ಯವೇ ಇಲ್ಲ ಎನಿಸಿತು ಭಾರತ ಸರ್ಕಾರಕ್ಕೆ.

'ಮುಕ್ತಿವಾಹಿನಿ'....ಸಿಡಿದೆದ್ದ ಬೆಂಗಾಳಿಗಳ ಗೆರಿಲ್ಲಾ ಪಡೆ. ಅವರಿಗೆ ಸಹಾಯ ಮಾಡಲು, ತರಬೇತಿ ಕೊಡಲು ಭಾರತದ 'ಮಿತ್ರವಾಹಿನಿ' ಹೆಗಲು ಕೊಟ್ಟಿತು. ಮುಕ್ತಿವಾಹಿನಿ ಮತ್ತು ಮಿತ್ರವಾಹಿನಿಗಳ ಮುಖ್ಯ ಕೇಂದ್ರ ಭಾರತದ ಗಡಿಪ್ರದೇಶದ 'ಬೊಯಿರ' ಎನ್ನುವ ಪ್ರದೇಶದಲ್ಲಿತ್ತು. ಪಾಕಿಸ್ತಾನಿ ಸೇನೆ ಇವರನ್ನು

ಫ್ಲೈಯಿಂಗ್ ಆಫೀಸರ್
ನಿರ್ಮಲ್ ಜಿತ್ ಸಿಂಗ್ ಸೇಖೋನ್
ಪರಮವೀರ ಚಕ್ರ

ಫ್ಲೈಟ್ ಲೆಫ್ಟಿನೆಂಟ್ ಅಪ್ಪಚ್ಚು ಗಣಪತಿ
ವೀರಚಕ್ರ

ಹೆದರಿಸಲು ಯುದ್ಧ ಟ್ಯಾಂಕುಗಳನ್ನು ಕಳುಹಿಸಿತು. ಟ್ಯಾಂಕುಗಳು ಭಾರತದ ಗಡಿ ಪ್ರವೇಶಿಸಿದರೂ ಭಾರತದ ಸೇನೆ ಪ್ರತಿಕ್ರಿಯಿಸುತ್ತಿಲ್ಲವಲ್ಲಾ ಎಂದು ಇನ್ನೊಂದು ಹುಚ್ಚು ಸಾಹಸಕ್ಕೆ ಕೈಹಾಕಿತು ಪಾಕೀ ಸೇನೆ.

೨೨ ನವೆಂಬರ್ ೧೯೭೧ ರಂದು ಪಾಕಿಸ್ತಾನದ ವಾಯುದಳ ಮೂರು ಸೇಬರ್ ಜೆಟ್ ಯುದ್ಧ ವಿಮಾನಗಳಿಂದ ಬೊಯಿರಾದ ಮೇಲೆ ಬಾಂಬುಗಳ ದಾಳಿಯನ್ನು ಪ್ರಾರಂಭಿಸಿತು.

ಪಾಕಿಸ್ತಾನಿ ವಿಮಾನ ನಮ್ಮ ಭಾರತದ ಆಕಾಶದಲ್ಲಿ . ಆಗ ಕೆರಳಿತು ನೋಡಿ ಭಾರತೀಯ ವಾಯುಸೇನೆ. ಸಮಯ ಮಧ್ಯಾಹ್ನ ೨.೪೮, ರಡಾರಿನಲ್ಲಿ ಎರಡನೇ ಬಾರಿಗೆ ಸೇಬರ್ ಜೆಟ್ಟುಗಳು ಭಾರತದ ಗಡಿಯ ಕಡೆ ಬರುತ್ತಿರುವುದು ಕಾಣಿಸಿತು, *Scramble...Scramble....Scramble....* ಎನ್ನುವ ಎಚ್ಚರಿಕೆಯ ಆದೇಶ ಹೊರಡುತ್ತಲೇ ಕಲ್ಕತ್ತಾದ ಏರ್ಪೋರ್ಟಿನಲ್ಲಾಗಲೇ ಸಜ್ಜಾಗಿ ನಿಂತಿದ್ದ ಭಾರತೀಯ ವಾಯುಸೇನೆಯ ನಾಲ್ಕು ನ್ಯಾಟ್ ವಿಮಾನಗಳು ಮೂರು ನಿಮಿಷದಲ್ಲಿ ಆಕಾಶ ಸೇರಿ ಗಡಿಯ ಕಡೆ ಶರವೇಗದಲ್ಲಿ ದೌಡಾಯಿಸಿದವು. ಒಂದು ವಿಮಾನದಲ್ಲಿ ನಮ್ಮ ಕರ್ನಾಟಕದ ಫ್ಲೈಟ್ ಲೆಫ್ಟಿನೆಂಟ್ ಗಣಪತಿಯವರಿದ್ದರು. ಕಲ್ಕತ್ತಾ ಏರ್ಪೋರ್ಟಿನ ಆಸುಪಾಸು ಇನ್ನು ಸ್ವಲ್ಪ ಹೊತ್ತು ಬೇರೆ ಯಾವ ವಿಮಾನಗಳೂ ಹಾರುವ ಹಾಗಿಲ್ಲ.

ಸಮಯ ೨.೫೬, ರಡಾರ್ ಕಂಟ್ರೋಲ್ ಕಾರ್ಯ ನಿರ್ವಹಿಸುತ್ತಿದ್ದ ಸ್ಕ್ವಾಡ್ರನ್ ಲೀಡರ್ ಬಾಗಚಿಯವರು ಈ ನಾಲ್ಕು ನ್ಯಾಟ್ ವಿಮಾನಗಳನ್ನು ಗಡಿಯೆಡೆಗೆ ಬರುತ್ತಿದ್ದ ಪಾಕಿಸ್ತಾನಿ ವಿಮಾನಗಳಿಗೆ ಗೊತ್ತಾಗದಂತೆ ಮಾರ್ಗ ನಿರ್ದೇಶನ ಮಾಡಿದರು. ಇದ್ದಕ್ಕಿದ್ದಂತೆ ಗಣಪತಿಯವರ ಮುಂದೇ ಸ್ವಲ್ಪ ಬಲಕ್ಕೆ ಕಾಣಿಸಿಕೊಂಡವು ಸಾಬರ ಜೆಟ್ಟು ವಿಮಾನಗಳು. ಕಂಡದ್ದೇ ತಡ, ವಿಮಾನದ Gun sight ನ ಮಧ್ಯಕ್ಕೆ ಬರುವ ಹಾಗೆ ಒಂದು ಏರೋಬ್ಯಾಟಿಕ್ ವಿನ್ಯಾಸವನ್ನು ರಚಿಸಿ ಗುಂಡಿನ ಮಳೆಗರೆದರು ಗಣಪತಿಯವರು, ಪ್ರತಿ ಸೆಕೆಂಡಿಗೆ ೧೨೦ ಗುಂಡುಗಳು! ಕ್ಷಣಾರ್ಧದಲ್ಲೇ ಪಾಕಿಸ್ತಾನಿ ಜೆಟ್ಟುಗಳು ಪತನಗೊಂಡವು. ಪಾಕೀ ಪೈಲಟ್ಟುಗಳು ejection seat ನ ಮತ್ತು ಪ್ಯಾರಾಚೂಟಿನ ಸಹಾಯದಿಂದ ಕೆಳಗಿಳಿದು ಬಂದರು ಮತ್ತು ಕಾಯುತ್ತಿದ್ದ ಭಾರತೀಯ ಸೇನೆಯ 'ಅತಿಥಿ'ಗಳಾದರು. ಇದೆಲ್ಲವನ್ನೂ ಪಕ್ಕದಲ್ಲಿದ್ದ ಕ್ಯಾಮರದಲ್ಲಿ ಕ್ಲಿಕ್ಕಿಸಲಾಯಿತು.

Murder..Murder.. Murder... ಎಂದು ಮೂರು ಸಲ ರೇಡಿಯೋದಲ್ಲಿ ಗಣಪತಿಯವರು ಉದ್ಗರಿಸಿದ್ದು ಒಂದು ಕೋಡ್ ವರ್ಡ, ಅಂದರೆ ಮೂರೂ ವಿಮಾನಗಳನ್ನೂ ಪತನಗೊಳಿಸಲಾಗಿದೆ ಎಂದು. ಕೇವಲ ಹದಿನಾರು

ನಿಮಿಷಗಳಲ್ಲಿ ಈ ಕಾರ್ಯಾಚರಣೆ ಮುಗಿಯಿತು. ಮುಂದೆ ನಡೆಯಲಿರುವ ಯುದ್ಧಕ್ಕೆ, ಪೂರ್ವ ಪಾಕಿಸ್ತಾನದ ಪತನಕ್ಕೆ, ಬಾಂಗ್ಲಾದೇಶದ ಉದಯಕ್ಕೆ ಇದೊಂದು ಮುನ್ನುಡಿ.

ಹೀಗೆ ಪಾಕಿಸ್ತಾನದ ವಿಮಾನಗಳನ್ನು ಪುಡಿಪುಡಿ ಮಾಡಿದ ಭಾರತೀಯ ವಿಮಾನಗಳು ಸುರಕ್ಷಿತವಾಗಿ ಹಿಂದಿರುಗಿದವು. ವಿಜಯೋತ್ಸವದ ಸಂಭ್ರಮದಲ್ಲಿದ್ದ ಈ ನಾಲ್ಕು ವಿಮಾನಗಳು ಮುಂದೆ ಮಾಡಿದ್ದೇನು ಗೊತ್ತೇ? ವಿಮಾನಗಳಲ್ಲಿ ಇನ್ನೂ ಸಾಕಷ್ಟು ಇಂಧನವಿದೆ ಇಷ್ಟು ಬೇಗ ಏಕೆ ಲ್ಯಾಂಡ್ ಮಾಡಬೇಕು ಎಂದು ಕಲ್ಕತ್ತಾದ ಬಾನಿನಲ್ಲಿ ಏರೋಬ್ಯಾಟಿಕ್ ಪ್ರದರ್ಶನಕ್ಕೆ ಅನುಮತಿ ಪಡೆದು ಆಕಾಶದಲ್ಲಿ ತಮ್ಮ ಕಲಾಪ್ರದರ್ಶನ ಮಾಡಿ ಇಡೀ ಕಲ್ಕತ್ತಾಕ್ಕೆ ತಮ್ಮ ವಿಜಯೋತ್ಸವವನ್ನು, ಸಾಹಸವನ್ನು ಅವರದೇ ಭಾಷೆಯಲ್ಲಿ ಬಿತ್ತರಿಸಿದರು!!

೩ ಡಿಸೆಂಬರ್ ೧೯೭೧ ಭಾರತ ಅಧಿಕೃತವಾಗಿ ಪಾಕಿಸ್ತಾನದ ಮೇಲೆ ಯುದ್ಧ ಘೋಷಿಸಿತು. ಯುದ್ಧದಲ್ಲಿ ಪೂರ್ವ ಪಾಕಿಸ್ತಾನದ ಸೈನ್ಯ ಹೀನಾಯ ಸೋಲನ್ನು ಅನುಭವಿಸಿ ಭಾರತೀಯ ಸೈನ್ಯಕ್ಕೆ ಶರಣಾಗತವಾಯಿತು. ೯೩,೦೦೦ ಪಾಕಿಸ್ತಾನದ ಸೈನ್ಯಾಧಿಕಾರಿಗಳು ಮತ್ತು ಸೈನಿಕರನ್ನು ಭಾರತೀಯ ಸೇನೆ ಯುದ್ಧ ಖೈದಿಗಳಾಗಿ ವಶಪಡಿಸಿಕೊಂಡಿತು. ಈ ಹೀನಾಯ ಸೋಲನ್ನು ಅರಗಿಸಿಕೊಳ್ಳಲು ಪಾಕಿಸ್ತಾನಕ್ಕೆ ಸಾಧ್ಯವಾಗಲಿಲ್ಲ. ಇದರ ಪರಿಣಾಮ, ಭಾರತದ ಪಶ್ಚಿಮ ಗಡಿಯಲ್ಲಿಯೂ ಯುದ್ಧ ಪ್ರಾರಂಭವಾಯಿತು.

ಆಗ ವಾಯುಸೇನೆಯಲ್ಲಿ MIG-21, Hunter ಮತ್ತು Gnat ಯುದ್ಧ ವಿಮಾನಗಳಿದ್ದವು. ಇವುಗಳಲ್ಲಿ Gnat ಅತಿ ಚಿಕ್ಕ ವಿಮಾನ. Gnat ಅಂದರೆ ಗುಂಗಾಡಿ ಎನ್ನುವ ಅರ್ಥ, ಅದರ ಗಾತ್ರ ಹಾಗಿತ್ತು. ನೋಡಲು ಬಲು ಸಾಧು ವಿಮಾನದಂತೆ ಕಾಣುತ್ತಿತ್ತು ಮತ್ತು ಈಗಿರುವ ಯುದ್ಧ ವಿಮಾನಗಳಿಗಿರುವಂತೆ ಆಧುನಿಕ ತಂತ್ರದ ಬಾಂಬುಗಳು, ಮಿಸೈಲುಗಳು ಮತ್ತು ಜಾಮರ್ ಅಳವಡಿಸಿರಲಿಲ್ಲ. ಸುಮಾರು 2000ದಷ್ಟು ದೊಡ್ಡಗಾತ್ರದ ಬುಲೆಟ್ಟುಗಳನ್ನು ಹೋಲುವ ರಾಕೆಟ್ಟುಗಳನ್ನು ಲೋಡ್ ಮಾಡಬಹುದಾಗಿತ್ತು, ಫೈರ್ ಮಾಡಿದಾಗ 120 ಬುಲೆಟ್ಟುಗಳು ಪ್ರತಿ ಸೆಕೆಂಡಿಗೆ ಹೊರಬರುತ್ತಿದ್ದವು. ಆದರೆ ಆಕಾಶದಲ್ಲಿ ಇದರ ಪ್ರತಾಪ ಅದ್ಭುತ. ಒಂದು ನಿಮಿಷದಲ್ಲಿ ಸುಮಾರು ಇಪ್ಪತ್ತು ಸಾವಿರ ಅಡಿ ಎತ್ತರಕ್ಕೆ ಜಿಗಿಯುವ ಮತ್ತು ಸುಮಾರು ಒಂದು ಸಾವಿರ ಕಿ.ಮೀ.ಗೂ ಹೆಚ್ಚು ವೇಗದಲ್ಲಿ ಹಾರುವ ಈ ಉಕ್ಕಿನ ಹಕ್ಕಿಗೆ ಆ "ಸಾಬರ ಜೆಟ್ಟು" ಗಳು ಹೆದರುತ್ತಿದ್ದುದೇ ಅದರ ವೇಗಕ್ಕೆ ಮತ್ತು ಅದರೊಳಗೆ ಕೂತಿರುವ ಪೈಲಟ್ಟಿನ ಸಾಮರ್ಥ್ಯಕ್ಕೆ. ಪೂರ್ವ ಪಾಕಿಸ್ತಾನ ಇನ್ನೇನು ಪಾಕಿಸ್ತಾನದ

ಹಿಂಸೆಯಿಂದ ಬಿಡುಗಡೆ ಹೊಂದಿ ಬಾಂಗ್ಲಾದೇಶವಾಗಿ ಉದಯಿಸುವುದರಲ್ಲೇ ಇತ್ತು, ಹತಾಶಗೊಂಡ ಪಾಕಿಸ್ತಾನ, ಪುನಃ ಕಾಶ್ಮೀರವನ್ನು ಕಬಳಿಸುವ ಅಥವಾ ಅದಾಗದಿದ್ದರೆ ಶ್ರೀನಗರವನ್ನು ನೆಲಸಮಗೊಳಿಸುವ ದುಸ್ಸಾಹಸಕ್ಕೆ ಕೈಹಾಕಿತು.

ದಿನಾಂಕ ೧೪ ಡಿಸೆಂಬರ್ ೧೯೭೧, ಆರು ಪಾಕಿಸ್ತಾನಿ ಯುದ್ಧ ವಿಮಾನಗಳು ಶ್ರೀನಗರದ ಕಡೆ ಬರುತ್ತಿವೆ ಎನ್ನುವ ಮಾಹಿತಿ ಬಂತು. ಫ್ಲೈಟ್ ಲೆಫ್ಟಿನೆಂಟ್ ಘುಮ್ಮನ್ ಮತ್ತು ಫ್ಲೈಯಿಂಗ್ ಆಫೀಸರ್ ಸೇಖೋನ್ ಕೂಡಲೇ ತಮ್ಮ ವಿಮಾನಗಳ ಕಡೆ ಓಡಿಹೋಗಿ, ಜಿಗಿತು ಕುಳಿತುಕೊಂಡು ಎಂಜಿನ್ ಚಾಲೂ ಮಾಡಿ ಟೇಕಾಫ್ ಮಾಡುವಷ್ಟೊತ್ತಿಗಾಗಲೇ ಪಾಕಿಸ್ತಾನದ ವಿಮಾನಗಳು ಮೊದಲಾವೃತ್ತಿಯ ದಾಳಿಯನ್ನು ಪ್ರಾರಂಭಿಸಿದ್ದವು. ಬೀಳುತ್ತಿದ್ದ ಬಾಂಬುಗಳನ್ನು ಲೆಕ್ಕಿಸದೆ ಟೇಕಾಫ್ ಮಾಡೇ ಬಿಟ್ಟರು! ಎರಡೇ ನಿಮಿಷದಲ್ಲಿ ನ್ಯಾಟ್ ವಿಮಾನಗಳಲ್ಲಿ ಬಾನಿಗೇರಿದರು. ಅದಾದ ಕೆಲವೇ ಸೆಕೆಂಡುಗಳಲ್ಲಿ ಆರು ಪಾಕಿಸ್ತಾನಿ ಯುದ್ಧ ವಿಮಾನಗಳು ಶ್ರೀನಗರದ ವಾಯುನೆಲೆಯ ಮೇಲೆ ದಾಳಿ ಮಾಡಲು ಪ್ರಾರಂಭಿಸಿದವು. ರನ್ ವೇ ಮೇಲೆ ಎರಡು ಬಾಂಬುಗಳು ಬಿದ್ದು ಆಳವಾದ ಕಂದರವನ್ನೇ ಸೃಷ್ಟಿಸಿದವು. ಇನ್ನು ಇಲ್ಲಿಂದ ಯಾವ ಏರೋಪ್ಲೇನು ಟೇಕಾಫ್ ಆಗುವುದಿಲ್ಲ ಎನ್ನುವ ಭರವಸೆ ಬಂತು ಪಾಕಿಸ್ತಾನಿ ಪೈಲಟ್ಟುಗಳಿಗೆ. ಅವರ ತಂತ್ರದ ಪ್ರಕಾರ ಶ್ರೀನಗರದ ರನ್ ವೇ ನಿಷ್ಕ್ರಿಯಗೊಂಡಿದೆ ಅಲ್ಲಿಂದ ಯಾವ ವಿಮಾನಗಳೂ ಹಾರಲಾರವು. ಆಗ ಶ್ರೀನಗರದ ಆಕಾಶದಲ್ಲಿ ನಮ್ಮದೇ ಸಾಮ್ರಾಜ್ಯ, ಯಾವುದೇ ಅಡೆತಡೆಯಿಲ್ಲದೆ ಶ್ರೀನಗರದ ಮೇಲೆ ದಾಳಿ ನಡೆಸಬಹುದು ಎನ್ನುವ ಹುನ್ನಾರರಿಂದ ಬಂದಿದ್ದರು.

ಆದರೆ ಅವರಿಗೆ ಗೊತ್ತಿರಲಿಲ್ಲ ಸೇಖೋನ್ ಮತ್ತು ಘುಮ್ಮನ್ ಇವರು ಶ್ರೀನಗರದ ವಾಯುನೆಲೆಯ ಮೇಲೆ ಬಾಂಬುಗಳ ದಾಳಿಯ ನಡುವೆಯೇ ಆಕಾಶಕ್ಕೆ ಹಾರಿದ್ದರು ಅಂತಾ. ಅದೊಂದು ಆಕಾಶದಲ್ಲಿನ ಚಕ್ರವ್ಯೂಹ... ಏಕೈಕ ಭಾರತೀಯ ಯುದ್ಧವಿಮಾನ ಆರು ಪಾಕಿಸ್ತಾನದ ವಿಮಾನಗಳ ಎದಿರು ಮುಖಾಮುಖಿ ಸೆಣಸಾಟ. ಅಭಿಮನ್ಯು...ಸೇಖೋನ್ ಪಾಕಿಸ್ತಾನಿ ಜೆಟ್ಟುಗಳು ಕಂಡದ್ದೇ ತಡ ಅವರಿಗೆ ಕಾಣದಂತೆ ಮೇಲಕ್ಕೇರಿ ಆಗಲೇ ಇವರ ಹಿಂದಿನಿಂದ ಬಂದು ತನ್ನ ಗನ್ ಸೈಟ್ ನಲ್ಲಿ ಫೋಕಸ್ ಮಾಡಿಬಿಟ್ಟರು, "ಎರಡು ಸೇಬರ್ ಜೆಟ್ಟುಗಳ ಹಿಂದೆ ಇದ್ದೇನೆ...ಛೋಡೂಂಗ ನಹೀ" ಎಂದು ರೇಡಿಯೋದಲ್ಲಿ ಅಬ್ಬರಿಸಿ ಗುಂಡಿನ ಮಳೆ ಸುರಿಸಿದರು. ಕ್ಷಣಾರ್ಧದಲ್ಲಿ ಜೆಟ್ಟುಗಳಿಗೆ ಬೆಂಕಿಹತ್ತಿಕೊಂಡು ತತ್ತರಿಸಿ ಧರೆಗೆ ಬಿದ್ದವು. ಇನ್ನುಳಿದ ಸೇಬರ್ ಪೈಲಟ್ಟುಗಳು ಕಕ್ಕಾಬಿಕ್ಕಿಯಾದರು. ಇದೆಲ್ಲಿಂದ ಬಂದಿತು ಈ ನ್ಯಾಟ್?

ದುರದೃಷ್ಟ ಎಂದರೆ ಸೇಖೋನ್ ಜೊತೆ ಇರಬೇಕಿದ್ದ ಘುಮ್ಮನ್ ಅವರ ವೇಗದ

ಅಬ್ಬರಕ್ಕೆ ದೂರ ಉಳಿದುಬಿಟ್ಟಿದ್ದರು, ಅಂತಹಾ ಒಂದು ಶರವೇಗದಲ್ಲಿ ಸೇಖೋನ್ ಪಾಕಿಸ್ತಾನಿಯರನ್ನು ಅಟ್ಟಾಡಿಸಿಕೊಂಡು ಬೇಟೆಯಾಡುತ್ತಿದ್ದರು. ಆಕಾಶದಲ್ಲಿ ಗರಗರನೆ ಸುತ್ತಿಸುತ್ತಿ ಪಾಕಿಸ್ತಾನಿ ಸೇಬರ್ಗ್‌ಳನ್ನು ವಿಚಲಿತಗೊಳಿಸಿ ಅವರ ಮೇಲೆ ಫೈರ್ ಮಾಡುತ್ತಿದ್ದರು. ಅದರಲ್ಲಿ ಒಂದು ಜೆಟ್ ಸೇಖೋನ್ ರ ಹಿಂದೆ ಬಿದ್ದು ಆಕ್ರಮಣ ಮಾಡಿತು. ನ್ಯಾಟ್ ವಿಮಾನದಿಂದ ಹೊಗೆ ಬರಲು ಶುರುವಾಯಿತು. ಸೇಖೋನ್ eject... eject ಎಂದು ರಡಾರ್ ಕಂಟ್ರೋಲರ್ ರೇಡಿಯೋದಲ್ಲಿ ಕೂಗುವವರೆಗೂ ಇವರು ಸೇಬರ್ ವಿಮಾನಗಳ ಹಿಂದೆ ಬಿದ್ದಿದ್ದರು. ಇವರು eject ಆದರು...ಆದರೆ ಭೂಮಿಗೆ ಬಹಳ ಹತ್ತಿರದಲ್ಲಿದ್ದರು, ಪ್ಯಾರಾಚೂಟು ಬಿಚ್ಚಿಕೊಳ್ಳುವಷ್ಟರಲ್ಲೇ ಆ ದಟ್ಟವಾದ ಕಾಶ್ಮೀರದ ಕಾಡಿನ ಮರದ ಮೇಲೆ ಬಿದ್ದರು. ಅಲ್ಲೇ ಇದ್ದ ಕಾಶ್ಮೀರಿ ಮಹಿಳೆಯೊಬ್ಬರು ಇವರನ್ನು ಕೆಳಗಿಳಿಸಿ, ಬದುಕಿಸಲು ಹರಸಾಹಸ ಮಾಡಿದರು. ಸೇಖೋನ್ ಅವರ ತೊಡೆಯ ಮೇಲೆ ಕೊನೆಯುಸಿರೆಳೆದರು.

14 ಡಿಸೆಂಬರ್ ಶ್ರೀನಗರದ ಮೇಲೆ ಆರು ಸೇಬರ್ ಜೆಟ್ಟುಗಳು ನಡೆಸಿದ ದಾಳಿಯನ್ನು ಏಕಾಂಗಿಯಾಗಿ ಹಿಮ್ಮೆಟ್ಟಿ ಹೋರಾಡಿದ ಫ್ಲೈಯಿಂಗ್ ಆಫೀಸರ್ ನಿರ್ಮಲ್ಜಿತ್ ಸಿಂಗ್ ಸೇಖೋನ್ ಶ್ರೀನಗರವನ್ನು ರಕ್ಷಿಸಿದ ಸಾಹಸಗಾಥೆಯೊಂದಿಗೆ ಮತ್ತು ಅವರ ವೀರಮರಣದೊಂದಿಗೆ ಯುದ್ಧಕ್ಕೂ ಸಹಾ ತೆರೆಬಿದ್ದಿತು. ಪಾಕಿಸ್ತಾನ ಹೀನಾಯವಾಗಿ ಸೋತು ಭಾರತಕ್ಕೆ ಶರಣಾಯಿತು.

ನಿರ್ಮಲ್ಜಿತ್ ಸೇಖೋನ್ ರವರಿಗೆ ಮರಣೋತ್ತರ "ಪರಮವೀರ ಚಕ್ರ" ಮತ್ತು ಕೊಡಗಿನ ವೀರ ಗಣಪತಿಯವರಿಗೆ "**ವೀರಚಕ್ರ**" ಪ್ರಶಸ್ತಿಗಳಿಂದ ಗೌರವಿಸಲಾಯಿತು.

ದಿ ಗ್ರೇಟ್ ಎಸ್ಕೇಪ್

16 ಡಿಸೆಂಬರ್ ೧೯೭೧.. ಅಮೆರಿಕ ಮತ್ತು ಯೂರೋಪಿನ ರಾಷ್ಟ್ರಗಳು ಬೆಕ್ಕಸ ಬೆರಗಾಗಿ, ಮೂಗಿನ ಮೇಲೆ ಬೆರಳಿಟ್ಟುಕೊಂಡು ಭಾರತ ಮತ್ತು ಪಾಕಿಸ್ತಾನದ ಕಡೆ ಎವೆಯಿಕ್ಕದೆ ನೋಡತೊಡಗಿದವು. ಸನ್ನಿವೇಶ ಹಾಗಿತ್ತು... ಬರೋಬ್ಬರಿ ತೊಂಬತ್ತಮೂರು ಸಾವಿರ ಪಾಕಿಸ್ತಾನದ ಸೈನ್ಯದ ಅಧಿಕಾರಿಗಳು ಮತ್ತು ಸೈನಿಕರು ಭಾರತದ ಸೈನ್ಯಕ್ಕೆ ಶರಣಾಗತರಾದರು. ಎರಡನೇ ವಿಶ್ವಯುದ್ಧದ ನಂತರ ಯಾವುದೇ ದೇಶ ಇಂತಹ ವಿಜಯನ್ನು ಸಾಧಿಸಿ ಶತ್ರುಗಳನ್ನು ಈ ಮಟ್ಟಕ್ಕೆ ಹೀನಾಯವಾಗಿ ಶರಣಾಗುವಂತೆ ಮಾಡಿದ ಉದಾಹರಣೆ ಗಳಿರಲಿಲ್ಲ. ಇದು ಅಂದಿನ ಪೂರ್ವ ಪಾಕಿಸ್ತಾನದಲ್ಲಾದ ಕಾರ್ಯಾಚರಣೆ. ಆದರೆ ೧೯೭೧ರ ಯುದ್ಧ ಬರೀ ಅಲ್ಲಿಗೇ ಸೀಮಿತವಾಗಿರಲಿಲ್ಲ. ಪಶ್ಚಿಮದಲ್ಲೂ, ರಾಜಾಸ್ತಾನ, ಕಾಶ್ಮೀರದಲ್ಲೂ ಘಮಾಸಾನ್ ಯುದ್ಧ ನಡೆಯಿತು. ಫ್ಲೈಯಿಂಗ್ ಆಫೀಸರ್ ನಿರ್ಮಲ್ಜಿತ್ ಸೇಖೋನ್ ಆಕಾಶದಲ್ಲಿ ಏಕಾಂಗಿಯಾಗಿ ಅಭಿಮನ್ಯುವಿನಂತೆ ಹೋರಾಡಿ ಪಾಕಿಸ್ತಾನದ ನಾಲ್ಕು ಸೇಬರ್ ಜೆಟ್ ವಿಮಾನಗಳನ್ನು ಧ್ವಂಸಗೊಳಿಸಿ ಶ್ರೀನಗರವನ್ನು ರಕ್ಷಿಸಿದ ಸಾಹಸಗಾಥೆ ವಾಯುದಳದ ಆತ್ಮಸ್ಥೈರ್ಯವನ್ನು ಮುಗಿಲಿಗೇರಿಸಿತ್ತು. ಭಾರತೀಯ ವಾಯುದಳದ ವಿಮಾನಗಳು ಎಗ್ಗಿಲ್ಲದೆ ಪಾಕಿಸ್ತಾನ ದೊಳಗೆ ನುಗ್ಗಿ ಮನಸೋಇಚ್ಛೆ ದಾಳಿ ಮಾಡಲಾರಂಭಿಸಿದರು. ಪಾಕಿಸ್ತಾನದ ವಾಯುನೆಲೆಗಳ ಮೇಲೆ ದಾಳಿ ನಡೆಸಿ, ವಿಮಾನ ಗಳನ್ನು, ರನ್ ವೇ ಗಳನ್ನು ಧ್ವಂಸಗೊಳಿಸಿದರು. ಸೇತುವೆಗಳು, ರೈಲ್ವೇ ಲೈನುಗಳು, ಆಯುಧ ಡಿಪೋಗಳು, ಸೈನ್ಯದ ಶಿಬಿರಗಳು ಒಂದನ್ನೂ ಬಿಡಲಿಲ್ಲ. ಕೆಲವು ಭಾರತದ ವಿಮಾನಗಳೂ ಪತನಗೊಂಡವು,

ದಿ ಗ್ರೇಟ್ ಎಸ್ಕೇಪ್
ಫ್ಲೈಟ್ ಲೆಫ್ಟಿನೆಂಟ್ ದಲೀಪ್ ಪರೂಲ್ಕರ್
ಫ್ಲೈಟ್ ಲೆಫ್ಟಿನೆಂಟ್ ಗ್ರೇವಾಲ್
ಫ್ಲೈಟ್ ಲೆಫ್ಟಿನೆಂಟ್ ಹರೀಶ್ ಸಿಂಜಿ

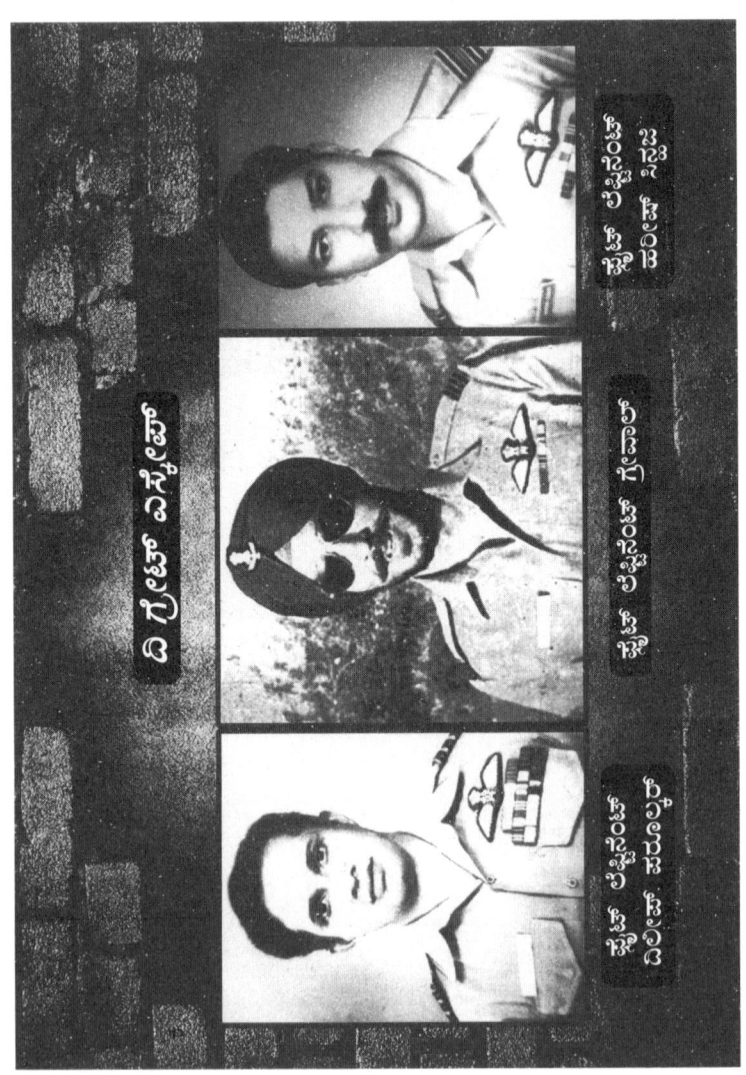

ಭಾರತದ ಕೆಲವು ಫೈಟರ್ ಪೈಲಟ್ಟುಗಳು ಪಾಕಿಸ್ತಾನದಲ್ಲಿ ಯುದ್ಧ ಕೈದಿಗಳಾದರು. ಒಟ್ಟು ಹನ್ನೆರಡು ಭಾರತೀಯ ಪೈಲಟ್ಟುಗಳು ಪಾಕಿಸ್ತಾನದಲ್ಲಿ ಸುಮಾರು ಒಂದು ವರ್ಷದವರೆಗೂ ಯುದ್ಧ ಖೈದಿ ಗಳಾಗಿರಬೇಕಾಯಿತು. ಆದರೆ ವಿಪರ್ಯಾಸ ನೋಡಿ, ಭಾರತಕ್ಕೆ ಶರಣಾದ ತೊಂಬತ್ತಮೂರು ಸಾವಿರ ಪಾಕಿಸ್ತಾನಿ ಯುದ್ಧ ಖೈದಿಗಳನ್ನು ಅಂದಿನ ಪ್ರಧಾನಿ ಇಂದಿರಾಗಾಂಧಿ ಯವರ ನೇರ ಆದೇಶದ ಮೇರೆಗೆ ೨ ಆಗಸ್ಟ್ ೧೯೭೨ ರಂದು ನಡೆದ ಸಿಮ್ಲಾ ಒಪ್ಪಂದದ ಪ್ರಕಾರ ಬಿಡುಗಡೆ ಮಾಡಲಾಯಿತು. ಆದರೆ ಹನ್ನೆರಡು ಫೈಟರ್ ಪೈಲಟ್ಟುಗಳು ಸೇರಿದಂತೆ ಸುಮಾರು ಐನೂರು ಜನ ಭಾರತೀಯ ಸೈನಿಕರನ್ನು ಪಾಕಿಸ್ತಾನ ಒಂದಲ್ಲಾ ಒಂದು ಕಳ್ಳ ನೆಪ ಹೇಳುತ್ತಾ ಬಿಡುಗಡೆ ಮಾಡಲೇ ಇಲ್ಲ. ಯುದ್ಧ ಮುಗಿದು ೫–೬ ತಿಂಗಳುಗಳಾದರೂ ಸಹ ಬಿಡುಗಡೆಯ ದಿನ ಘೋಷಿಸಲಿಲ್ಲದಿದ್ದಾಗ ಈ ಪೈಲಟ್ಟುಗಳ ಮನೋಸ್ಥೈರ್ಯ ಕುಸಿಯತೊಡಗಿತು. ಇದು ಸಹಜವೆ, ಪಾಕಿಸ್ತಾನದ ಕಾರ್ಯವೈಖರಿಯನ್ನು ಬಹಳ ಹತ್ತಿರದಿಂದ ನೋಡಿದ ಅವರು ತಮ್ಮ ಭವಿಷ್ಯದ ಬಗ್ಗೆ ಚಿಂತಿತರಾದರು.

ಯುದ್ಧದಲ್ಲಿ ಪೂರ್ವ ಪಾಕಿಸ್ತಾನವನ್ನು ಕಳೆದುಕೊಂಡು ಅವಮಾನಿತರಾದ ಪಾಕಿಗಳು, ಈ ಯುದ್ಧ ಖೈದಿಗಳ ಮೇಲೆ ಸೇಡು ತೀರಿಸಿಕೊಳ್ಳಲು ಪ್ರಾರಂಭ ಮಾಡಿದರು. ರಾವಲ್ಪಿಂಡಿಯ ಜೈಲಿನಲ್ಲಿದ್ದ ಭಾರತೀಯ ವಾಯುಸೇನೆಯ ಪೈಲಟ್ಟುಗಳಲ್ಲಿ ಕೆಲವರು ಹತಾಶೆಯಿಂದ ಕೈಚೆಲ್ಲಿ ಕುಳಿತರೆ, ಇನ್ನು ಕೆಲವರು ಒಂದು great escape ನ ನೀಲಿ ನಕಾಶೆ ತಯಾರು ಮಾಡಲು ಪ್ರಾರಂಭಿಸಿದರು.

ಫ್ಲೈಟ್ ಲೆಫ್ಟಿನೆಂಟ್ ದಿಲೀಪ್ ಪರೂಲ್ಕರ್, ಫ್ಲೈಟ್ ಲೆಫ್ಟಿನೆಂಟ್ ಗ್ರೇವಾಲ್ ಹಾಗು ಮೈಸೂರಿನವರಾದ ಫ್ಲೈಟ್ ಲೆಫ್ಟಿನೆಂಟ್ ಹರೀಷ್ ಸಿನ್ಹಜಿ, ಈ ಮೂವರು ಜೈಲಿನಿಂದ ಪರಾರಿಯಾಗುವ ಒಂದು ಅದ್ಭುತ ಪ್ಲಾನನ್ನು ರಚಿಸಿದರು. ರಾವಲ್ಪಿಂಡಿಯ ಜೈಲಿನಿಂದ ಹೊರಬಿದ್ದು ಪೇಷಾವರದ ಬಳಿಯ ರೈಲ್ವೆ ನಿಲ್ದಾಣ ತಲುಪಿದರೆ ಅಲ್ಲಿಂದ ಅಫ್ಘಾನಿಸ್ಥಾನವನ್ನು ತಲುಪಬಹುದು ಎನ್ನುವ ಯೋಜನೆಯೊಂದಿಗೆ ತಯಾರಿ ಶುರುವಾಯಿತು.

ಊಟದ ಜೊತೆಗೆ ಬರುತ್ತಿದ್ದ ಚಾಕು ಚಮಚಗಳು ಕ್ಷೌರಿಕನಿಂದ ಪಡೆದ ಕತ್ತರಿಗಳು, ಸ್ಕ್ರೂಡ್ರೈವರುಗಳನ್ನು ಉಪಯೋಗಿಸಿಕೊಂಡು ಹಿಂದಿನ ಗೋಡೆಯನ್ನು ಕೊರೆದು ಒಂದು ಅಂಗೈಯಗಲದ ತೂತಿನಿಂದ ಸುತ್ತಮುತ್ತಲೂ ಏನು ನಡೆಯುತ್ತಿದೆ ಎಂಬುದನ್ನು ಸೂಕ್ಷ್ಮವಾಗಿ ಗಮನಿಸತೊಡಗಿದರು. ಹತ್ತಿರವೇ ಒಂದು ಸಿನೆಮಾ ಥಿಯೇಟರ್ ಇತ್ತು ಮತ್ತು ಅದರ ಪಕ್ಕದಲ್ಲೇ ಒಂದು ಬಸ್ ನಿಲ್ದಾಣವೂ ಇತ್ತು. ರಾತ್ರಿಯ ಕೊನೆಯ ಪ್ರದರ್ಶನದ ನಂತರ ಒಂದು ಬಸ್ಸು ಅಲ್ಲಿಂದ ಹೊರಟು

ಪೇಷಾವರಕ್ಕೆ ಹೋಗುವ ವಿಷಯನ್ನು ತಿಳಿದುಕೊಂಡರು. ಇವರಿಗೆ ಸಿಕ್ಕ ಒಂದು ಹಳೆಯ ಮ್ಯಾಪಿನ ಪ್ರಕಾರ, ಆ ಟೌನಿನಿಂದ ಸ್ವಲ್ಪ ದೂರದಲ್ಲೇ ಒಂದು ರೈಲ್ವೆ ನಿಲ್ದಾಣವಿದೆ ಮತ್ತು ಅಲ್ಲಿಂದ ಆಫ್ಘಾನಿಸ್ತಾನದ ಗಡಿಗೆ ಕೆಲವೇ ಘಂಟೆಗಳ ಪ್ರಯಾಣ. ಒಮ್ಮೆ ಅಲ್ಲಿಗೆ ತಲುಪಿ ಭಾರತೀಯ ರಾಯಭಾರಿ ಕಛೇರಿಯನ್ನು ಸಂಪರ್ಕಿಸಿದರೆ ಇನ್ನೇನು ನಮ್ಮ great escape ಯಶಸ್ವಿಯಾದ ಹಾಗೆ ಎನ್ನುವವರೆಗೂ ಎಲ್ಲಾ ಸಿದ್ದತೆಗಳು ನಡೆದವು. ವಿಮಾನದ ಪ್ಯಾರಾಚೂಟುಗಳನ್ನು ಬಳಸಿ ಅಂಗಿಗಳನ್ನು ಹೊಲಿದುಕೊಂಡರು. ಯುದ್ಧ ಖೈದಿಗಳಿಗೆ ಸಿಗುತ್ತಿದ್ದ ಹಣವನ್ನು ಕಾವಲು ಕಾಯುತ್ತಿದ್ದ ಗಾರ್ಡುಗಳಿಗೆ ಕೊಟ್ಟು ಒಂದೆರಡು ಚೀಲಗಳನ್ನು ತರಿಸಿಕೊಂಡರು.

ಭಾರತದ ಪೈಲಟ್ಟುಗಳಿಗೆ ಕೆಲವು ಪಾಕಿಸ್ತಾನಿ ಸೈನಿಕರು ಮತ್ತು ಉಸ್ಮಾನ್ ಎನ್ನುವ ಅಧಿಕಾರಿಯೊಂದಿಗೆ ಸ್ನೇಹ ಬೆಳೆಯುತ್ತದೆ. ಇದಕ್ಕೆ Stockholm Syndrome ಎನ್ನುತ್ತಾರೆ. ವಿಮಾನ ಅಪಹರಣಕಾರರು.. ಅಪಹೃತರೊಂದಿಗೆ ದೋಸ್ತಿ ಬೆಳಸುವಂತೆ.

ಕ್ರಮೇಣ ಆ ಅಂಗೈಯಗಲದ ಕಿಂಡಿಯನ್ನು ಇಟ್ಟಿಗೆಗಳ ಮಧ್ಯದ ಕಾಂಕ್ರೀಟು ಕೆರೆದು ಕೆರೆದು ಅಗಲ ಮಾಡುತ್ತಾ ಹೋದರು. ರಾತ್ರಿಯೆಲ್ಲಾ ಈ ಕೆಲಸ ನಡೆಯುತ್ತಿತ್ತು ಮತ್ತು ಬೆಳಗಾಗುವ ಮುನ್ನ ಯಾರಿಗೂ ಅನುಮಾನ ಬರದಂತೆ ಇಟ್ಟಿಗೆಗಳನ್ನು ಜೋಡಿಸಿಟ್ಟು ಬಿಡುತ್ತಿದ್ದರು. ಕೆಲವೇ ದಿನಗಳಲ್ಲಿ ಇದು ಒಬ್ಬಬ್ಬರಾಗಿ ನುಸುಳಿಕೊಂಡು ಹೊರ ಬರುವಷ್ಟು ಅಗಲವಾಯಿತು.

ಆಗಸ್ಟ್ ೧೨ ರ ರಾತ್ರಿ great escape ನ ಕಾರ್ಯಾಚರಣೆ ಶುರು. ಈ ಪ್ಲಾನನ್ನು ಎಷ್ಟು ಕರಾರುವಾಕ್ಕಾಗಿ ಮಾಡಿದ್ದರೆಂದರೆ, ಕತ್ತಲಿನಲ್ಲಿ, ಇನ್ನೇನು ಸಿನೆಮಾ ಮುಗಿದು ಜನರ ಗುಂಪು ಹೊರ ಬರುತ್ತಿದ್ದ ಹಾಗೆ ಈ ಮೂವರು ನುಸುಳಿಕೊಂಡು ಬಂದರು. ಅದೇ ಸಮಯಕ್ಕೆ ಜೋರಾಗಿ ಮಳೆಯೂ ಶುರುವಾದ್ದರಿಂದ ಇವರು ನುಸುಳಿಕೊಂಡು ಹೊರ ಬಂದದ್ದು ಯಾರಿಗೂ ಕಾಣಲಿಲ್ಲ. ಸದ್ಯ ದೇವರು ನಮ್ಮೊಂದಿಗಿದ್ದಾನೆ ಎನಿಸಿರಬಹುದು. ಥಿಯೇಟರಿನಿಂದ ಹೊರಬಂದ ಜನರ ಗುಂಪು ಸೀದಾ ಬಸ್ಸಿನಲ್ಲಿ ತುಂಬಿಕೊಂಡು ಬಿಟ್ಟಿತು. ಇವರೂ ಸಹಾ ಗುಂಪಿನಲ್ಲಿ ಬೆರೆತು ಹೋದರು.

ಪಂಜಾಬಿನವರಾದ ಗ್ರೇವಾಲ್ ಪಠಾಣರ ಮಾದರಿಯಲ್ಲಿ ಮಾತನಾಡುತ್ತ ಯಾರಿಗೂ ಅನುಮಾನ ಬರದ ಹಾಗೆ ನೋಡಿಕೊಂಡರು. ಕೆಂಪನೆಯ ಮೈ ಬಣ್ಣದ ಮೈಸೂರಿನ ಹರೀಶರಿಗೆ 'ಹರಾಲ್ಡ್' ಎಂದು ವಿದೇಶೀಯ ನಾಮಕರಣ ಮಾಡಿ ಅವರ

ಎಡವಟ್ಟು ಹಿಂದಿಯ ಸುಳಿವು ಸಿಗದ ಹಾಗೆ ನೋಡಿಕೊಂಡರು!

ಬೆಳಗಿನ ಜಾವದಷ್ಟು ಹೊತ್ತಿಗೆ ಬಸ್ಸು ಪೇಷಾವರಕ್ಕೆ ಬಂದು ತಲುಪಿತು. ರಾತ್ರಿಯಿಡೀ ಬಸ್ಸಿನಲ್ಲಿ ತೂಕಡಿಸುತ್ತಾ ಹರೀಶರಿಗೆ ಮೈಸೂರಿನ ನಜರಾಬಾದ ಮನೆಯಲ್ಲಿ, ತಂದೆ ತಾಯಿಯರ ಜೊತೆ ಊಟ ಮಾಡುತ್ತಿದ್ದ ಕನಸು ಬಿದ್ದಿತ್ತಂತೆ! ಇವರ ಕೈಲಿದ್ದ ಮ್ಯಾಪಿನ ಪ್ರಕಾರ 'ಲಂಡಿ ಖಾನ' ಎನ್ನುವ ರೈಲು ನಿಲ್ದಾಣ ಮೂರು ಕಿ.ಮೀ. ದೂರ. ಅಲ್ಲೇ ಹತ್ತಿರದ ಚಹಾದಂಗಡಿಯಲ್ಲಿ ಚಹಾ ಕುಡಿಯುತ್ತಾ, ನಾವು ಪಾಕಿಸ್ತಾನದ ವಾಯು ಸೈನಿಕರು ರಜೆಯಲ್ಲಿದ್ದೇವೆ, ಪ್ರವಾಸ ಮಾಡುತ್ತಿದ್ದೇವೆ ಎಂದು ಯಾರಿಗೂ ಅನುಮಾನ ಬರದ ಹಾಗೆ ಮಾತಾಡಿದರು. ಇನ್ನೂ ಯುದ್ಧದ ನೆನಪು ಮಾಸಿರಲಿಲ್ಲ, ಅಪನಂಬಿಕೆಯ ವಾತಾವರಣ ಆದರೂ.. ಇರಬಹುದೇನೋ ಎಂದು ಅವರ ಪಾಡಿಗೆ ಹೋಗುತ್ತಿದ್ದರೇನೋ... ಆದರೆ ಇವರಿಂದ ಒಂದು ದೊಡ್ಡ ಪ್ರಮಾದ ನಡೆದು ಹೋಯಿತು. ಅದರಿಂದಾಗಿ ಮೂವರೂ ಪುನಃ ರಾವಲ್ಪಿಂಡಿಯ ಕಾರಾಗೃಹಕ್ಕೆ ವಾಪಸಾಗುವ ಪರಿಸ್ಥಿತಿ ನಿರ್ಮಾಣವಾಯಿತು.!

ಅದೇನಾಯಿತೆಂದರೆ.. ಇವರಿಗೆ ಜೈಲಿನಲ್ಲಿ ದೊರೆತ ಭೂಪಟ ಬಹಳ ಹಳೆಯದು. ಅದರಲ್ಲಿದ್ದ ಲಂಡೀ ಖಾನ ಎನ್ನುವ ರೈಲು ನಿಲ್ದಾಣ ಮುಚ್ಚಿ ಬಹಳ ವರ್ಷಗಳೇ ಆಗಿದ್ದವು. ಇವರು ಲಂಡೀ ಖಾನಕ್ಕೆ ಹೋಗಬೇಕು ಎಂದು ಟಾಂಗಾದವರನ್ನು ಕೇಳಿದಾಗ, ಟಾಂಗಾದವರು ಮುಖ ಮುಖ ನೋಡಿಕೊಳ್ಳುತ್ತಾರೆ, ಯಾಕೆಂದರೆ ಅವರು ಆ ಹೆಸರನ್ನೇ ಕೇಳಿರಲಿಲ್ಲ. ಅಲ್ಲೇ ಇದ್ದ ತಹಸೀಲ್ದಾರ್ ಕಛೇರಿಯ ಗುಮಾಸ್ತನೊಬ್ಬ ಅನುಮಾನ ಪಟ್ಟು ಇವರನ್ನು ವಿಚಾರಣೆ ಮಾಡುತ್ತಾನೆ ಮತ್ತು ತಹಸೀಲ್ದಾರರಿಗೆ ವಿಷಯ ತಿಳಿಸುತ್ತಾನೆ. ತಹಸೀಲ್ದಾರರು ಸ್ಥಳಕ್ಕೆ ಬಂದು ವಿಚಾರಣೆ ಮುಂದುವರೆಸುತ್ತಾರೆ. ಪರೋಲ್ಕರರಿಗೆ ಪರಿಸ್ಥಿತಿಯ ಅರಿವಾಗುತ್ತದೆ ಇನ್ನು ತಡಮಾಡಿದರೆ ಆಗಲೇ ಜಮಾಯಿಸಿರುವ ದೈತ್ಯ ಪಠಾಣರಿಂದ ಅಪಾಯ ತಪ್ಪಿದ್ದಲ್ಲಾ ಎಂದು ಮನವರಿಕೆಯಾಗಿ ಜೈಲಿನ ಅಧಿಕಾರಿಯಾಗಿದ್ದ ಉಸ್ಮಾನರ ಬಳಿ ಮಾತಾಡಬೇಕೆಂದು ಕೋರುತ್ತಾರೆ. ಮೊದಲು ಅದಕ್ಕೆ ಒಪ್ಪದ ತಹಸೀಲ್ದಾರನನ್ನು ಅಂತೂ ಕೊನೆಗೆ ಒಪ್ಪಿಸಿ ಉಸ್ಮಾನ್ ಅವರೊಂದಿಗೆ ಮಾತನಾಡುತ್ತಾರೆ. ಕೂಡಲೇ ಪರಿಸ್ಥಿತಿಯನ್ನು ಗ್ರಹಿಸಿದ ಉಸ್ಮಾನ್ ತಹಸೀಲ್ದಾರರೊಂದಿಗೆ ಮಾತಾಡಿ, ಇವರು ನಮ್ಮವರೇ...ಇವರನ್ನು ಸುರಕ್ಷಿತವಾಗಿ ರಾವಲ್ಪಿಂಡಿಗೆ ಕಳುಹಿಸಿಕೊಡಿ ಎಂದು ಆದೇಶಿಸುತ್ತಾರೆ. ಅಂತೆಯೇ ಮೂವರೂ ರಾವಲ್ಪಿಂಡಿಯ ಜೈಲಿಗೆ ಮರಳುತ್ತಾರೆ. ಜೈಲಿಗೆ ಹಿಂತಿರುಗಿದ ಈ ಮೂವರನ್ನು ಅಲ್ಲಿನ ಸಿಬ್ಬಂದಿಗಳು ಇವರ ಮೇಲೆ ಮೇಲ್ನೋಟಕ್ಕೆ ಸಿಟ್ಟು ತೋರಿಸಿದರೂ ಸಹ ಗುಟ್ಟಾಗಿ ಬಂದು ಹೇಳುತ್ತಾರೆ.... "ನಮ್ಮ ಪಾಕಿಸ್ತಾನದ ಪೈಲಟ್ಟುಗಳು ನಿಮ್ಮ ಹಾಗೆ ಸಾಹಸಿಗಳಾಗಿದ್ದಿದ್ದರೆ ನಮ್ಮ

ವಾಯುಸೇನೆಯ ಚರ್ಯೆಯೇ ಬೇರೆಯಾಗಿರುತ್ತಿತ್ತು!"

ಮರಳಿ ಬಾನಿಗೆ

೧ ಡಿಸೆಂಬರ್ ೧೯೭೨ ರಂದು, ಝುಲ್ಫೀಕರ್ ಆಲಿ ಭುಟ್ಟೋ, ಅಂದಿನ ಪಾಕ್ ಪ್ರಧಾನಿ ರಾವಲ್ಪಿಂಡಿಯಲ್ಲಿ ಭಾರತೀಯ ವಾಯುಸೇನೆಯ ಪೈಲಟ್ಟುಗಳೂ ಸೇರಿದಂತೆ ಇತರೆ ಎಲ್ಲಾ ಯುದ್ಧ ಖೈದಿಗಳನ್ನು ಉದ್ದೇಶಿಸಿ 'ನೀವಿನ್ನು ಸ್ವತಂತ್ರರು' ಎಂದು ಘೋಷಿಸಿದ ಮೇಲೆ, ಸುಮಾರು ಒಂದು ವರ್ಷದ ಯುದ್ಧ ಖೈದಿಗಳಾಗಿ ನಡೆಸಿದ ಜೀವನಕ್ಕೆ ಬಿಡುಗಡೆ ದೊರೆಯುತ್ತದೆ.

ಅಮೃತಸರದ ಹತ್ತಿರದ ವಾಘಾ ಬಾರ್ಡರಿನಲ್ಲಿ ಇವರನ್ನು ಭಾರತಕ್ಕೆ ಹಸ್ತಾಂತರಿಸಲಾಗುತ್ತದೆ. ಅಮೃತಸರದ ವಾಯುನೆಲೆಯಲ್ಲಿ ಇವರ ಕುಟುಂಬದ ಸದಸ್ಯರುಗಳನ್ನೆಲ್ಲಾ ಮೊದಲೇ ಕರೆಸಿಟ್ಟುಕೊಂಡಿದ್ದರು. ಒಂದು ವರ್ಷದ ನಂತರ ಇವರ ಸಮಾಗಮ. ಆ ಒಂದು ಭಾವನೆಗಳ ಸಮ್ಮಿಲನ ಅದನ್ನು ಅನುಭವಿಸಿದವರಿಗೇ ಗೊತ್ತು. ನಾವೆಲ್ಲಾ ಪ್ರೇಕ್ಷಕಗಣ.

ವಿಂಗ್ ಕಮಾಂಡರ್ ಗ್ರೇವಾಲ್, ಬಾನಿಗೆ ಮರಳಿದರಾದರೂ, ಕೆಲ ವರ್ಷಗಳ ನಂತರ ವಾಯುಪಡೆಗೆ ರಾಜೀನಾಮೆ ಕೊಟ್ಟು, ಹಿಮಾಲಯದ ತಪ್ಪಲಿನ ತೆರಾಯ್ ಪ್ರದೇಶದಲ್ಲಿ ಈಗಲೂ ವ್ಯವಸಾಯದಲ್ಲಿ ತಮ್ಮನ್ನು ತೊಡಗಿಸಿಕೊಂಡಿದ್ದಾರೆ.

ಇನ್ನು ಈ Great Escape ನ ಮುಖಂಡ ಗ್ರೂಪ್ ಕ್ಯಾಪ್ಟನ್ ದಿಲಿಪ್ ಪರೂಲ್ಕರ್ ಪೂನಾದಲ್ಲಿ ವಿವಿಧ ಉದ್ಯೊಗಗಳಲ್ಲಿ ಈಗಲೂ ತಮ್ಮನ್ನು ತಾವು ತೊಡಗಿಸಿಕೊಂಡಿದ್ದಾರೆ. ಗ್ರೂಪ್ ಕ್ಯಾಪ್ಟನ್ ಹರೀಶ್ ಬೆಂಗಳೂರಿನಲ್ಲಿ ಸೆಟ್ಲಾದರು. ಆದರೆ ದುರದೃಷ್ಟವಶಾತ್ ೧೯೯೯ ರಲ್ಲಿ ಅನಾರೋಗ್ಯದಿಂದ ಬಳಲಿ ಮೃತರಾದರು. ಅವರ ಮಗ ವಿಕ್ರಮ್, ಕಣಕಣಗಳಲ್ಲೂ ಅವರ ಅಪ್ಪನ ನೆನಪುಗಳನ್ನೇ ತುಂಬಿಕೊಂಡು ಜೀವಿಸುತ್ತಿರುವ ವ್ಯಕ್ತಿ, ಇಂಡಿಗೊ ಏರ್ಲೈನ್ ನಲ್ಲಿ ಪೈಲಟ್ ಆಗಿದ್ದಾರೆ.

ಅಂತೂ ಯುದ್ಧದ ಒಂದು ವರ್ಷದ ನಂತರ ನಮ್ಮ ಭಾರತೀಯ ಸೈನಿಕರು ಬಿಡುಗಡೆ ಹೊಂದಿದರು. ಆದರೆ ಒಂದು ಪ್ರಶ್ನೆಯನ್ನು ನಾವೇ ಕೇಳಿಕೊಳ್ಳಬೇಕು ೯೩,೦೦೦ ಪಾಕಿಸ್ತಾನಿ ಯುದ್ಧ ಖೈದಿಗಳಿಗೆ ಕೆಲವೇ ತಿಂಗಳುಗಳಲ್ಲಿ ಬಿಡುಗಡೆ ದೊರೆಯುತ್ತದೆ ಆದರೆ ನಮ್ಮ ಸೈನಿಕರು ಒಂದು ವರ್ಷ ಕಾಯಬೇಕಾಗಿ ಬಂತು.. ಯಾಕೆ?

ಮತ್ತೆ ಇನ್ನೊಂದು ಮಹತ್ತರದ ಪ್ರಶ್ನೆ, ಕಾಶ್ಮೀರದ ಸಮಸ್ಯೆಯನ್ನು ಒಂದೇ ಏಟಿಗೆ ಪರಿಹರಿಸುವ ಅವಕಾಶ ಸಿಕ್ಕಿತ್ತು, ೯೩೦೦೦ ಪಾಕಿಸ್ತಾನದ ಸೈನಿಕರ ಬಿಡುಗಡೆಯ ಬದಲಿಗೆ P O K ಯನ್ನು ವಾಪಸ್ ಭಾರತಕ್ಕೆ ಸೇರಿಸಿಕೊಳ್ಳುವ ಅವಕಾಶವಿತ್ತು, ಆದರೆ ಅದನ್ನು ಚೆಲ್ಲಿ ಕೈಕಟ್ಟಿ ಕುಳಿತೆವು. ಇದೊಂದು ಮಾಡಿಬಿಟ್ಟಿದ್ದರೆ ಅದೆಷ್ಟೋ ಜೀವಗಳ ಬಲಿದಾನದ ಅನಿವಾರ್ಯತೆಯೇ ಇರುತ್ತಿರಲಿಲ್ಲ ಅಲ್ಲವೇ..ಯಾಕೆ ಹೀಗೇ? ಯಾರು ಇದಕ್ಕೆ ಹೊಣೆ?

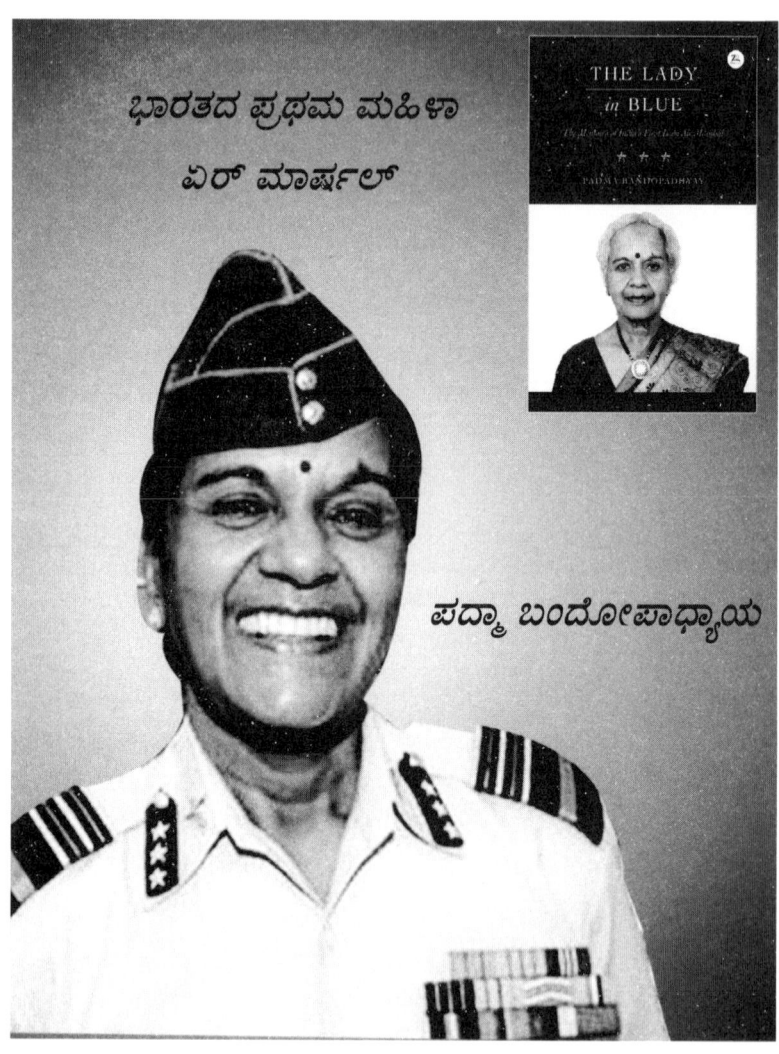

ಭಾರತದ ಪ್ರಥಮ ಮಹಿಳಾ
ಏರ್ ಮಾರ್ಷಲ್
THE LADY
in BLUE
ಪದ್ಮಾ ಬಂದೋಪಾಧ್ಯಾಯ

ಸ್ಫೂರ್ತಿಯ ಸೆಲೆ ಪದ್ಮಾ ಬಂದೋಪಾಧ್ಯಾಯ

4 ನವೆಂಬರ್ ೧೯೪೪ ರಂದು ತಿರುಪತಿಯಲ್ಲಿನ ಒಂದು ಸಂಪ್ರದಾಯಸ್ಥ ಕುಟುಂಬದಲ್ಲಿ ಸ್ವಾಮಿನಾಥನ್ ಮತ್ತು ಅಲಮೇಲು ದಂಪತಿಗಳಿಗೆ ಒಂದು ಹೆಣ್ಣು ಮಗು ಹುಟ್ಟುತ್ತದೆ. ವೆಂಕಟರಮಣನ ಕೃಪೆಯಿಂದಲೇ ಹುಟ್ಟಿದ ಮಗು ಎಂದು ಭಾವಿಸಿದ ದಂಪತಿಗಳು ಮಗುವಿಗೆ ಪದ್ಮಾವತಿಯೆಂದು ನಾಮಕರಣ ಮಾಡುತ್ತಾರೆ. ಅನಾರೋಗ್ಯದಿಂದ ಬಳಲುತ್ತಿದ್ದ ತಾಯಿಯನ್ನು ನೋಡುತ್ತಲೇ ಬೆಳೆದ ಮಗುವಿಗೆ ತಾನು ದೊಡ್ಡವಳಾದ ಮೇಲೆ ವೈದ್ಯಳಾಗಬೇಕೆಂಬ ಮಹದಾಸೆ ಚಿಕ್ಕಂದಿನಿಂದಲೇ ಹುಟ್ಟಿಕೊಳ್ಳುತ್ತದೆ. ಓದುಬರಹದಲ್ಲಿ ಮತ್ತು ಇತರೆ ಎಲ್ಲಾ ಚಟುವಟಿಕೆಗಳಲ್ಲಿ ತುಂಬಾ ಶ್ರದ್ಧೆಯಿಂದ ಮಗಳು ಭಾಗವಹಿಸುವುದನ್ನು ನೋಡಿದ ತಂದೆ ತಾಯಿಗಳು ತುಂಬು ಹೃದಯದಿಂದ ಮಗಳ ಸರ್ವತೋಮುಖ ಅಭಿವೃದ್ಧಿಗೆ ಪರಿಶ್ರಮಿಸುತ್ತಾರೆ. ಮಗಳು ಸೈನ್ಯದ ವೈದ್ಯಕೀಯ ಕಾಲೇಜಿಗೆ ಆಯ್ಕೆಯಾದಾಗ ಮಾತ್ರ ಕಳುಹಿಸಲು ಸ್ವಲ್ಪ ಹಿಂದೇಟು ಹಾಕುತ್ತಾರೆ. ಸಂಪ್ರದಾಯದ ವಾತಾವರಣದಲ್ಲಿ ಬೆಳೆದ ಮಗಳನ್ನು ಪೂನಾದ ಸೈನ್ಯದ ವೈದ್ಯಕೀಯ ಕಾಲೇಜಿಗೆ, ಹಾಸ್ಟಲಿನ ವಾಸಕ್ಕೆ, ಅದೂ ಸೈನ್ಯದಲ್ಲಿ ಡಾಕ್ಟರಾಗಲು, ಉಹುಂ ಒಪ್ಪುವುದೇ ಇಲ್ಲ. ಇತ್ತ ಪದ್ಮಾವತಿಯೂ ಹಿಡಿದ ಪಟ್ಟು ಬಿಡುವುದಿಲ್ಲ.

ಮುಂದಿನ ವರ್ಷವೂ ಪ್ರವೇಶ ಪರೀಕ್ಷೆಯಲ್ಲಿ ಆಯ್ಕೆಯಾದಾಗ ತಂದೆ ತಾಯಿಗಳು ಒಪ್ಪಲೇ ಬೇಕಾಗುತ್ತದೆ. ಕನಸುಗಳು ನನಸಾಗುವ ಸಮಯ ಬಂದೇಬಿಟ್ಟಿತು... ಅಪಾರ ಸಂತೋಷದಿಂದ ವೈದ್ಯಕೀಯ ವ್ಯಾಸಂಗವನ್ನು ಪ್ರಾರಂಭಿಸುತ್ತಾರೆ. ಎಲ್ಲಾ ಚಟುವಟಿಕೆಗಳಲ್ಲೂ ತುಂಬಾ ಆಸಕ್ತಿಯಿಂದ, ಸಕ್ರಿಯವಾಗಿ

ಭಾಗವಹಿಸುತ್ತಾರೆ Air Force ಅನ್ನು ಆಯ್ಕೆ ಮಾಡಿಕೊಂಡರೆ ಮುಂದೊಮ್ಮೆ ಪೈಲಟ್ಟಾಗಲೂ ಅವಕಾಶವಿದ್ದುದರಿಂದ ಸೈನ್ಯದ ಆಯ್ಕೆಯ ಸಮಯದಲ್ಲಿ Air Force ಅನ್ನೇ ಆಯ್ಕೆ ಮಾಡಿಕೊಳ್ಳುತ್ತಾರೆ. ಐದು ವರ್ಷದ ವೈದ್ಯಕೀಯ ವ್ಯಾಸಂಗ ಮುಗಿಸಿ ೧೯೬೮ ರಲ್ಲಿ ಬೆಂಗಳೂರಿನ Air Force ಆಸ್ಪತ್ರೆಗೆ ಉನ್ನತ ತರಬೇತಿಗೆ ಬರುತ್ತಾರೆ. ಅಲ್ಲಿನ ಆಡಳಿತ ವಿಭಾಗದ ಅಧಿಕಾರಿ ಫ್ಲೈಟ್ ಲೆಫ್ಟಿನೆಂಟ್ ಸತಿನಾತ್ ಬಂದೋಪಾಧ್ಯಾಯರ ಜೊತೆ ಪರಿಚಯ..ನಂತರ ಪ್ರೇಮ..ತದನಂತರ ವಿವಾಹವೂ ನೆರವೇರಿಬಿಡುತ್ತದೆ!

೧೯೭೧ ರಲ್ಲಿ ನಡೆದ ಇಂಡೋಪಾಕ್ ಯುದ್ಧದ ಸಮಯದಲ್ಲಿ ದಂಪತಿಗಳಿಬ್ಬರೂ ಪಂಜಾಬಿನ ಹಲ್ವಾರ Air Force ವಾಯುನೆಲೆಯಲ್ಲಿ ಹಗಲಿರುಳೆನ್ನದೆ ಯುದ್ಧದ ಪ್ರಕ್ರಿಯೆಯಲ್ಲಿ ಭಾಗವಹಿಸುತ್ತಾರೆ. ಬಂದೋಪಾಧ್ಯಾಯರು ಆಡಳಿತದಲ್ಲಿ ನಿರತರಾಗಿದ್ದರೆ, ಪದ್ಮಾ ಬಂದೋಪಾಧ್ಯಾಯರು ಗಾಯಾಳುಗಳ ಸೇವೆಯಲ್ಲಿ ನಿರತರಾಗುತ್ತಾರೆ. ಯುದ್ಧ ಮುಗಿದ ನಂತರ ರಾಷ್ಟ್ರಪತಿ ಭವನದಲ್ಲಿ ನಡೆದ ಒಂದು ವಿಶೇಷ ಸಮಾರಂಭದಲ್ಲಿ ದಂಪತಿಗಳಿಬ್ಬರಿಗೂ "ವಿಶಿಷ್ಟ ಸೇವಾ ಮೆಡಲ್" ಅಂದಿನ ರಾಷ್ಟ್ರಪತಿಯವರು ಪ್ರದಾನ ಮಾಡುತ್ತಾರೆ.

ಕಣ್ಣಿನ ಒಂದು ಚಿಕ್ಕ ದೋಷದಿಂದಾಗಿ ಅವರ ವಿಮಾನದ ತರಬೇತಿಯ ಮಹದಾಸೆಗೆ ಬ್ರೇಕ್ ಬಿದ್ದಿತು, ಆದರೂ ಧೃತಿಗೆಡದೆ, ವೈಮಾನಿಕ ವೈದ್ಯಕೀಯದ ವಿಶೇಷ ಪದವಿಯನ್ನು ಪಡೆಯುತ್ತಾರೆ. ಬೆನ್ನಿಗೆ ಪ್ಯಾರಾಚೂಟು ಕಟ್ಟಿಕೊಂಡು ವಿಮಾನದಿಂದ ಜಿಗಿಯುತ್ತಾರೆ. ರಕ್ತವೂ ಹಿಮಗಟ್ಟುವ ಛಳಿಯಲ್ಲಿ ನಾಲ್ಕು ತಿಂಗಳುಗಳ ಕಾಲ ಉತ್ತರ ಧ್ರುವದಲ್ಲಿ ಸಂಶೋಧನೆ ನಡೆಸುತ್ತಾರೆ. ನಿರಂತರ ಪರಿಶ್ರಮದಿಂದ ಹೊಸ ಆವಿಷ್ಕಾರಗಳನ್ನು ಮಾಡುತ್ತಲೇ ಹೋಗುತ್ತಾರೆ. ಪದವಿಗಳ, ಪುರಸ್ಕಾರಗಳ ಸರಮಾಲೆಯನ್ನು ಬಹಳ ಹಗುರವಾಗಿ ಧರಿಸಿ ಮುನ್ನಡೆಯುತ್ತಾರೆ. Air Force ನಲ್ಲಿ ಇವರು ಮುಟ್ಟದ ವಿಷಯಗಳಿಲ್ಲ. ೧೯೭೮ ರಲ್ಲಿ ಊಟಿಯ ಸಮೀಪದ Defence Services Staff Collegeನಲ್ಲಿ ಮಿಲಿಟರಿ ಅಧ್ಯಯನದಲ್ಲಿ ಸ್ನಾತಕೋತ್ತರ ಪದವಿಯನ್ನೂ ಗಳಿಸುತ್ತಾರೆ!

ನಾನು ಎಂಭತ್ತರ ದಶಕದಲ್ಲಿ ಪಂಜಾಬಿನ ಹಲ್ವಾರದ ವಾಯುನೆಲೆಯಲ್ಲಿದ್ದೆ. ಆಗ ಪದ್ಮಾ ಬಂದೋಪಾಧ್ಯಾಯರು ಮತ್ತು ಅವರ ಪತಿ ಪುನಃ ಅಲ್ಲಿಗೆ ವರ್ಗಾವಣೆಯಾಗಿ ಬಂದರು. ಅಲ್ಲಿ ಅವರು ಹಿರಿಯ ವೈದ್ಯಕೀಯ ಅಧಿಕಾರಿ. ನಾನು ಆಗ ಅಲ್ಲಿಯ ವಾಯುಸೇನೆಯ ಆಸ್ಪತ್ರೆಯಲ್ಲಿ ವೈದ್ಯಕೀಯ ಸಹಾಯಕ. ನನ್ನ

ವೃತ್ತಿವಲಯದಲ್ಲಿ ಸಮುದ್ರ ಮಂಥನ ನಡೆಯುತ್ತಿದ್ದ ಕಾಲವದು. ಕತ್ತಲಿನಲ್ಲೇ ಚಡಪಡಿಸುತ್ತಿದ್ದ ದಿನಗಳವು. ಜೀವನದಲ್ಲಿ ಮುನ್ನುಗ್ಗಲೇಬೇಕಾದ ಅನಿವಾರ್ಯತೆ. ಇನ್ನೂ ಮೇಲಕ್ಕೇರಬೇಕೆಂಬ ತುಡಿತ. ಸಾಧನೆಗಳ ಮೂರ್ತಿಯೇ ನನ್ನ ಮುಂದಿರುವಾಗ ಸ್ಫೂರ್ತಿಗೇನು ಕೊರತೆ. ಎಲ್ಲವನ್ನು ಅಧ್ಯಯನ ಮಾಡಿದ್ದ ಈ ಮೇರುವ್ಯಕ್ತಿಯನ್ನೇ ನನ್ನ ಆದರ್ಶ ದೇವತೆಯನ್ನಾಗಿಸಿಕೊಂಡೆ. ಕನ್ನಡವೂ ಸೇರಿದಂತೆ ಎಲ್ಲಾ ಭಾಷೆಗಳಲ್ಲಿ ಪರಿಣಿತರು ಅವರು. ಆಗೊಮ್ಮೆ ಈಗೊಮ್ಮೆ ಕನ್ನಡದಲ್ಲಿ ಮಾತನಾಡಿಸಿದರೆಂದರೆ ನನಗೆ ಎಲ್ಲಿಲ್ಲದ ಖುಷಿ. ನನ್ನ ಪರಿಶ್ರಮಗಳು, ಅಧ್ಯಯನಗಳು ಅವರ ಗಮನಕ್ಕೆ ಬಂತು. ವೈದ್ಯಕೀಯ ಸಹಾಯಕನಾಗಿದ್ದವನೊಬ್ಬ ಪೈಲಟ್ಟಾಗುವ ಕನಸು ಕಾಣುತ್ತಿದ್ದ ಹುಚ್ಚಿಗೆ, ಹಲವಾರು ಜನರ ಕುಹುಕ, ಕೊಂಕುನುಡಿಗಳನ್ನು ಅರಗಿಸಿಕೊಳ್ಳಬೇಕಾಗಿತ್ತು. ಅಂತಹ ಸಮಯದಲ್ಲಿ ಅವರ ಸಾಂತ್ವನದ ನುಡಿಗಳು ಅಧೀರತೆಯನ್ನು ಹೋಗಲಾಡಿಸಿ ಉತ್ಸಾಹವನ್ನು ತುಂಬುತ್ತಿದ್ದವು. ಅಂತೂ ಕೊನೆಗೆ ನಾನು ಪೈಲಟ್ ಟ್ರೈನಿಂಗಿಗೆ ಆಯ್ಕೆಯಾದಾಗ ತುಂಬಾ ಸಂತೋಷಪಟ್ಟರು. ಅವರ ಪ್ರೇರಣೆಯಿಂದ ನನಗೂ ಮುಂದಿನ ವರ್ತುಲಕ್ಕೆ ಛಲ್ಲಾಂಗ ಹೊಡೆಯುವ ಅವಕಾಶ ದೊರಕಿತು.

ಪ್ರಮೋಷನ್ನುಗಳ, ಪ್ರಶಸ್ತಿಗಳ ಬಗ್ಗೆ ಎಂದೂ ತಲೆ ಕೆಡಿಸಿಕೊಳ್ಳದ ಪದ್ಮಾವತಿಯವರನ್ನು ಪ್ರಮೋಶನ್ನುಗಳೇ ಹುಡುಕಿಕೊಂಡು ಬರುತ್ತಿದ್ದವು. ಭಾರತೀಯ ವಾಯುಸೇನೆಯ ಮೊಟ್ಟ ಮೊದಲ ಮಹಿಳಾ 'ಏರ್ ಮಾರ್ಷಲ್' ಆಗಿ ಆಯ್ಕೆಯಾದಾಗಲೂ, 'ಡೈರೆಕ್ಟರ್ ಜನರಲ್' ಆಗಿ ನೇಮಿಸಲ್ಪಟ್ಟಾಗಲೂ, ಅತಿ ಸಹಜವಾಗಿ 'ಏನೋ ದೇವರ ದಯೆ' ಎಂದು ಬಿಟ್ಟರಂತೆ. ಹಾಗೇ 'ಪರಮ ವಿಶಿಷ್ಟ ಸೇವಾ ಮೆಡಲ್', 'ಅತಿ ವಿಶಿಷ್ಟ ಸೇವಾ ಮೆಡಲ್' ಗಳು ಬಂದಾಗಲೂ ಹಾಗೇ. ಇವರನ್ನು ನೋಡಿದ ಕೂಡಲೇ ನೆನಪಾಗುವುದು... ತುಂಬಿದ ಕೊಡ ತುಳುಕುವುದಿಲ್ಲ ಎನ್ನುವ ಮಾತು.

ವಾಯುಸೇನೆಯಿಂದ ನಿವೃತ್ತಿ ಪಡೆದು ಹಲವಾರು ವರ್ಷಗಳಾಯಿತು, ಇತ್ತೀಚಿಗೆ ಅವರ ಆತ್ಮ ಕಥನ "THE LADY IN BLUE" ಎನ್ನುವ ಪುಸ್ತಕ ಬಿಡುಗಡೆಯಾಗಿದೆ. ಈಗಲೂ ನಿರಂತರವಾಗಿ ಒಂದಲ್ಲಾ ಒಂದು ಹೊಸ ಚಟುವಟಿಕೆಗಳಲ್ಲಿ ಸದಾ ನಿರತರಾಗಿರುತ್ತಾರೆ, ಸ್ಫೂರ್ತಿಯ ಸೆಲೆಯಾಗಿ ರಾರಾಜಿಸುತ್ತಾರೆ.

ಎಂಟೆಬ್ಬೆಯ ಸಾಹಸಗಾಥೆ

ಇಸ್ರೇಲಿಗೆ ಭೇಟಿಯಿತ್ತ ಭಾರತದ ಮೊಟ್ಟಮೊದಲ ಪ್ರಧಾನ ಮಂತ್ರಿಗಳು ಎನ್ನುವ ಇತಿಹಾಸವನ್ನು ಸೃಷ್ಟಿಸಿದ ನರೇಂದ್ರ ಮೋದಿಯವರು ತಮ್ಮ ಮೊದಲ ಭಾಷಣದಲ್ಲೇ ನಲವತ್ತೊಂದು ವರ್ಷಗಳ ಹಿಂದೆ ನಡೆದ ಒಂದು ವಿಮಾನಾಪಹರಣದ ಘಟನೆಯನ್ನು ನೆನಪಿಸಿಕೊಳ್ಳುತ್ತಾರೆ. ಇದರಲ್ಲಿ ಪ್ರಾಣತ್ಯಾಗ ಮಾಡಿದ ವೀರ ಸೈನ್ಯಾಧಿಕಾರಿಯೊಬ್ಬನನ್ನು ಸ್ಮರಿಸುತ್ತಿದ್ದಂತೆಯೇ, ಅಲ್ಲಿಯೇ ಕುಳಿತಿದ್ದ ಇಸ್ರೇಲಿನ ಪ್ರಧಾನಿ ಬೆಂಜಮಿನ್ ನೆತನ್ಯಾಹು ಗದ್ಗದಿತರಾಗುತ್ತಾರೆ.

ಏನಿದರ ಹಿನ್ನಲೆ? ಸ್ವಲ್ಪ ಸವಿಸ್ತಾರವಾಗಿದೆ ಓದಿ...

ಈ ಒಂದು ಅದ್ಭುತ ಸಾಹಸಗಾಥೆ "ಎಂಟೆಬ್ಬೆ" ಎನ್ನುವ ಒಂದು ವಿಚಿತ್ರವಾದ ಹೆಸರಿನ ಉಂಗಾಡದ ಒಂದು ಏರ್ಪೋರ್ಟಿನ ಸುತ್ತಲೂ ಹೆಣೆದುಕೊಂಡಿದೆ. ಈ ಹೆಸರು ಈಗಲೂ ವಿಶ್ವದಾದ್ಯಂತ ವಿವಿಧ ರೀತಿಯ ಪ್ರತಿಕ್ರಿಯೆಗಳನ್ನು ಹುಟ್ಟು ಹಾಕುತ್ತದೆ. ಬರೋಬ್ಬರಿ ನಲವತ್ತೊಂದು ವರ್ಷಗಳ ಹಿಂದೆ ನಡೆದ, ಒಂದು ಊಹೆಗೂ ಮೀರಿದ ಸಾಹಸಗಾಥೆ ಅನೇಕ ಚಲನ ಚಿತ್ರಗಳಿಗೆ, ಪುಸ್ತಕಗಳಿಗೆ ಮತ್ತು ಚರ್ಚೆಗೆ ಎಡೆಮಾಡಿಕೊಟ್ಟಿದೆ. ಭಾರತವೂ ಸೇರಿದಂತೆ ಹಲವಾರು ಮಿಲಿಟರಿ ತರಬೇತಿ ಕೇಂದ್ರಗಳಲ್ಲಿ ಇದು ಒಂದು ಮಾದರಿಯ ಪಾಠದ ವಿಷಯವೂ ಆಗಿದೆ.

೨೭ ಜೂನ್ ೧೯೭೬ ರಂದು ಇಸ್ರೇಲಿನ ಮಂತ್ರಿಮಂಡಲ 'ಎಂಟೆಬ್ಬೆ' ಎನ್ನುವ ಹೆಸರಿನಿಂದ ಕಕ್ಕಾಬಿಕ್ಕಿಯಾಗಿ, ವಿಶ್ವಭೂಪಟದಲ್ಲಿ

ಹುಡುಕತೊಡಗಿದರು. ಅಂತೂ ಕೊನೆಗೂ ಸಿಕ್ಕಿತು. ಅದು ಮಧ್ಯ ಆಫ್ರಿಕದ ಉಗಾಂಡದಲ್ಲಿನ ಒಂದು ಏರ್ಪೋರ್ಟ್.

ಏನಾಯಿತು ಎಂದರೆ ಏರ್ ಫ್ರಾನ್ಸ್ ವಾಯುಯಾನದ ಒಂದು ವಿಮಾನ ಇಸ್ರೇಲಿನಿಂದ ಪ್ಯಾರಿಸ್ಸಿಗೆ ಹೋಗುವ ಮಾರ್ಗ ಮಧ್ಯದಲ್ಲಿ, ಪಾಲೆಸ್ತೈನಿನ ಉಗ್ರರಿಂದ ಅಪಹರಿಸಲ್ಪಟ್ಟು, ಸುಮಾರು ೨೫೦ ಜನ ಪ್ರಯಾಣಿಕರು ಮತ್ತು ವಿಮಾನದ ಸಿಬ್ಬಂದಿಯೊಂದಿಗೆ ಉಗಾಂಡಾದ ಈ ಏರ್ಪೋರ್ಟಿಗೆ ಬಂದಿಳಿಯಿತು. ಇದರಲ್ಲಿ ನೂರಕ್ಕೂ ಹೆಚ್ಚು ಇಸ್ರೇಲಿ ಪ್ರಯಾಣಿಕರಿದ್ದರು. ಇಸ್ರೇಲಿನಿಂದ ಎಂಟೆಬ್ಬೆ ಏರ್ಪೋರ್ಟಿಗ ಬರೊಬ್ಬರಿ ೩೮೦೦ ಕಿಮೀಗಳ ದೂರ! ಎಲ್ಲಾ ಬಿಟ್ಟು ಇಷ್ಟು ದೂರದ ಆಫ್ರಿಕಾದ ಏರ್ಪೋರ್ಟಿಗೆ ಯಾಕೆ ಅಪಹರಿಸಿಕೊಂಡು ಒಯ್ದರು ಎಂಬುದು ಸ್ವಲ್ಪ ಸಮಯದಲ್ಲೇ ಇಸ್ರೇಲಿಗೆ ತನ್ನ ಗುಪ್ತಚರ ಅಂಗ 'ಮೊಸ್ಸಾದ್' ನಿಂದ ತಿಳಿಯಿತು.

ಇದೊಂದು ಪೂರ್ವ ನಿಯೋಜಿತ ಅಪಹರಣ, ಹಲವಾರು ದೇಶಗಳ ಕೈವಾಡವಿದೆ ಇದರಲ್ಲಿ ಎನ್ನುವುದು ಮನದಟ್ಟಾಯಿತು. ಅಪಹರಣಗೊಂಡ ವಿಮಾನ ಎಂಟೆಬ್ಬೆ ತಲುಪಿದ ಮೇಲೆ ಅಲ್ಲಾಗಲೇ ಕಾಯುತ್ತಿದ್ದ ಇನ್ನೂ ನಾಲ್ಕು ಉಗ್ರರು ಇವರ ಜೊತೆ ಸೇರಿಕೊಂಡರು. ಇದರಲ್ಲಿ ಉಗಾಂಡದ ಐಲು ಸರ್ವಾಧಿಕಾರಿ ಈದಿ ಅಮಿನ್ ಇವನ ಪಾತ್ರ ಮೇಲ್ನೋಟಕ್ಕೆ ಮಧ್ಯವರ್ತಿಯಂತೆ ಕಂಡರೂ, ಇದು ಅವನಿಂದಲೇ ರಚಿತವಾದ ಒಂದು ಪೂರ್ವ ನಿಯೋಜಿತ ಸಂಚು ಎಂದು ಇಸ್ರೇಲಿಗೆ ಮನದಟ್ಟಾಯಿತು.

ಎಂಟೆಬ್ಬೆಯಲ್ಲಿ ಪ್ರಯಾಣಿಕರನ್ನು ಎರಡು ಗುಂಪು ಮಾಡಲಾಯಿತು. ಒಂದು ಗುಂಪು ಇಸ್ರೇಲಿಯರು ಮತ್ತೊಂದು ಗುಂಪು ಇತರರು. ಈ ಇತರರ ಗುಂಪನ್ನು ಮರುದಿನ ಇನ್ನೊಂದು ವಿಮಾನದಲ್ಲಿ ಪ್ಯಾರಿಸ್ಸಿಗೆ ಕಳುಹಿಸಲಾಯ್ತು. ಆಗ ಅರಿವಾಯ್ತು ಇವರ ಉದ್ದೇಶವೇನು ಎಂದು. ಇಸ್ರೇಲಿನಲ್ಲಿರುವ ಸುಮಾರು ಐವತ್ತು ಜನ ಪ್ಯಾಲೆಸ್ಟೇನಿ ಉಗ್ರರನ್ನು ಇನ್ನು ಮೂರು ದಿನಗಳೊಳಗೆ ಬಿಡುಗಡೆ ಮಾಡದಿದ್ದರೆ ಇಸ್ರೇಲಿಗಳನ್ನು ಹಂತ ಹಂತವಾಗಿ ಕೊಲ್ಲಲಾಗುವುದೆಂಬ ಬೆದರಿಕೆಯನ್ನು ಇಸ್ರೇಲಿಗೆ ತಲುಪಿಸಲಾಯ್ತು.

ಇನ್ನು ಮೂರು ದಿನಗಳಲ್ಲಿ ಏನು ಮಾಡಲು ಸಾಧ್ಯ? ಅಮೆರಿಕದ ಮುಖಾಂತರ ಈಜಿಪ್ಟಿನ ರಾಷ್ಟ್ರಾಧ್ಯಕ್ಷ ಅನ್ವರ್ ಸಾದತ್ ರವರ ಮುಖಾಂತರ ಹೇಳಿಸಿ ನೋಡಿದರು, ಆತಂಕವಾದಿಗಳು..ಉಹುಂ...ಜಪ್ಪಯ್ಯ ಎನ್ನಲಿಲ್ಲ. ಬೇಕಾದರೆ ಇನ್ನು ಎರಡು ದಿನಗಳ ಗಡುವು ಕೊಡುತ್ತೇವೆ ಅಷ್ಟೆ ಎಂದರು. ಅಂತಿಮ ನಿರ್ಧಾರ ಏನು

ಎಂಬುದನ್ನು ನಿರ್ಧರಿಸಲು ಇಸ್ರೇಲಿನ ಕ್ಯಾಬಿನೆಟ್ ದಿನರಾತ್ರಿ ಎನ್ನದೆ ಸಭೆ ನಡೆಸಿತು. ಅಂದಿನ ಇಸ್ರೇಲಿನ ಪ್ರಧಾನ ಮಂತ್ರಿಗಳು ಜೈಲಿನಲ್ಲಿರುವ ಪ್ಯಾಲೆಸ್ಟೀನಿ ಉಗ್ರರನ್ನು ಬಿಡುಗಡೆ ಮಾಡುವುದೇ ಸೂಕ್ತ ಎಂದರು, ಆದರೆ ಅದಕ್ಕೆ ರಕ್ಷಣಾಮಂತ್ರಿ ಆಕ್ಷೇಪವೆತ್ತಿದರು. ಒಂದು ಸಲ ನಾವು ಬಗ್ಗಿದರೆ ಇದೇ ತಂತ್ರ ಮುಂದುವರೆಯಬಹುದು ಎನ್ನುವ ಶಂಕೆ ಅವರದು. ಇಸ್ರೇಲಿನ ಎಲ್ಲರಿಗೂ ಈ ಕ್ರೂರಿ, ಮುಂಗೋಪಿ, ಈದಿ ಅಮೀನನ ಪರಿಚಯ ಚೆನ್ನಾಗೇ ಗೊತ್ತಿತ್ತು, ಅದಕ್ಕೇ ಏನಾದರೊಂದು ನಿರ್ಧಾರ ತೆಗೆದುಕೊಳ್ಳುವುದು ಒಳ್ಳೆಯದು, ಇಲ್ಲವೆಂದರೆ ಎಂಟೆಬ್ಬೆಯಲ್ಲಿರುವ ಇಸ್ರೇಲಿಯರ ಪ್ರಾಣಕ್ಕೆ ಅಪಾಯ ಖಚಿತ ಎನ್ನುವ ಒಮ್ಮತವಂತೂ ಇತ್ತು.

ಈದಿ ಅಮೀನನ ವ್ಯಕ್ತಿತ್ವವೇ ಹಾಗೆ. ಇವನ ಬಗ್ಗೆ ಬರೆಯುವಾಗ ಕ್ರೌರ್ಯ ಮತ್ತು ಕಾಮಿಡಿ ಜೊತೆ ಜೊತೆಯಾಗಿ ಸಾಗುತ್ತವೆ. ಉಗಾಂಡದ 'ಕಕ್ವ' ಎನ್ನುವ ಪಂಗಡದಲ್ಲಿ ಹುಟ್ಟಿದ್ದೇ ಮೊದಲ ಕಾಮಿಡಿ! ನಾಲ್ಕನೇ ತರಗತಿಯಲ್ಲಿ ಫೇಲಾದ ಮೇಲೆ, ಈದಿ ಅಮೀನ್ ಅಂದು ಉಗಾಂಡವನ್ನಾಳುತ್ತಿದ್ದ ಬ್ರಿಟಿಷ್ ಸೇನೆಯಲ್ಲಿ ಅಡುಗೆ ಸಹಾಯಕನಾಗಿ ಸೇರಿಕೊಳ್ಳುತ್ತಾನೆ. ಸೈನ್ಯಕ್ಕೆ ಹೇಳಿಮಾಡಿಸಿದ ಮೈಕಟ್ಟು, ಅಗಾಧವಾದ ಶಕ್ತಿ ಮತ್ತು ಹುಮ್ಮಸ್ಸು. ಇವನ ಕ್ರೌರ ಪ್ರವೃತ್ತಿಯನ್ನು ಬರ್ಮ, ಸೊಮಾಲಿಯ ಮತ್ತು ಕೆನ್ಯಾದಲ್ಲಿ ನಡೆದ ಯುದ್ಧಲ್ಲಿ ಗಮನಿಸಿದ ಅಧಿಕಾರಿಗಳು ಕೆಲವೇ ವರ್ಷಗಳಲ್ಲಿ ಉಗಾಂಡ ಸೈನ್ಯದಲ್ಲಿ ಈದಿ ಅಮೀನನಿಗೆ ಆಫೀಸರ್ ದರ್ಜೆಗೆ ಬಡ್ತಿ ಕೊಟ್ಟುಬಿಡುತ್ತಾರೆ!

೧೯೬೨ ರಲ್ಲಿ ಬ್ರಿಟಿಷರು ಉಗಾಂಡಕ್ಕೆ ಸ್ವಾತಂತ್ರ ಕೊಟ್ಟು ಹೋದ ಮೇಲೆ ಈದಿ ಅಮೀನ್ ತನಗೆ ಬೇಕೆನಿಸಿದ ಪಟ್ಟ ಕಟ್ಟಿಕೊಳ್ಳುತ್ತಾನೆ. ಅಂದಿನ ಉಗಾಂಡದ ಅಧ್ಯಕ್ಷ ಮಿಲ್ಟನ್ ಒಬೋಟ್ ಅವರ ಖಾಸಾ ದೋಸ್ತ್ ಆಗಿಬಿಡುತ್ತಾನೆ. ಇವರಿಬ್ಬರೂ ಸೇರಿಕೊಂಡು ಉಂಗಾಡದ ಸಂಪತ್ತನ್ನು ಇನ್ನಿಲ್ಲದ ಹಾಗೆ ಕೊಳ್ಳೆ ಹೊಡೆಯತ್ತಾರೆ. ಕೊನೆಗೊಮ್ಮೆ, ೧೯೭೧ರಲ್ಲಿ ಒಬೋಟ್ ಅವರನ್ನು ದೇಶಾಂತರ ಓಡಿಸಿ ತಾನೇ ಅಧ್ಯಕ್ಷನಾಗುತ್ತಾನೆ!

ಹೀಗೆ ತನ್ನ ಕ್ರೌರ್ಯದ ಪರಮಾವಧಿಯನ್ನು ತಲುಪಿದೆ ಅಮೀನ್, ಭಾರತೀಯರು ಸೇರಿದಂತೆ ಸುಮಾರು ೫೦ ಸಾವಿರ ಶ್ರೀಮಂತರ ಆಸ್ತಿಯನ್ನೆಲ್ಲಾ ಮುಟ್ಟಗೋಲು ಹಾಕಿಕೊಂಡು ಅವರನ್ನು ದೇಶ ಬಿಟ್ಟು ಓಡಿಸುತ್ತಾನೆ. ತನಗೆ ತಾನೇ ಡಾಕ್ಟರೇಟ್, ಫೀಲ್ಡ್ ಮಾರ್ಶಲ್ ಅಂತೆಲ್ಲಾ ಪದವಿಗಳನ್ನು ಕಟ್ಟಿಕೊಳ್ಳುತ್ತಾನೆ. ತನ್ನ ಯೂನಿಫಾರಮ್ಮನ್ನು ನಾನಾ ವಿಧದ ಪದಕಗಳಿಂದ ಅಲಂಕರಿಸಿಕೊಳ್ಳುತ್ತಾನೆ. ಇಂತಹ

ಹಿಂಸಾಪ್ರವೃತ್ತಿಯ ಮೃಗವನ್ನು ಮಾಧ್ಯಮದವರು ಪೈಪೋಟಿಗೆ ಬಿದ್ದು ವೈಭವೀಕರಿಸುತ್ತಾರೆ. ಇದರಿಂದ ಇನ್ನಷ್ಟು ಹುರುಪುಗೊಂಡು ಇನ್ನಿಲ್ಲದ ಹೀನ ಕೃತ್ಯಗಳಿಗಿಳಿದು ಬಿಡುತ್ತಾನೆ. ಒಂದು ವರದಿಯ ಪ್ರಕಾರ, ಇವನೊಬ್ಬ ನರಮಾಂಸ ಭಕ್ಷಕ, ತನಗಿರುವ ಹಲವಾರು ಹೆಂಡತಿಯರಲ್ಲಿ ಒಬ್ಬಳ ಅಂಗಾಂಗಗಳನ್ನೇ ತಿಂದುಬಿಟ್ಟಿದ್ದನಂತೆ, ರಾಕ್ಷಸ.

೧೯೭೨ ರ ವರೆಗೆ ಈದಿ ಅಮಿನ್ ಇಸ್ರೇಲಿನ ಜೊತೆ ಸ್ನೇಹದಿಂದಲೇ ಇರುತ್ತಾನೆ. ಉಗಾಂಡದಲ್ಲಿ ಬಹುತೇಕ ಕಟ್ಟಡಗಳನ್ನು ಇಸ್ರೇಲಿ ಕಾಂಟ್ರಾಕ್ಟರ್ಗಳೇ ಕಟ್ಟುತ್ತಾರೆ. ಆದರೆ ಇವನ ದುರಾಸೆಗೆ ಮಿತಿ ಇರುವುದಿಲ್ಲ, ನನಗೆ ನಿಮ್ಮ ಜೆಟ್ ವಿಮಾನ ಬೇಕು, ಹಣದ ಸಹಾಯಬೇಕು ಎಂದು ದುಂಬಾಲು ಬೀಳುತ್ತಾನೆ. ಇಸ್ರೇಲು ನಿರಾಕರಿಸುತ್ತದೆ, ಆಗ ನೋಡಿ ಇಸ್ರೇಲಿನ ವಿರುದ್ಧ ಯಾವ ಪರಿ ತಿರುಗಿ ಬೀಳುತ್ತಾನೆಂದರೆ, ಇಸ್ರೇಲಿನಿಂದ ಪ್ಯಾರಿಸ್ಸಿಗೆ ಪ್ರಯಾಣಿಸುತ್ತಿದ ಏರ್ ಫ್ರಾನ್ಸ್ ವಿಮಾನ ಅಪಹರಣವಾಗಿ, ಇವನ ದೇಶಕ್ಕೆ ಬರುವಹಾಗೆ ಪ್ಲಾನು ಹಾಕಿ, ಅದರಲ್ಲಿ ಪ್ಯಾಲೆಸ್ಟೇನಿ ಮತ್ತು ಜರ್ಮನಿ ಉಗ್ರರನ್ನು ಸೇರಿಸಿಕೊಳ್ಳುತ್ತಾನೆ. ಈ ಒಂದು ಹಿನ್ನೆಲೆಯ ಮಾಹಿತಿ ಇಸ್ರೇಲಿನ ಅಧಿಕಾರಿಗಳಿಗೆ ಇದ್ದುದರಿಂದ ಇಸ್ರೇಲಿನಲ್ಲಿ ಚಡಪಡಿಕೆ ಶುರುವಾಗುತ್ತದೆ.

ಸೈನ್ಯದ ಕಾರ್ಯಾಚರಣೆಯ ಮುಖಾಂತರ ಇಸ್ರೇಲಿನ ಪ್ರಯಾಣಿಕರಿಗೆ ರಕ್ಷಣೆ ಒದಗಿಸುವ ನಿರ್ಧಾರಕ್ಕೆ ತುಂಬಾ ಅಡಚಣೆಗಳಿದ್ದವು. ಸುಮಾರು ೩೮೦೦ ಕಿ.ಮೀ. ದೂರದಲ್ಲಿರುವ ಎಂಟ್ಟೆಬ್ಬೆಯಲ್ಲಿ ಮಿಲಿಟರಿ ಕಾರ್ಯಾಚರಣೆಯನ್ನು ಮಾಡುವುದಾದರೂ ಹೇಗೆ? ಅಲ್ಲಿಗೆ ತಲುಪಲು ಸುಮಾರು ೭-೮ ಗಂಟೆಗಳ ವಿಮಾನಯಾನ. ಆಕ್ರಮಣ ತಂಡದಲ್ಲಿ ಎಷ್ಟು ಜನರಿರಬೇಕು. ಅಲ್ಲಿಯ ಕಾರ್ಯಾಚರಣೆ ಮುಗಿದ ಮೇಲೆ ವಾಪಸಾಗಲು ವಿಮಾನದ ಇಂಧನದ ಏರ್ಪಾಡು ಹೇಗೆ? ಇದನ್ನೆಲ್ಲಾ ಸಂಭಾಳಿಸುವ ತಂಡದ ನಾಯಕ ಯಾರು? ಎಂಬೆಲ್ಲಾ ವಿಚಾರಗಳನ್ನು ಕೂಲಂಕುಷವಾಗಿ ಪರಿಶೀಲಿಸಲು ಹಲವಾರು ಗಂಟೆಗಳ ಮೀಟಿಂಗ್ ನಡೆಯುತ್ತದೆ. ಈ ಪ್ರಕ್ರಿಯೆಗೆ ಒಂದು ತ್ವರಿತ ಚಾಲನೆ ನೀಡಲು ಲೆಫ್ಟಿನೆಂಟ್ ಕರ್ನಲ್ ಜೊನಾಥನ್ ನೆತನ್ಯಾಹು ಎಂಬ ನುರಿತ ಕಮಾಂಡೋ ಒಬ್ಬರನ್ನು ಆಯ್ಕೆ ಮಾಡಲಾಗುತ್ತದೆ.

ಆಗ ಪ್ರಾರಂಭವಾಗುತ್ತದೆ "ಆಪರೇಷನ್ ಥಂಡರ್ ಬೋಲ್ಟ್"ನ ಮೊದಲನೇ ಅಧ್ಯಾಯ. ಈ ತಂಡದಲ್ಲಿ ಕರ್ನಲ್ ಜೊನಾಥನ್ ರವರ ತಮ್ಮ, ಒಬ್ಬ ಏರ್ ಫೋರ್ಸ್ ಪೈಲಟ್ ಸಹಾ ಇರುತ್ತಾರೆ. ಆದರೆ ಈ ತರಹದ ಅಪಾಯದ ಕಾರ್ಯಾಚರಣೆಯಲ್ಲಿ ಒಂದೇ ಕುಟುಂಬದ ಇಬ್ಬರು ಸದಸ್ಯರು ಬೇಡ ಎಂದು ನಿರ್ಧರಿಸಲಾಗುತ್ತದೆ.

ಮನಸ್ಸಿಲ್ಲದ ಮನಸ್ಸಿನಿಂದ ಅವರ ತಮ್ಮ, ಬೆಂಜಮಿನ್ ನೆತನ್ಯಾಹು ಈ ಕಾರ್ಯಾಚರಣೆಯಿಂದ ಹೊರಗುಳಿಯತ್ತಾರೆ.

ಅವರೇ ಇಂದಿನ ಇಸ್ರೇಲಿನ ಪ್ರಧಾನಿ, ಬೆಂಜಮಿನ್ ನೆತನ್ಯಾಹು !

ಉಗಾಂಡದೆಡೆಗೆ ಉಡಾಣ

೧೯೪೮ ರಲ್ಲಿ ಜನ್ಮ ಪಡೆದು, ಹುಟ್ಟಿನಿಂದಲೂ ಭಯೋತ್ಪಾದನೆಯನ್ನು ನಿರಂತರವಾಗಿ ಹೆದರಿಸುತ್ತಿರುವ ಇಸ್ರೇಲ್ ಹೇಗೆ ನಿಭಾಯಿಸುತ್ತದೆ ಈ ಪೀಡೆಯನ್ನು? ಭಯೋತ್ಪಾದನೆಯನ್ನು ಹುಟ್ಟು ಹಾಕುವ ಮೂಲಸ್ಥಾನಕ್ಕೇ ನುಗ್ಗಿ, ಉತ್ಪಾದನೆಯ ಹಂತದಲ್ಲೇ ಉಗ್ರರನ್ನು ಬಗ್ಗು ಬಡಿದು, ಭಯೋತ್ಪಾದನೆಯನ್ನು ಬೇರು ಸಮೇತ ಕಿತ್ತೊಗೆಯುವುದೇ ಇಸ್ರೇಲಿನ ರಣನೀತಿ.

ಇನ್ನೊಂದು ಇಸ್ರೇಲಿಯರ ವೈಶಿಷ್ಟ್ಯವೆಂದರೆ ತಮ್ಮ ದೇಶದ ಬಗ್ಗೆ ಇರುವ ಗಾಢವಾದ ಅಭಿಮಾನ, ಅಪಾರವಾದ ಗೌರವ, ಪರಸ್ಪರರಲ್ಲಿರುವ ಬಾಂಧವ್ಯ, ಅಚಲವಾದ ವಿಶ್ವಾಸ, ಈ ಗುಣಗಳಿಂದಾಗಿ ಅವರಿಗೆ ವಿಶ್ವದಲ್ಲಿ ವಿಶೇಷ ಸ್ಥಾನ ಸಿಕ್ಕಿರುವುದು, ಇದಕ್ಕಾಗೇ ಅವರನ್ನು ಅಭಿಮಾನಿಸುವುದು ಮತ್ತು ಇದಕ್ಕಾಗಿಯೇ ಅವರನ್ನು ದ್ವೇಷಿಸುವುದು ಕೂಡ.

ಈದಿ ಅಮೀನನ ಉಗಾಂಡದ ಎಂಟೆಬ್ಬೆಯಲ್ಲಿ ಒತ್ತೆಯಾಳುಗಳಾಗಿ ಸಿಲುಕಿಕೊಂಡಿರುವ ಸುಮಾರು ನೂರು ಜನ ಇಸ್ರೇಲಿಯರನ್ನು ಬಿಡುಗಡೆ ಮಾಡಲು ಕುಳಿತಿದ್ದ ತುರ್ತು ಸಭೆಯಲ್ಲಿ ಎರಡು ಗುಂಪುಗಳು ಮಿಲಿಟರಿ ಕಾರ್ಯಾಚರಣೆಯ ಬಗ್ಗೆ ಪರ ವಿರೋಧದ ವಾದ ಮಾಡುತ್ತಿರುವಾಗಲೇ, ರಕ್ಷಣಾ ಮಂತ್ರಿ ಮಿಲಿಟರಿಗೆ ಕಣ್ಣು ಮಿಟುಕಿಸಿ.. Go ahead ಎಂದೇ ಬಿಟ್ಟರು.

ಜೊನಾಥನ್ ನೇತನ್ಯಾಹುವಿನ ಮುಖಂಡತ್ವದಲ್ಲಿ ಪರಿಹಾರ ಕಾರ್ಯಾಚರಣೆಯ ತಯಾರಿಗಳು ಭರದಿಂದ ನಡೆಯಲು ಶುರುವಾಯಿತು. ಎಂಟೆಬ್ಬೆಯ ಏರ್ಪೋರ್ಟಿನ ಕಟ್ಟಡಗಳನ್ನು ಕೆಲವೇ ವರ್ಷಗಳ ಹಿಂದೆ ಕಟ್ಟಿದ ಕಾಂಟ್ರಾಕ್ಟರುಗಳು ಇಸ್ರೇಲಿನವರಾಗಿದ್ದರಿಂದ ಅಲ್ಲಿನ ಸಂಪೂರ್ಣ ಮಾಹಿತಿ ಪಡೆದು ಕೆಲವೇ ಗಂಟೆಗಳಲ್ಲಿ ಅವರಲ್ಲಿದ್ದ ನಕಾಶೆಯ ಸಹಾಯದಿಂದ ಒಂದು ಮಾದರಿಯನ್ನ ಮರಳಿನಲ್ಲಿ ಕಟ್ಟೇಬಿಟ್ಟರು. ಆಕ್ರಮಣದ ಕಮಾಂಡೊ ದಳಕ್ಕೆ ಉಂಗಾಡದ ಸೇನೆಯ ಮಾದರಿಯ ಸಮವಸ್ತ್ರವನ್ನು ರಾತ್ರೋರಾತ್ರಿ ಹೊಲೆಯಲಾಯಿತು.

ಗುಪ್ತಚರ ಮಾಹಿತಿಯ ಪ್ರಕಾರ ಈದಿ ಅಮಿನನ ಕಪ್ಪು ಬಣ್ಣದ ಮರ್ಸಿಡೀಸ್ ಕಾರಿನಂತಹದೇ ಒಂದು ಕಾರು ಮತ್ತು ಅಲ್ಲಿಯ ಮಿಲಿಟರಿಯವರು ಉಪಯೋಗಿಸುವ ಮಾದರಿಯ ಮೂರು ವಾಹನಗಳು, ಒಟ್ಟು ನಾಲ್ಕು ವಾಹನಗಳನ್ನು ಮೊದಲನೆ ಸಿ–೧೩೦ ಹರ್ಕ್ಯುಲಿಸ್ ಏರೋಪ್ಲೇನಿನಲ್ಲಿ ಲೋಡ್ ಮಾಡಲಾಯಿತು. ವಿದೇಶಕ್ಕೆ ಹೋದ ಈದಿ ಅಮಿನ್ ಮರಳಿ ಬರುತ್ತಿದ್ದಾನೆನ್ನುವಂತೆ ನಾಟಕದ ರಂಗತಾಲೀಮಿನ ರಚನೆಯಾಯ್ತು. ಕಮಾಂಡೊ ಕಾರ್ಯಾಚರಣೆಯ ತಾಲೀಮಿನಲ್ಲಿ ನಿಮಿಷ ನಿಮಿಷಕ್ಕೂ ನಡೆಯಬಹುದಾದ ಘಟನೆಗಳ ಬಗ್ಗೆ ಊಹಿಸಿ, ಯೋಚಿಸಿ, ಪರಾಂಬರಿಸಿ, ಚರ್ಚಿಸಿ ತರಬೇತಿಯಲ್ಲಿ ಅಳವಡಿಸಿಕೊಂಡರು. ಈ ಹೆಜ್ಜೆ ಯಡವಟ್ಟಾದರೆ ಅದಕ್ಕೆ ಪರ್ಯಾಯವೇನು ಎಂಬುದನ್ನೆಲ್ಲಾ ಪರಿಗಣಿಸಲಾಯಿತು. ಈ ಕಾರ್ಯಾಚರಣೆಯ ಬುನಾದಿ... ಗೌಪ್ಯತೆ.

ಎಂಟೆಬ್ಬೆಯ ವಿಮಾನ ನಿಲ್ದಾಣದಲ್ಲಿ ಇರುವವರು ವಿಮಾನ ಅಪಹರಣಕಾರರು ಅಷ್ಟೇ ಅಲ್ಲಾ, ಉಗಾಂಡದ ಸೈನಿಕರೂ ಆಸುಪಾಸಿನಲ್ಲಿ ಇರುತ್ತಾರೆಂದು ತಿಳಿದುಬಂತು. ಪಿಸ್ತೂಲುಗಳಿಗೆ ಸೈಲೆನ್ಸರ್ ಅಳವಡಿಸಲಾಗಿತ್ತು. ಬಂದೂಕಿನ ಫೈರಿಂಗ್ ಕೊನೆಯ ಹಂತದ ಆಕ್ರಮಣಕ್ಕೆ ಮಾತ್ರ ಎಂದು ನಿರ್ಧರಿಸಿದ್ದರು. ಇಸ್ರೇಲಿನ ಕಮಾಂಡೋಗಳು ಮೊದಲಿಂದಲೂ ಅವರು ಉಗಾಂಡದ ಸೈನಿಕರಂತೇ ವರ್ತಿಸಬೇಕು, ಅಪಹರಣಕಾರರನ್ನು ಸೆರೆ ಹಿಡಿಯುವವರೆಗೂ ಅಥವಾ ನಿಷ್ಕ್ರಿಯ ಗೊಳಿಸುವವರೆಗೂ, ಅಲ್ಲಿಗೆ ಹೋಗುತ್ತಿರುವುದು ನಮ್ಮ ಇಸ್ರೇಲಿಯರನ್ನು ಉಳಿಸುವುದಕ್ಕೆ ಮಾತ್ರ, ಉಂಗಾಡ ಸೈನ್ಯದ ಜೊತೆ ಯುದ್ಧ ಮಾಡುವುದಕ್ಕಲ್ಲ ಎಂಬುದನ್ನೂ ಎಲ್ಲರಿಗೂ ಮನವರಿಕೆಯಾಗುವಂತೆ ರಿಹರ್ಸಲ್ ನಡೆಸಲಾಯಿತು.

ಎಂಟೆಬ್ಬೆಗೆ ಹೊರಡಲು ತಯಾರಾಗಿದ್ದ ಒಟ್ಟು ನಾಲ್ಕು ಸಿ–೧೩೦ ಹರ್ಕ್ಯುಲಿಸ್ ಎಲ್ಲಾ ಪೈಲಟ್ಟುಗಳಿಗೆ ನಡುರಾತ್ರಿಯ ಕಗ್ಗತ್ತಲಿನಲ್ಲಿ ಯಾವ ಬೆಳಕಿನ ಸಹಾಯವಿಲ್ಲದೆ ಭೂಸ್ಪರ್ಶ ಮಾಡುವ ತರಬೇತಿಯನ್ನು ಕೊಡಲಾಯಿತು. ನಡುರಾತ್ರಿಯ ನೀರವತೆಯಲ್ಲಿ ನಾಲ್ಕು ಏರೋಪ್ಲೇನುಗಳ ಇಂಜಿನ್ನುಗಳ ಶಬ್ದವನ್ನು ಕಡಿಮೆ ಮಾಡಲು ಏರ್ಪೋರ್ಟ್ಗೆ ಹತ್ತಿರವಾಗುತ್ತಿದ್ದಂತೆ ಎರಡು ಎಂಜಿನ್ನುಗಳನ್ನು ಆರಿಸಿ ನಿಷ್ಕ್ರಿಯಗೊಳಿಸುವ ಪ್ರಯೋಗವನ್ನೂ ನಡೆಸಲಾಯಿತು. ನಾಲ್ಕನೇ ವಿಮಾನದಲ್ಲಿ ಒಂದು ಚಿಕ್ಕ ಆಸ್ಪತ್ರೆಯಂತಹ ವ್ಯವಸ್ಥೆಯನ್ನು ಬಿಟ್ಟರೆ ಒತ್ತೆಯಾಳುಗಳಾಗಿದ್ದ ಇಸ್ರೇಲಿಯರನ್ನು ಕರೆದುಕೊಂಡು ಬರಲು ಖಾಲಿಯಾಗೇ ಇಡಲಾಯಿತು.

೩ ಜುಲೈ ೧೯೭೬ ರಂದು ಎಂಟೆಬ್ಬೆಯ ಕಾರ್ಯಾಚರಣೆಯಲ್ಲಿ

ಭಾಗವಹಿಸುವ ಎಲ್ಲಾ ಕಮಾಂಡೋಗಳು, ಪೈಲಟ್ಟುಗಳು, ಎಂಜಿನೀಯರುಗಳು, ವೈರ್ಲೆಸ್ ಮತ್ತು ವೈದ್ಯಕೀಯ ಸಿಬ್ಬಂದಿ ಎಲ್ಲರನ್ನೂ ಜಮಾಯಿಸಿ ಅಂತಿಮವಾಗಿ ಕರ್ನಲ್ ನೆತನ್ಯಾಹುರ ನೇತೃತ್ವದಲ್ಲಿ ತಾಲೀಮು ನಡೆಸಲಾಗುತ್ತದೆ. ಇಲ್ಲಿ ಒಂದು ಚಿಕ್ಕ ವಿವಾದವೆದ್ದು ಬಿಡುತ್ತದೆ, ಅದೇನೆಂದರೆ ಮೊದಲನೇ ಗೇಟಿನಲ್ಲಿರಬಹುದಾದ ಉಗಾಂಡದ ಗಾರ್ಡುಗಳನ್ನು ಹೇಗೆ ನಿಭಾಯಿಸುವುದು? ಅವರನ್ನು ಬರೀ ಕೈಯಿಂದಲೇ ಹೊಡೆದು ನಿಷ್ಕ್ರಿಯಗೊಳಿಸಬೇಕೇ ಅಥವಾ ಪಿಸ್ತೂಲಿನ ಗುಂಡಿನಿಂದ ಮುಗಿಸಿಬಿಡಬೇಕೇ? ಈ ವಿವಾದ ನಿಖರವಾಗಿ ಬಗೆಹರಿಯುವುದಿಲ್ಲ, ಸರಿ ಅಲ್ಲೇ ಸನ್ನಿವೇಶ ನೋಡಿಕೊಂಡು ನಿರ್ಧರಿಸೋಣ ಎಂದು ಬಿಡುತ್ತಾರೆ ಕಮಾಂಡೊಗಳ ಮುಖಂಡ, ಕರ್ನಲ್ ನೇತನ್ಯಾಹು..

ಮಧ್ಯಾಹ್ನ ೨.೩೦ ರ ಸಮಯ ಇಸ್ರೇಲ್ ಕ್ಯಾಬಿನೆಟ್ ಮಿಲಿಟರಿ ಕಾರ್ಯಾಚರಣೆಯ ಬಗ್ಗೆ ಇನ್ನೂ ಯಾವ ನಿರ್ಣಯವನ್ನೂ ತೆಗೆದು-ಕೊಂಡಿರುವುದಿಲ್ಲ! ಎಂಟುಗಂಟೆಗಳ ವಾಯುಯಾನದ ನಂತರ ಮಧ್ಯರಾತ್ರಿಯ ಕಾರ್ಯಾಚರಣೆಯನ್ನು ಮಾಡಲು ಎಂಟೆಬ್ಬೆಯನ್ನು ತಲುಪಬೇಕೆಂದರೆ ಸಂಜೆ ನಾಲ್ಕರ ಆಸುಪಾಸಿಗೆ ಈ ವಿಮಾನಗಳು ಇಸ್ರೇಲಿನಿಂದ ನಿರ್ಗಮಿಸಲೇಬೇಕು... ಆದರೆ ಈ ಕಾರ್ಯಾಚರಣೆಗೆ ಇನ್ನೂ ಅಧಿಕೃತವಾಗಿ ಪರವಾನಗಿಯೇ ದೊರೆತಿಲ್ಲ, ಎಂತಹ ವಿಪರ್ಯಾಸ.

ಇನ್ನೊಂದು ಆತಂಕದ ಸಮಾಚಾರವೂ ಇಸ್ರೇಲಿನ ಗುಪ್ತಚರ ಇಲಾಖೆ 'ಮೊಸ್ಸಾದ್' ನಿಂದ ಬರುತ್ತದೆ. ಅದೆಂದರೆ, ಮೌರಿಶಿಯಸ್ ದೇಶದ ಪ್ರವಾಸ ಮುಗಿಸಿಕೊಂಡು ಈದಿ ಅಮೀನ್ ಆ ರಾತ್ರಿ ಉಗಾಂಡಕ್ಕೆ ಮರಳುತ್ತಿದ್ದಾನೆ, ಅವನ ವಿಮಾನ ತಲುವ ಮೊದಲೇ ಈ ಕಾರ್ಯಾಚರಣೆ ಮುಗಿದುಬಿಡಬೇಕು.

ಈ ಸಂದಿಗ್ಧ ಪರಿಸ್ಥಿತಿಯಲ್ಲಿ ಮಿಲಿಟರಿ ಅಧಿಕಾರಿಗಳು ಸಾಧಕ ಬಾಧಕಗಳನ್ನು ಚರ್ಚಿಸಿ ಒಂದು ನಿರ್ಧಾರಕ್ಕೆ ಬರುತ್ತಾರೆ... ನಾವಂತೂ ಹೊರಡುತ್ತೇವೆ, ನಾಲ್ಕು ಗಂಟೆಗಳ ವಿಮಾನಯಾನದ ನಂತರ ಒಂದು "ಪಾಯಿಂಟ್ ಆಫ್ ನೋ ರಿಟರ್ನ" ತಲುಪುವುದರೊಳಗೆ ಕ್ಯಾಬಿನೆಟ್ಟಿನ ಅನುಮೋದನೆ ದೊರೆತರೆ ಮುಂದುವರೆಯುತ್ತೇವೆ ಇಲ್ಲದಿದ್ದರೆ ಮರಳಿ ಬರುತ್ತೇವೆ. ಅದಕ್ಕೆ ರಕ್ಷಣಾ ಮಂತ್ರಿಯವರು ಒಪ್ಪುತ್ತಾರೆ. "ಆಪರೇಷನ್ ಥಂಡರ್ ಬೋಲ್ಟ್" ಗಗನಕ್ಕೇರುತ್ತದೆ.

ಇಸ್ರೇಲಿನ ದಾಳಿಗಳ ಯಶಸ್ಸಿನ ರಹಸ್ಯ ಅವರ ಅದ್ವಿತೀಯ ಬೇಹುಗಾರಿಕೆಯ ಜಾಲ. ಪ್ರಪಂಚದ ಮೂಲೆಮೂಲೆಗಳಲ್ಲೂ ಇವರು ಹರಡಿಕೊಂಡಿದ್ದಾರೆ. ಅರಬ್

ದೇಶಗಳಲ್ಲಿ, ಆಫ್ರಿಕಾದಲ್ಲಿ, ಅಮೆರಿಕಾದಲ್ಲಿ .. ಎಲ್ಲಾ ಕಡೆ, ಅವರಿಲ್ಲದ ದೇಶವಿಲ್ಲ ಎನ್ನಬಹುದು. ಇವರಿರುವುದು ಹೋಟೆಲುಗಳಲ್ಲಿ ವೈಟರುಗಳಾಗಿ, ವ್ಯಾಪಾರಿಗಳಾಗಿ, ಟೈಲರುಗಳಾಗಿ, ಮೋಚಿಗಳಾಗಿ, ಯಾವ ಕೆಲಸವಾದರೂ ಸರಿ, ಮೈಯೆಲ್ಲಾ ಕಣ್ಣಾಗಿಸಿ ಮಾಹಿತಿ ಕಲೆ ಮಾಡಿ ಇಸ್ರೇಲಿಗೆ ತಲುಪಿಸುವುದೇ ಇವರ ಮುಖ್ಯ ಉದ್ದೇಶ. ಕೆಲವು ಸಲ 'ಟಾರ್ಗೆಟ್' ಗಳನ್ನು ನಿಷ್ಕ್ರಿಯಗೊಳಿಸುವುದನ್ನೂ ಸಹ ಲೀಲಾಜಾಲವಾಗಿ ಮಾಡಿ ಮುಗಿಸಿಬಿಡುತ್ತಾರೆ! ಇವರ ಮಾನಸಿಕ ಸ್ಥಿತಿಯನ್ನು ಅರ್ಥ ಮಾಡಿಕೊಳ್ಳುವುದು ಸುಲಭದ ಮಾತಲ್ಲ. ಚಾಣಾಕ್ಷರು, ನಿರ್ದಯಿಗಳು, ಏಕಾಂಗಿಗಳು ಆದರೆ ತಮ್ಮ ದೇಶದ ಬಗ್ಗೆ ಇರುವ ಅಚಲ ಅಭಿಮಾನವೇ ಇವರಿಗಿರುವ ಸ್ಫೂರ್ತಿ.

ಎಂಟೆಬ್ಬೆಯ ಕಾರ್ಯಾಚರಣೆಯಲ್ಲಿ ಈ ಗೂಢಾಚಾರರು ನಿರಂತರವಾಗಿ ಕಳುಹಿಸುತ್ತಿದ್ದ ಮಾಹಿತಿಯಾಧಾರದ ಮೇಲೇ ಎಲ್ಲವೂ ನಿರ್ಧಾರವಾಗಿತ್ತು. ಇಸ್ರೇಲಿ ಒತ್ತೆಯಾಳುಗಳನ್ನು ಎಲ್ಲಿಟ್ಟಿದ್ದಾರೆ, ಅಪಹರಣಕಾರರು ಎಷ್ಟು ಜನರಿದ್ದಾರೆ, ಅವರ ವಿವರಣೆ, ಏರ್ಪೋರ್ಟಿನ ವಿವರಣೆ, ಅಲ್ಲಿ ಎಷ್ಟು ಬಾಗಿಲುಗಳಿವೆ, ಎಷ್ಟು ಮೆಟ್ಟಿಲುಗಳಿವೆ, ಈ ಸಣ್ಣ ಸಣ್ಣ ವಿವರಗಳೂ ತುಂಬ ಮಹತ್ವದ ವಿಷಯ. ಇನ್ನೊಂದು ಕಡೆಗಣಿಸಲಾಗದ ವಿಷಯವೆಂದರೆ ಯಹೂದಿಗಳು ನಮ್ಮ ಮಾರವಾಡಿಗಳ ತರಹ, ಚಿನ್ನ, ಬೆಳ್ಳಿ, ವಜ್ರಗಳ ವ್ಯಾಪಾರ ಇವರಿಗೆ ಅನುವಂಶೀಯವಾಗಿ ಬಂದ ಬಳುವಳಿ, ಹಾಗಾಗಿ ಅಫ್ರಿಕಾದ ದೇಶಗಳಲ್ಲಿ ಇವರ ಪ್ರಬಲತೆಯನ್ನು ಅಲ್ಲಿಯ ಸರಕಾರವೂ ಒಪ್ಪಿಕೊಳ್ಳುತ್ತದೆ. ಎಂಟೆಬ್ಬೆಯ ಕಾರ್ಯಾಚರಣೆಯಲ್ಲಿ ಇದೊಂದು ಮಹತ್ತರ ಅಂಶ.

ಈ ಶ್ರೀಮಂತ ಇಸ್ರೇಲಿಯರ ವರ್ಚಸ್ಸಿನಿಂದಾಗಿ ಉಗಾಂಡದ ಪಕ್ಕದ ದೇಶ ಕೆನ್ಯಾ, ಇಸ್ರೇಲಿ ಸೈನ್ಯದ ಕಾರ್ಯಾಚರಣೆಗೆ ಸಹಾಯ ಮಾಡಲು ಒಪ್ಪಿಕೊಂಡಿತು. ಅದರಂತೆ ಸೈನ್ಯದ ಉನ್ನತ ಅಧಿಕಾರಿಗಳು ಬೋಯಿಂಗ್ ೭೦೭ ವಿಮಾನದಲ್ಲಿ ಕೆನ್ಯಾಕ್ಕೆ ಬಂದಿಳಿದುಬಿಟ್ಟರು. ಪ್ಲಾನಿನ ಪ್ರಕಾರ ಇಸ್ರೇಲಿನಿಂದ ಹರ್ಕ್ಯುಲಿಸ್ ವಿಮಾನಗಳು ಉಗಾಂಡಕ್ಕೆ ತಲುಪುವ ಹೊತ್ತಿಗೆ ವಿಮಾನದಲ್ಲಿ ಸ್ವಲ್ಪವೇ ಇಂಧನ ಉಳಿದು ಕೊಂಡಿರುತ್ತದೆ. ಎಂಟೆಬ್ಬೆಯ ಕಾರ್ಯಾಚರಣೆ ಮುಗಿಸಿ ಅಲ್ಲಿಂದ ಕೆನ್ಯಾದ ನೈರೋಬಿಯಲ್ಲಿಳಿದು ಇಂಧನ ತುಂಬಿಸಿಕೊಂಡು ಇಸ್ರೇಲಿಗೆ ಮರುಳುವುದೆಂದು ಒಪ್ಪಂದವಾಯಿತು.

ನಾಲ್ಕು ಹರ್ಕ್ಯುಲಿಸ್ ವಿಮಾನಗಳು ಶತ್ರು ದೇಶದ ರಡಾರುಗಳಿಂದ ಕಣ್ತಪ್ಪಿಸಿ ಉಗಾಂಡ ತಲುಪುವಷ್ಟರಲ್ಲಿ ಮಧ್ಯರಾತ್ರಿಯ ಹನ್ನೆರಡು ಗಂಟೆ. ಮೊದಲನೆಯ ವಿಮಾನ ಭೂಸ್ಪರ್ಶ ಮಾಡಿ ರನ್ ವೇಯ ಕೊನೆಯನ್ನು ತಲುಪಿತು. ಪ್ಲೇನು ಇನ್ನೂ ಚಲಿಸುತ್ತಿದ್ದಾಗಲೇ ಕೆಲವು ಕಮಾಂಡೊಗಳು ಹೊರಗೆ ಧುಮಿಕಿ ರನ್ ವೇಯ

ಇಕ್ಕೆಲಗಳಲ್ಲಿ ಬೆಳಕಿನ ಬೀಕನ್ನುಗಳನ್ನು ಇಟ್ಟು ಕೊಳ್ಳುತ್ತಾ ಹೋದರು. ಇದರಿಂದ ಇತರೆ ಮೂರು ವಿಮಾನಗಳು ಸುಸೂತ್ರವಾಗಿ ಭೂಸ್ಪರ್ಶ ಮಾಡಿದವು. ವಿಮಾನದಿಂದ ಭರ್ ಭರ್ರೆನ್ನುತ್ತಾ ಕಮಾಂಡೋಗಳು ಕಾರುಗಳನ್ನು ಡ್ರೈವ್ ಮಾಡಿಕೊಂಡು ಗೇಟಿನ ಕಡೆ ದೌಡಾಯಿಸಿದರು. ಎಲ್ಲವೂ ರಿಹರ್ಸಲ್ ಮಾಡಿದಂತೇ ನಡೆಯುತ್ತಿತ್ತು. ಗೇಟಿನಲ್ಲಿದ್ದ ಇಬ್ಬರು ಗಾರ್ಡುಗಳು ನಿರೀಕ್ಷಿಸಿದಂತೆ ‘stop’ಎಂದು ಗುಡುಗಿದರು, ಅದು ಅವರ procedure. ಈದಿ ಅಮೀನೇ ಇರಬಹುದೆಂದು ಗೇಟಿಗೆ ಹಾಕಿದ್ದ ಅಡ್ಡಕಂಬಿಯನ್ನು ಇನ್ನೇನು ಎತ್ತಬೇಕು ಅನ್ನುವಷ್ಟರಲ್ಲಿ ಹತ್ತಿರಕ್ಕೆ ಸಲ್ಯೂಟ್ ಮಾಡಲು ಬಂದ ಗಾರ್ಡ ಕಣ್ಣುಕಿರಿದಾಗಿಸಿ ಮುಂದಿನ ಸೀಟಿನಲ್ಲಿದ್ದ ವ್ಯಕ್ತಿಯನ್ನು ಅನುಮಾಸ್ಪದವಾಗಿ ನೋಡುತ್ತಲೇ ಟ್ರಿಗರಿನ ಕಡೆ ಕೈ ಚಲಿಸಲು ಶುರುವಾಯ್ತು. ಇನ್ನು ತಡಮಾಡಿದರೆ ಶೂಟ್ ಮಾಡಿಬಿಡುತ್ತಾರೆಂದು, ಸೈಲೆನ್ಸರ್ ಅಡವಳಿಸಿದ ಪಿಸ್ತೂಲಿನಿಂದ ಸೆಕ್ಯುರಿಟಿ ಸಿಬ್ಬಂದಿಯನ್ನು ಕ್ಷಣಾರ್ಧದಲ್ಲಿ ನೆಲಕ್ಕುರಿಳಿಸಿಬಿಟ್ಟರು ಕರ್ನಲ್ ನೆತನ್ಯಾಹು. ಆದರೆ ಅವರಿಬ್ಬರೂ ಸತ್ತಿರಲಿಲ್ಲ, ಇದನ್ನು ಗಮನಿಸಿದ ಹಿಂದಿನಿಂದ ಬಂದ ಕಮಾಂಡೊ, ಹೀಗೆ ಇವರನ್ನು ಬಿಟ್ಟರೆ ಎಚ್ಚರವಾದ ಮೇಲೆ ಹಿಂದಿನಿಂದ ಆಕ್ರಮಣ ಮಾಡುವ ಸಾಧ್ಯತೆ ಇರುತ್ತದೆ ಎಂದು, ಬಂದೂಕಿನಿಂದ ಡಮಾರ್ ಎಂದು ಗುಂಡು ಹಾರಿಸಿ ಮುಗಿಸೇಬಿಟ್ಟ!

ಇಡೀ ಕಾರ್ಯಾಚರಣೆಯ ಮೂಲಮಂತ್ರ “Surprise Element" ಗೌಪ್ಯತೆಯನ್ನು ಕಾಪಾಡುವ ನಿಯಮ ಅಲ್ಲಿಗೆ ಮುಗಿದೇಬಿಟ್ಟಿತು. ಆಸುಪಾಸಿನಲ್ಲಿದ್ದ ಉಗಾಂಡದ ಸೈನಿಕರು ಗಾಬರಿಗೊಂಡು ಹಿಗ್ಗಾ ಮುಗ್ಗಾ ಫೈರಿಂಗ್ ಮಾಡತೊಡಗಿದರು. ಒಳಗಿದ್ದ ಒತ್ತೆಯಾಳುಗಳು ಈ ಟೆರರಿಸ್ಟುಗಳೇ ಗುಂಡು ಹಾರಿಸುತ್ತಿದ್ದಾರೆ ಇನ್ನೇನು ನಮ್ಮ ಕಥೆ ಮುಗಿದಹಾಗೇ ಎಂದು ಗಾಬರಿಗೊಂಡರು. ಈಗೇನು ಮಾಡುವುದು ಎನ್ನುವ ಅನಿಶ್ಚಿತತೆ ಕಮಾಂಡೋಗಳಲ್ಲೂ ಉಂಟಾಯಿತು. ಇಂತಹ ಪರಿಸ್ಥಿತಿಯನ್ನು ಹಲವಾರು ಬಾರಿ ಅನುಭವಿಸಿದ್ದ ಕರ್ನಲ್ ನೆತನ್ಯಾಹು ತ್ವರಿತವಾಗಿ ರಣತಂತ್ರವನ್ನು ಬದಲಿಸಿದರು. ಮೊದಲನೇ ಕಮಾಂಡೊ ಪಡೆಯನ್ನು ಒತ್ತೆಯಾಳುಗಳಿದ್ದ ಕಡೆ ದೌಡಾಯಿಸಿದರು. ಎರಡನೇ ಪಡೆಯನ್ನು ಉಂಗಾಂಡದ ಸೈನಿಕರನ್ನು ಹಿಮ್ಮೆಟ್ಟಲು ಆದೇಶಿಸಿದರು. ಇದನ್ನೆಲ್ಲಾ ಮುಂದೆ ನಿಂತು ಆದೇಶಿಸುವ ಸಮಯದಲ್ಲೇ ವೀಕ್ಷಣಾ ಗೋಪುರದ ಮೇಲಿದ್ದ ಒಬ್ಬ ಉಗಾಂಡದ ಸೈನಿಕ ಇವರ ಮೇಲೆ ಗುಂಡು ಹಾರಿಸೇ ಬಿಟ್ಟ. ಕುಸಿದು ಬಿದ್ದರು ಕರ್ನಲ್ ನೇತನ್ಯಾಹು.

ನಮ್ಮ ಕಮಾಂಡಿಂಗ್ ಆಫೀಸರ್ಗೆ ಗುಂಡೇಟು ಬಿತ್ತು... ಎಂದು ಕಮಾಂಡೋ ಪಡೆಗಳಲ್ಲಿ ಹಾಹಾಕಾರ ಉಂಟಾಯಿತು. ನೇತನ್ಯಾಹು ಅದರಲ್ಲೇ

ಸಾವರಿಸಿಕೊಂಡು ಅಪಹರಣಕಾರರನ್ನು ಮೊದಲು ಮುಗಿಸಿಬಿಡಿ ಎಂದು ಆದೇಶಿಸಿದರು. ಕಮಾಂಡೋಗಳು ಇನ್ನಿಲ್ಲದ ರೋಷದಿಂದ ಅಪಹರಣಕಾರರನ್ನು ಅಟ್ಟಾಡಿಸಿಕೊಂಡು ಗುಂಡಿಕ್ಕಿ ಕೊಂದುಬಿಟ್ಟರು. ಒತ್ತೆಯಾಳುಗಳಿಗೆ ಇಸ್ರೇಲಿ ಮಾತೃಭಾಷೆಯಾದ ಹೀಬ್ರೂ ನಲ್ಲಿ "ನಾವು ಇಸ್ರೇಲಿ ಸೈನಿಕರು ನಿಮ್ಮನ್ನು ಕರೆದುಕೊಂಡು ಹೋಗಲು ಬಂದಿದ್ದೇವೆ" ಎಂದು ಕೂಗಿ ಹೇಳಿದಾಗಲಂತೂ ಬದುಕುಳಿಯುವ ಎಲ್ಲಾ ಆಸೆಗಳನ್ನು ಬಿಟ್ಟಿದ್ದ ಇಸ್ರೇಲಿಯರಿಗೆ ಇದೇನಿದು ಪವಾಡ...ಪವಾಡ ಎಂದು ಅಬ್ಬರಿಸಲು ಶುರು ಮಾಡಿಕೊಂಡರು. ಸೈನಿಕರು ಉಳಿದ ಇಬ್ಬರು ಅರಬ್ ಆತಂಕವಾದಿಗಳು ಅವಿತಿದ್ದ ಬಾತ್ ರೂಮಿನಲ್ಲೇ ಅವರನ್ನು ಛಿದ್ರಗೊಳಿಸಿದರು.

ಅದೇ ಸಮಯಕ್ಕೆ ನಾಲ್ಕನೇ ಹರ್ಕ್ಯುಲಿಸ್ ಏರೋಪ್ಲೇನು ಒತ್ತಯಾಳುಗಳಿದ್ದ ಕಟ್ಟಡದ ಸಮೀಪವೇ ಬಂದಿತು. ತ್ವರಿತವಾಗಿ ಎಲ್ಲರನ್ನು ಅದರಲ್ಲಿ ಕೂರಿಸಿ ಕೆಲವೇ ನಿಮಿಷಗಳಲ್ಲಿ ಎಂಟೆಬ್ಬೆಯಿಂದ ಹೊರಟೇಬಿಟ್ಟಿತು. ಸುಮಾರು ೪೫ ಉಗಾಂಡದ ಸೈನಿಕರು ಹತರಾದರು. ನಿಧಾನವಾಗಿ ಗುಂಡಿನ ಶಬ್ದಗಳು ಆಗೊಂದು ಈಗೊಂದು ಕೇಳಿ ಬರುತ್ತಿತ್ತು. ಕರ್ನಲ್ ನೆತನ್ಯಾಹುವನ್ನು ಇಸ್ರೇಲಿ ಡಾಕ್ಟರುಗಳು ತಮ್ಮ ಸುಪರ್ದಿಗೆ ತೆಗೆದುಕೊಂಡು ಅವರನ್ನು ಉಳಿಸಲು ಇನ್ನಿಲ್ಲದ ಪ್ರಯತ್ನ ಮಾಡತೊಡಗಿದರು. ಆದರೆ ನೆತ್ತರು ತುಂಬಾ ಹರಿದಿತ್ತು.

ಕಾರ್ಯಾಚರಣೆಯನ್ನು ಮುಗಿಸಿದ ಮೂರು ಹರ್ಕ್ಯುಲಸ್ ವಿಮಾನಗಳು ಕೆನ್ಯಾದ ನೈರೋಬಿಯ ಕಡೆ ಹೊರಟವು. ನಾಲ್ಕನೆಯ ವಿಮಾನದಲ್ಲಿದ್ದ ಕಮಾಂಡೋಗಳಿಗೆ ಇನ್ನೊಂದು ಅಂತಿಮ ಕಾರ್ಯಾಚರಣೆ ಉಳಿದಿತ್ತು. ಇನ್ನೇನು ಕೆಲವೇ ಸಮಯದಲ್ಲಿ ಈದಿ ಅಮೀನನಿಗೆ ವಿಷಯ ತಿಳಿದು ಅವಮಾನದಿಂದ ಕುದ್ದು ಹೋಗುತ್ತಾನೆ. ಸೇಡುತೀರಿಸಿ ಕೊಳ್ಳಲು ಯುದ್ಧ ವಿಮಾನಗಳನ್ನು ಇಸ್ರೇಲಿ ಪ್ಲೇನುಗಳ ಮೇಲೆ ಆಕ್ರಮಣಕ್ಕೆ ಆದೇಶಿಸಬಹುದು. ಪೂರ್ವ ನಿಯೋಜಿತ ಕಾರ್ಯಕ್ರಮದಂತೆ ಈ ವಿಮಾನಗಳನ್ನೂ ಸಹ ಧ್ವಂಸ ಮಾಡಿಯೇ ಹೋಗಬೇಕು. ಕೆಲವೇ ನಿಮಿಷಗಳಲ್ಲಿ ಎಂಟಬ್ಬೆಯಲ್ಲಿದ್ದ ಎಲ್ಲಾ ಹನ್ನೊಂದು ಯುದ್ಧ ವಿಮಾನಗಳನ್ನು ನೆಲಸಮ ಮಾಡಿ ಅವರೂ ಅಲ್ಲಿಂದ ನಿರ್ಗಮಿಸುತ್ತಾರೆ.

ಎಂಟು ದಿನಗಳ ನರಕಯಾತನೆ ಅನುಭವಿಸಿದ ನಂತರ, ಎಂಟು ಗಂಟೆಯ ಪ್ರಯಾಣದ ನಂತರ ಬಿಡುಗಡೆಯ ನಿಟ್ಟುಸಿರಿನೊಂದಿಗೆ ೧೦೩ ಇಸ್ರೇಲಿಯರು ಸುರಕ್ಷಿತವಾಗಿ ಮರಳಿ ಮನೆಗೆ ಬಂದರು. ಜಗತ್ತೇ ನಿಬ್ಬೆರಗಾಗಿ ಈ ನಂಬಲಸಾಧ್ಯವಾದ ಸಾಹಸಗಾಥೆಗೆ ಸಲ್ಯೂಟ್ ಹೊಡೆಯಿತು. ಆದರೆ ಇಸ್ರೇಲಿಗರು

ತಮ್ಮನ್ನಗಲಿದ ಗಂಡೆದೆಯ ವೀರ ಕರ್ನಲ್ ಜೋನಾಥನ್ ನೆತನ್ಯಾಹುವುರವರ ಬಲಿದಾನದ ಬೆಲೆಯನ್ನು ಎಂದೂ ಮರೆತಿಲ್ಲ.

ಭಾರತದ ಪ್ರಧಾನಿ ನರೇಂದ್ರ ಮೋದಿಯವರ ಭಾಷಣದಲ್ಲಿ ಈ ವೀರ ಸೇನಾಧಿಕಾರಿಯ ಬಗ್ಗೆ ಮಾತನಾಡಿದಾಗ ಅವರ ತಮ್ಮ ಇಸ್ರೇಲಿ ಪ್ರಧಾನಿ ಬೆಂಜಮಿನ್ ನೇತನ್ಯಾಹು ಅವರ ಕಣ್ಣಂಚಿನಲ್ಲಿ ಜಿನುಗಿದ ಕಣ್ಣೀರಿನ ಬೆಲೆ.. ಇತಿಹಾಸದ ಈ ಅಧ್ಯಾಯ ಅರಿತವರಿಗಷ್ಟೇ ಗೊತ್ತು.

ಇಸ್ರೇಲಿನಲ್ಲಿ ಮೈಸೂರಿನ ಅಶ್ವಾರೂಢರ ಅಟ್ಟಹಾಸ

1914 ರಲ್ಲಿ ಮೈಸೂರಿನ ಮಹಾರಾಜರಾಗಿದ್ದ ನಾಲ್ಮಡಿ ಕೃಷ್ಣರಾಜ ಒಡೆಯರ ಸೈನ್ಯದಲ್ಲಿ ಒಂದು ವಿಶೇಷ ಅಶ್ವಾರೂಢರ ದಳವಿತ್ತು. ೨೯ ಸೈನ್ಯಾಧಿಕಾರಿಗಳು, ೪೪೪ ಅಶ್ವಯೋಧರೊಂದಿಗೆ ೫೨೬ ಶ್ರೇಷ್ಠ ಅರಬ್ಬೀ ಕುದುರೆಗಳ ಈ ಪಡೆಗೆ ವಿಶೇಷ ಗೌರವವಿತ್ತು. ಆಗಾಗಲೇ ಫಿರಂಗಿಗಳ, ಮಷೀನು ಗನ್ನುಗಳ ಆಗಮನವಾಗಿ, ಕುದುರೆಗಳ ನಾಗಾಲೋಟದ, ಖುರಪುಟದ ಶಬ್ದಗಳ ಕಾಲ ಮುಗಿದೇಬಿಡ್ತೇನೋ ಎನ್ನುವ ಸಮಯವದು. ಹೈದ್ರಾಬಾದಿನ ನಿಜಾಮರ ಮತ್ತು ರಾಜಾಸ್ಥಾನದ ಜೋಧಪುರದ ರಾಜರ ಸೈನ್ಯಗಳನ್ನು ಹೊರತುಪಡಿಸಿದರೆ ಬೇರೆಲ್ಲೂ ಆಶ್ವಾರೂಢದ ದಳವೇ ಇರಲಿಲ್ಲ.

ಮೊದಲನೆ ವಿಶ್ವಯುದ್ಧದ ಅಲೆಯಾಗಲೇ ಎದ್ದಾಗಿತ್ತು. ಯೂರೋಪಿನ, ಆಫ್ರಿಕಾದೆಲ್ಲೆಡೆ ಸೈನ್ಯದ ಜಮಾವಣೆ ಭರದಿಂದ ಸಾಗುತ್ತಿತ್ತು. ಇದೇ ಸಮಯದಲ್ಲಿ ಬ್ರಿಟಿಷರು ಮೈಸೂರಿನ ಅಶ್ವಾರೂಢರೊಂದಿಗೆ, ಜೋಧಪುರ ಮತ್ತು ಹೈದರಾಬಾದಿನ ಅಶ್ವಾರೂಢರನ್ನು ಸೇರಿಸಿ ಮೇಜರ್ ದಲಪತ್ ಸಿಂಗ್ ಶೆಖಾವತ್ತರ ನೇತೃತ್ವದಲ್ಲಿ ೩೩ ಹಡಗುಗಳಲ್ಲಿ ಭಾರತದ ಅಶ್ವಾರೂಢ ದಳವನ್ನು ಈಜಿಪ್ಟಿಗೆ ರವಾನಿಸಿಬಿಡುತ್ತಾರೆ.

ಈಜಿಪ್ಟಿನ ಸೂಯೆಜ್ ಕಾಲುವೆ ಅತ್ಯಂತ ಮಹತ್ತರ ಜಲಸಂಪರ್ಕದ ಕೊಂಡಿ. ಅದಕ್ಕೆ ನಿರಂತರ ರಕ್ಷಣೆ ನೀಡಲು ಮೈಸೂರಿನ ಆ ಅಶ್ವದಳದ ಸೇನೆಯನ್ನು ನಿಯೋಜಿಸಲಾಗಿತ್ತು. ಸುಮಾರು ಮೂರು ವರ್ಷಗಳ ಯಶಸ್ವೀ ಕಾರ್ಯ ನಿರ್ವಹಿಸಿದ ಈ

1918
ಹೈಫಾ ಕದನ

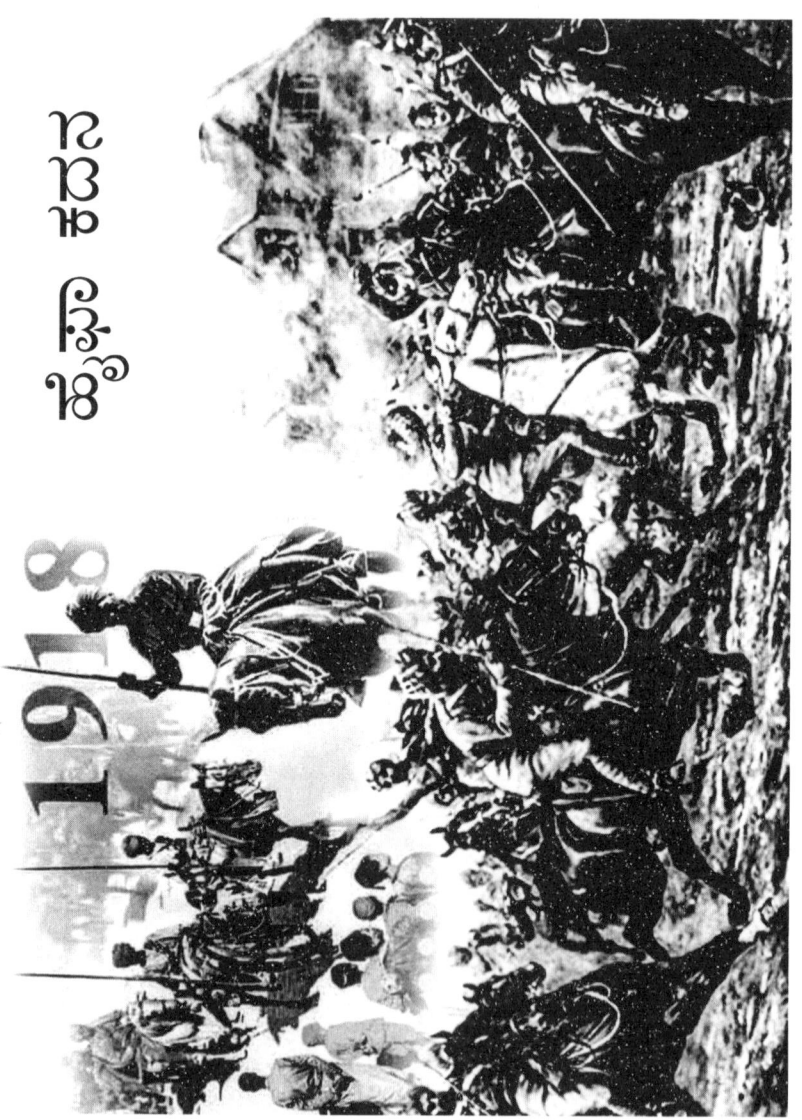

ಮೈಸೂರಿನ ತಂಡಕ್ಕೆ ೧೯೧೮ ರ ಸೆಪ್ಟೆಂಬರಿನಲ್ಲಿ ಇನ್ನೊಂದು ಮಹತ್ತರ ಕಾರ್ಯಾಚರಣೆಯನ್ನು ವಹಿಸಲಾಗಿತ್ತು. ಅದೇ "ಹೈಫಾ" ಬಂದರನ್ನು ತುರ್ಕಿ ಮತ್ತು ಜರ್ಮನಿ ಸೈನಿಕರಿಂದ ವಶಪಡಿಸಿಕೊಳ್ಳುವುದು.

ಸುಮಾರು ೪೦೦ ವರ್ಷಗಳಿಂದ ತುರ್ಕಿಯ ಒಟ್ಟೋಮನ್ ಸಾಮ್ರಾಜ್ಯದ ಆಡಳಿತದಲ್ಲಿದ್ದ ಈ ಮುಖ್ಯ ಬಂದರನ್ನು ವಶಪಡಿಸಿಕೊಳ್ಳುವುದು ಬ್ರಿಟಿಷರ ಕದನತಂತ್ರದ ಬಹು ಮುಖ್ಯವಾದ ಅಂಗವಾಗಿತ್ತು. ಹೈಫಾ ಬಂದರಿನ ಭೌಗೋಳಿಕ ಪ್ರಾಮುಖ್ಯತೆಯನ್ನರಿತಿದ್ದ ಜರ್ಮನರು ಮತ್ತು ತುರುಕರು ಅಲ್ಲಿ ರಕ್ಷಣಾಪಡೆಗಳ ಕೋಟೆಯನ್ನೇ ನಿರ್ಮಿಸಿದ್ದರು. ಒಂದು ಕಡೆ ಕಿಶೋನ್ ನದಿ, ಗುಡ್ಡಗಳ ಸಾಲು ಮತ್ತು ಪಶ್ಚಿಮಕ್ಕೆ ಮೆಡಿಟರೇನಿಯನ್ ಸಮುದ್ರ, ಬೆಟ್ಟಗಳ ಮೇಲೆ ನೆಲೆಸಿದ್ದ ತುರುಕರ ಸೈನ್ಯ ಮತ್ತು ಜರ್ಮನರ ಮಷೀನು ಗನ್ನುಗಳು ನಾಲ್ಕೂ ಕಡೆ ಶತ್ರುಗಳ ಚಲನವಲನಗಳನ್ನು ಗಮನಿಸುತ್ತಿದ್ದರು, ಹಾಗಾಗಿ ಈ ಬಂದರನ್ನು ವಶಪಡಿಸುವುದಿರಲಿ, ಒಬ್ಬೊಬ್ಬರಾಗಿ ಪ್ರವೇಶಿಸುವುದೂ ಕಷ್ಟಸಾಧ್ಯವಾಗಿತ್ತು. ಆಯಕಟ್ಟಿನ ಸ್ಥಳಗಳಲ್ಲಿ ಮಷೀನು ಗನ್ನುಗಳ ಪೋಸ್ಟ್ ಮತ್ತು ಮದ್ದು ಗುಂಡುಗಳ ಉಗ್ರಾಣಗಳನ್ನು ನಿರ್ಮಿಸಲಾಗಿತ್ತು.

ಬ್ರಿಟಿಷರು ಇನ್ನೇನು ಮಾಡುವುದು ಎಂದು ಯೋಚನೆಯಲ್ಲಿ ಮುಳುಗಿದ್ದಾಗ, ಮೇಜರ್ ದಲಪತ್ ಶೆಖಾವತ್ತರು ನಮಗೆ ಸ್ವಲ್ಪ ಸಮಯ ಕೊಡಿ ನಾವು ಒಂದು ಉಪಾಯ ಕಂಡುಹಿಡಿಯುತ್ತೇವೆ ಎಂದರು. ಕ್ಯಾಪ್ಟನ್ ಅನೂಪ್ ಸಿಂಗ್ ಮತ್ತು ಮೈಸೂರಿನ ಕೆಲವು ಅನುಭವಿ ಅಶ್ವಾರೂಢರೊಂದಿಗೆ ರಾತ್ರಿಯ ಕತ್ತಲಿನಲ್ಲಿ ಅಲ್ಲಿದ್ದ ಬೆಟ್ಟಗುಡ್ಡಗಳನ್ನು ಪರಿಶೀಲಿಸಲಾರಂಭಿಸಿದರು. ಸಮುದ್ರದಿಂದ ಸ್ವಲ್ಪ ದೂರದಲ್ಲೇ ಒಂದು ಬೆಟ್ಟ ಅದರ ಹೆಸರು ಮೌಂಟ್ ಕಾರ್ಮೆಲ್. ಆ ಬೆಟ್ಟದ ಪಶ್ಚಿಮ ಭಾಗದಲ್ಲಿ ಸಮುದ್ರ ಮಾರ್ಗದಲ್ಲಿ ಮತ್ತು ಹೆದ್ದಾರಿಯಲ್ಲಿ ಹೋಗಿಬರುವವರ ಮೇಲೆ ಸದಾ ನಿಗಾ ಇಟ್ಟುಕೊಂಡು ಕಾಯ್ದಿರುವ ಜರ್ಮನಿ ಮತ್ತು ತುರ್ಕಿಯ ಸೈನಿಕರು. ಬೆಟ್ಟದ ಪೂರ್ವಕ್ಕೆ ಅಂತಹಾ ಕಾವಲೇನು ಇರಲಿಲ್ಲ. ಬೆಟ್ಟದ ಈ ಭಾಗಕ್ಕೆ ಅಶ್ವಪಡೆಗಳನ್ನು ತಂದು ನಿಲ್ಲಿಸುವುದು ಸೂಕ್ತ ಎನ್ನುವ ನಿರ್ಧಾರಕ್ಕೆ ಬಂದರು. ಅದನ್ನು ಮೂಲ ಶಿಬಿರವಾಗಿಟ್ಟುಕೊಂಡು ಹೈಫಾ ಬಂದರು ಪಟ್ಟಣದ ಮೇಲೆ ಮೂರು ದಿಕ್ಕಿನಿಂದ ಆಕ್ರಮಣ ಮಾಡುವ ಯೋಜನೆ ಸಿದ್ಧವಾಯಿತು. ಜೋಧಪುರದ ಪಡೆ ಮೌಂಟ್ ಕಾರ್ಮೆಲ್ ಬೆಟ್ಟದ ಮೇಲಿಂದ ಮತ್ತು ಅದೇ ಸಮಯಕ್ಕೆ ಮೈಸೂರಿನ ಪಡೆಗಳು ಉತ್ತರ ಮತ್ತು ಪೂರ್ವ ದಿಕ್ಕಿನಿಂದ ನಗರ ಪ್ರವೇಶಮಾಡಬೇಕು ಎಂದು ನಿರ್ಣಯಿಸಲಾಯಿತು. ಈ ಯುದ್ಧತಂತ್ರವನ್ನು ಬ್ರಿಟಿಷ್ ಸೈನ್ಯಾಧಿಕಾರಿಗಳಿಗೆ ವಿವರಿಸುತ್ತಾರೆ. ಭರ್ಚಿ ಮತ್ತು ಖಡ್ಗಗಳೊಂದಿಗೆ ಈ ಅಶ್ವಾರೂಢರ ಆಕ್ರಮಣ ಮಷೀನ್ ಗನ್ ಗಳ ವಿರುದ್ಧದ ಸಮರ ಎಷ್ಟು ಯಶಸ್ವಿಯಾಗಬಹುದು

ಎನ್ನುವುದರಬಗ್ಗೆ ಬ್ರಿಟಿಷರಿಗೆ ತುಂಬಾ ಅನುಮಾನವಿತ್ತು ಆದರೂ ಬೇರೆ ದಾರಿ ಕಾಣದೆ ಈ ಆಕ್ರಮಣಕ್ಕೆ ಸಮ್ಮತಿಸಿದರು.

೨೩ ಸೆಪ್ಟಂಬರ್ ಪೂರ್ವ ನಿಯೋಜಿತ ತಂತ್ರದಂತೆ ಅಶ್ವಾರೂಢರ ಮಿಂಚಿನ ದಾಳಿ ನಡೆದೇಬಿಟ್ಟಿತು. ಕುದುರೆಗಳ ನಾಗಾಲೋಟದ ಈ ದಾಳಿಯಿಂದ ಕಕ್ಕಾಬಿಕ್ಕಿಯಾಗಿ ತುರುಕರ ಮತ್ತು ಜರ್ಮನರ ಸೈನಿಕರು ಮಷೀನು ಗನ್ನುಗಳ ದಾಳಿ ನಡೆಸಿದರೂ, ನಿರಂತರವಾಗಿ ಬರುತ್ತಿದ್ದ ಕುದುರೆ ಪಡೆಗಳನ್ನು ನೋಡಿ ಓಡಲು ಶುರುಮಾಡಿದರು. ಕೆಲವೇ ಘಂಟೆಗಳಲ್ಲಿ ಹೈಫಾ ಬಂದರು ನಗರ ಅಶ್ವಾರೂಢ ಪಡೆಯ ವಶವಾಯಿತು.

ಹೈಫಾದಲ್ಲಿ ಮೈಸೂರಿನ ಅಶ್ವಾರೂಢರಿಂದ ಇನ್ನೊಂದು ಮಹತ್ಕಾರ್ಯ ನಡೆಯುತ್ತದೆ. ತುರ್ಕಿಯ ಸುಲ್ತಾನರು ಬಹಾಯಿ ಸಮುದಾಯದ ಮುಖ್ಯಸ್ಥ ಅಬ್ದುಲ್ ಬಹಾ ಎನ್ನುವವರನ್ನು ಬಹಳ ವರ್ಷಗಳ ತನಕ ಸೆರೆಮನೆಯಲ್ಲಿಟ್ಟಿರುತ್ತಾರೆ. ಬಹಾಯಿಗಳು ತಮ್ಮ ಗುರು ಸತ್ತೇ ಹೋಗಿರಬಹುದು ಎಂದು ನಂಬಿ ಧೃತಿಗೆಟ್ಟು ಕುಳಿತಿರುತ್ತಾರೆ. ಹೈಫಾ ನಗರವನ್ನು ವಶಪಡಿಸಿಕೊಂಡ ನಂತರದ ಸಮಯದಲ್ಲಿ ಸೆರೆಮನೆಯಲ್ಲಿದ್ದ ಬಹಾಯಿ ಧರ್ಮಗುರುವನ್ನು ಗುರುತಿಸಿ ಅವರನ್ನು ಕುದುರೆ ಮೇಲೆ ಕೂರಿಸಿಕೊಂಡು ದೂರದ ನಗರದಲ್ಲಿದ್ದ ಬಹಾಯಿ ಸಮುದಾಯಕ್ಕೆ ಒಪ್ಪಿಸಿ ಬರುತ್ತಾರೆ. ಅವನತಿಯ ಅಂಚಿನಲ್ಲಿದ್ದ ಬಹಾಯಿ ಸಮುದಾಯ ಪುನಶ್ಚೇತನ ಗೊಳ್ಳುತ್ತದೆ ಮತ್ತು ಆ ಸಮುದಾಯ ಈಗಲೂ ಮೈಸೂರಿನ ಅಶ್ವಾರೂಢರನ್ನು ಕೃತಜ್ಞತಾಪೂರ್ವಕವಾಗಿ ಸ್ಮರಿಸುತ್ತಾರಂತೆ.

ಮುಂದೆ 1948 ರಲ್ಲಿ ಇಸ್ರೇಲಿನ ಸ್ಥಾಪನೆಯಾದ ನಂತರ ಹೈಫಾ ಇಸ್ರೇಲಿನ ಪ್ರಮುಖ ಬಂದರು ನಗರವಾಯಿತು. ಈ ಕಾರ್ಯಾಚರಣೆಯಲ್ಲಿ ಮೇಜರ್ ದಲಪತ್ ಶೆಖಾವತ್ತರು ವೀರಮರಣವನ್ನಪ್ಪಿದರು. ಮೈಸೂರಿನ ಹಲವಾರು ಅಶ್ವಾರೋಹಿ ಸೈನಿಕರೂ ಸಹ ಹತರಾದರು. ಇಸ್ರೇಲಿನ ಪಠ್ಯಪುಸ್ತಕಗಳಲ್ಲಿ ಈ ವೀರಗಾಥೆಯನ್ನು ಅಲ್ಲಿಯ ಮಕ್ಕಳಿಗೆ ಪರಿಚಯಿಸಲಾಗುತ್ತಿದೆ. ಇಸ್ರೇಲಿನ ಸರ್ಕಾರ ಈಗ ಈ ಮೈಸೂರಿನ ಸಾಹಸೀ ಅಶ್ವಾರೂಢರ ಗೌರವಾರ್ಥವಾಗಿ ಸ್ಟ್ಯಾಂಪ್ ಒಂದನ್ನು ಬಿಡುಗಡೆ ಮಾಡಿದ್ದಾರೆ.

ಇಸ್ರೇಲಿನಂತಹ ವೀರರ ನಾಡಿನಲ್ಲಿ ನಮ್ಮ ನಾಡಿನ ಶೂರರೂ ಪ್ರದರ್ಶಿಸಿದ ಪರಾಕ್ರಮ ನಮ್ಮೆಲ್ಲರಿಗೂ ಹೆಮ್ಮೆಯ ವಿಷಯವಲ್ಲವೇ? ಯುದ್ಧ ಮುಗಿದ ನಂತರ ಭಾರತಕ್ಕೆ ಮರಳಿದ ಜೋಧಪುರ, ಹೈದರಾಬಾದ್ ಮತ್ತು ಮೈಸೂರು ಈ ಮೂರು

ಪ್ರಾಂತ್ಯದ ಅಶ್ವಾರೂಢರ ಸಾಹಸದ ಸ್ಮರಣಾರ್ಥವಾಗಿ ದೆಹಲಿಯಲ್ಲಿ ಒಂದು ಯುದ್ಧ ಸ್ಮಾರಕವನ್ನು ನಿರ್ಮಾಣ ಮಾಡಲಾಯಿತು. ಅದೇ "ತೀನ್ ಮೂರ್ತಿ ಭವನ".

ಕರ್ನಲ್ ಡಿಪಿಕೆ ಪಿಲ್ಲೈ
ಶೌರ್ಯ ಚಕ್ರ

ಮಣಿಪುರದಲ್ಲೊಂದು ಮಾಣಿಕ್ಯ

ಮಣಿಪುರ ಮತ್ತು ನಾಗಾಲ್ಯಾಂಡಿನ ಗಡಿಪ್ರದೇಶದಲ್ಲಿ ಹಲವಾರು ದಶಕಗಳಿಂದ ಕುಕಿ ಎನ್ನುವ ಬುಡಕಟ್ಟು ಜನಾಂಗ ಮತ್ತು ನಾಗಾ ಜನಾಂಗದವರ ನಡುವೆ ನಡೆಯುತ್ತಿದ್ದ ಜಗಳ, ಕಾಳಗಗಳು ತೊಂಬತ್ತರ ದಶಕಗಳಲ್ಲಿ ತಾರಕಕ್ಕೇರಿಬಿಡುತ್ತದೆ. ನಾಗಾ ಗೆರಿಲ್ಲಾ ಪಡೆ ಆಗಾಗ ಕುಕಿ ಜನಾಂಗದ ಹಳ್ಳಿಗಳ ಮೇಲೆ ಹಲ್ಲೆ ನಡೆಸಿ ನೂರಾರು ಅಮಾಯಕರನ್ನು ಕೊಂದು ಪರಾರಿಯಾಗಿ ಬಿಡುತ್ತಿದ್ದರು. ಈ ಸೂಕ್ಷ್ಮ ಪ್ರದೇಶಗಳಲ್ಲಿ ಭೂ ಸೈನ್ಯದ ಬಟಾಲಿಯನ್ನುಗಳನ್ನು ಆಂತರಿಕ ಶಾಂತಿಯನ್ನು ಕಾಪಾಡಲು ನಿಯೋಜಿಸಲಾಗಿತ್ತು.

ದಿನಾಂಕ ೨೫ ಜನವರಿ ೧೯೯೪, ಮಣಿಪುರದ ತೆಮೆಂಗ್ಲಾಮ್ ಜಿಲ್ಲೆಯ ಲಾಂಗ್ಡಿಪಬ್ರಂ ಎನ್ನುವ ಒಂದು ಹಳ್ಳಿಯಲ್ಲಿ ಕೆಲವು ನಾಗಾ ಭಯೋತ್ಪಾದಕರು, ಒಂದು ಕುಕಿ ಕುಟುಂಬದ ಮನೆಯವರಿಗೆ ಬೆದರಿಕೆ ಹಾಕಿ ಅವರ ಮನೆಯಲ್ಲಿ ಅಡಗಿಕೊಂಡಿದ್ದಾರೆ ಎಂದು ಸುದ್ದಿ ಸಮೀಪದ ಭೂಸೇನೆಯ ಬೆಟಾಲಿಯನ್ನಿಗೆ ತಲುಪುತ್ತದೆ. ವಿಷಯ ತಿಳಿದ ಕೂಡಲೇ ತಮ್ಮ ತಂಡದೊಂದಿಗೆ ಅಲ್ಲಿಗೆ ಬಂದಿಳಿಯುತ್ತಾರೆ ಕ್ಯಾಪ್ಟನ್ ಡಿಪಿಕೆ ಪಿಳ್ಳೈ.

ಅಲ್ಲಿರುವ ನಾಲ್ಕು ನಾಗಾ ಬಂಡಾಯಕೋರರು ಮನೆಯವರನ್ನು ಒತ್ತೆಯಾಳುಗಳಾಗಿ ಇಟ್ಟುಕೊಂಡು ಬಹಳ ಹಿಂಸೆ ಕೊಡುತ್ತಿದ್ದಾರೆ ಎನ್ನುವ ಮಾಹಿತಿ ಸಿಕ್ಕಿರುತ್ತದೆ. ಸಮಸ್ಯೆಯೆಂದರೆ ಮನೆಯವರಿಗೆ ಅಪಾಯವಾಗದಂತೆ ಈ ಭಯೋತ್ಪಾದಕರನ್ನು ಮುಗಿಸುವುದು ಹೇಗೆ? ಎಚ್ಚರಿಕೆಯಿಂದಲೇ ಆ ಮನೆಯನ್ನು ಸುತ್ತುವರೆದ ಭೂಸೇನೆಯ ತಂಡ, ನಾಗಾ ಬಂಡಾಯಕೋರರಿಗೆ

'ನೀವು ಹೊರಗೆ ಬಂದು ಶರಣಾಗತರಾದರೆ ನಿಮಗೆ ಆಪಾಯವಿಲ್ಲ' ಎನ್ನುವ ಸಂದೇಶ ತಲುಪಿಸಲಾಗುತ್ತದೆ. ಎಷ್ಟು ಹೊತ್ತಾದರೂ ಹೊರಗೆ ಬರದಿದ್ದಾಗ ಮುಚ್ಚಿದ್ದ ಬಾಗಿಲನ್ನು ತಮ್ಮ ಬೂಟುಕಾಲಿನಿಂದ ಝಾಡಿಸಿ ಒದ್ದುಬಿಡುತ್ತಾರೆ ಕ್ಯಾಪ್ಟನ್ ಪಿಳ್ಳೈ. ಬಾಗಿಲು ತೆರೆಯುತ್ತಿದ್ದಂತೇ ನಾಲ್ಕು ಗುಂಡುಗಳು ಅವರನ್ನು ಸ್ವಾಗತಿಸುತ್ತವೆ. ಮೂರು ಅವರ ತೋಳನ್ನು ಹೊಕ್ಕರೆ, ಒಂದು ಎದೆಯ ಭಾಗವನ್ನು ಸೀಳಿಕೊಂಡು ಹೋಗುತ್ತದೆ, ಇದೂ ಸಾಲದೆಂಬಂತೆ ಒಂದು ಗ್ರೆನೇಡನ್ನೂ ಕೂಡ ಇವರೆಡೆ ಎಸೆಯಲಾಗುತ್ತೆ. ಕ್ಷಣಾರ್ಧದಲ್ಲಿ ಆ ಗ್ರೆನೇಡನ್ನು ತಮ್ಮ ಕಾಲಿನಿಂದ ಚಿಮ್ಮಿ ಎಸೆಯುತ್ತಿದ್ದಂತೆಯೇ ಸ್ಫೋಟಿಸಿದ ಗ್ರೆನೇಡ್ ಇವರ ಕಾಲಿನ ಕೆಲ ಭಾಗವನ್ನು ಛಿದ್ರಗೊಳಿಸುತ್ತದೆ. ಇವರ ಹಿಂದೇ ನುಗ್ಗಿದ ತಂಡ ಒಬ್ಬ ಭಯೋತ್ಪಾದಕನನ್ನು ಮುಗಿಸುವಷ್ಟರಲ್ಲಿ ಇನ್ನು ಮೂವರು ಪರಾರಿಯಾಗಿ ಬಿಡುತ್ತಾರೆ.

ಗುಂಡಿನೇಟಿನಿಂದ ಕುಸಿದು ಬೀಳುತ್ತಾರೆ ಕ್ಯಾಪ್ಟನ್ ಪಿಳ್ಳೈ. ಅತೀವ ರಕ್ತಸ್ರಾವದಿಂದ ಬಸವಳಿದಿದ್ದರೂ, ತಮ್ಮ ತಂಡಕ್ಕೆ ನಾಗಾ ಬಂಡಾಯಕೋರರನ್ನು ಹಿಡಿಯಲು ಆದೇಶಿಸುತ್ತಾರೆ. ಇನ್ನು ಕೆಲವರು ಪಿಳ್ಳೈರವರ ರಕ್ಷಣೆಗೆ ಅವರ ಬಳಿಯೇ ಉಳಿದುಕೊಂಡು, ತುರ್ತಾಗಿ ಹೆಲಿಕಾಪ್ಟರುಗಳನ್ನು ಕಳುಹಿಸಿ ಎಂದು ವೈಯರ್ಲೆಸ್ ಸಂದೇಶ ಕಳುಹಿಸುತ್ತಾರೆ. ಛಿದ್ರವಾದ ತಮ್ಮ ದೇಹದಿಂದ ಹರಿಯುತ್ತಿರುವ ರಕ್ತದ ಪ್ರವಾಹವನ್ನು ನೋಡಿ, ಇನ್ನೇನು ಇವು ನನ್ನ ಅಂತಿಮ ಕ್ಷಣಗಳು ಎಂದು ಅವಡುಗಚ್ಚಿ ತಮ್ಮ ತಂಡಕ್ಕೆ ಉತ್ಸಾಹ ತುಂಬುತ್ತಿರುವಾಗಲೇ...ಆ ಮನೆಯ ಮೂಲೆಯಲ್ಲಿ ಗುಂಡಿನ ಚಕಮಕಿಯಲ್ಲಿ, ದಾಳಿಯ ಅವಘಡಕ್ಕೆ ತುತ್ತಾದ ಎರಡು ಚಿಕ್ಕ ಮಕ್ಕಳನ್ನು ನೋಡಿ ಹೌಹಾರಿಬಿಡುತ್ತಾರೆ.

ಅಯ್ಯೋ ದೇವರೆ... ಆ ಭಯೋತ್ಪಾದಕರಿಗೆ ಗೊತ್ತಿತ್ತು ಅವರೇನು ಮಾಡಲು ಇಲ್ಲಿಗೆ ಬಂದಿದ್ದರು ಎಂದು, ನನಗೆ ಗೊತ್ತಿತ್ತು ನಾನೇಕೆ ಇಲ್ಲಿಗೆ ಬಂದಿದ್ದೆ ಎಂದು...ಆದರೆ ಈ ಮಕ್ಕಳು...ಈ ಮುಗ್ಧ ಜೀವಗಳು ನಮ್ಮಿಬ್ಬರ ನಡುವಿನ ಕಾಳಗಕ್ಕೆ ಅನ್ಯಾಯವಾಗಿ ಬಲಿಯಾಗುತ್ತಿದ್ದಾರೆ ಎಂದು ಅತೀವ ಯಾತನೆ ಪಡುತ್ತಾರೆ. ಹೇಗಾದರೂ ಮಾಡಿ ಈ ಮಕ್ಕಳನ್ನು ಉಳಿಸಿಕೊಡಿ ದೇವರೇ ಎಂದು ಮೊರೆಯಿಟ್ಟರು. ಆದರೆ ಆ ಹಳ್ಳಿಯಿಂದ ಹತ್ತಿರದ ಆಸ್ಪತ್ರೆಗೆ ಸುಮಾರು ಆರೇಳು ಗಂಟೆಗಳ ಪ್ರಯಾಣ, ಈಗೇನು ಮಾಡುವುದು?ನಾಲ್ಕೈದು ವರ್ಷಗಳ ಹುಡುಗನಿಗೂ ಗುಂಡೇಟು ತಗಲಿ ವಿಪರೀತ ರಕ್ತ ಹರಿದಿರುತ್ತದೆ. ಆರು ವರ್ಷದ ಆ ಹೆಣ್ಣುಮಗುವಿನ ಕೆಂಪಾದ ಕಣ್ಣುಗಳಲ್ಲಿ ನೋವು, ಭಯ ತಾಂಡವ ವಾಡುತ್ತಿರುವುದನ್ನು ನೋಡುತ್ತಲೇ ಕ್ಯಾಪ್ಟನ್ ಪಿಳ್ಳೈ ಒಂದು ನಿರ್ಧಾರಕ್ಕೆ ಬರುತ್ತಾರೆ.

ಅಷ್ಟರಲ್ಲೇ ಕ್ಯಾಪ್ಟನ್ ಪಿಳ್ಳೈರವರನ್ನು ಕೊಂಡೊಯ್ಯಲು ಒಂದು ಹೆಲಿಕಾಪ್ಟರ್ ಬಂದಿಳಿಯುತ್ತದೆ. ಅದಕ್ಕಿಂತ ಮುಂಚೆ ಕ್ಯಾಪ್ಟನ್ ಪಿಳ್ಳೈಯವರಿಗೆ ಕೆಲವು ಮಹತ್ವದ 'ಅಂತಿಮ ಹೇಳಿಕೆ' ಗಳನ್ನು ಒಂದು ಟೇಪ್ ರೆಕಾರ್ಡರಿನಲ್ಲಿ ದಾಖಲಿಸಲು ಕೇಳಿಕೊಳ್ಳುತ್ತಾರೆ.

ಒಂದು, ನಾನು ಸತ್ತ ಮೇಲೆ ಸೇಡಿನಿಂದ, ಸಿಟ್ಟಿನಿಂದ ಯಾರೂ ಈ ಹಳ್ಳಿಯ ಮೇಲಾಗಲೀ, ಅನುಮಾನಿತ ನಾಗಾಗಳ ಮೇಲಾಗಲಿ ಹಲ್ಲೆ ಮಾಡಬಾರದು. ಎರಡು, ನನಗಿಂತ ಮೊದಲು ಈ ಗಾಯಾಳುಗಳಾದ ಎರಡು ಮಕ್ಕಳನ್ನು ಹೆಲಿಕಾಪ್ಟರಿನಲ್ಲಿ ಆಸ್ಪತ್ರೆಗೆ ಕಳುಹಿಸಬೇಕು.. ಅವರ ಇಚ್ಚೆಯ ಪ್ರಕಾರ ಗಾಯಾಳುಗಳಾದ ಅಕ್ಕ, ತಮ್ಮನನ್ನು ಮೊದಲು ಕೊಂಡೊಯ್ಯಲಾಯ್ತು. ಮುಂದೊಂದು ದಿನ ಆ ಮಕ್ಕಳನ್ನು ನಾನು ಬದುಕುಳಿದರೆ ನೋಡಲೇ ಬೇಕೆಂಬ ಹಂಬಲದಿಂದ ಹೆಲಿಕಾಪ್ಟರ್ ಮರಳಿ ಬರುವುದನ್ನೇ ಕಾಯುತ್ತಿದ್ದರು.

ಗುಂಡೇಟಿನಿಂದ ಗಾಯಗೊಂಡ ಮಕ್ಕಳನ್ನು ಆಸ್ಪತ್ರೆಗೆ ತಲುಪಿಸಿ ಹೆಲಿಕಾಪ್ಟರ್ ಪುನಃ ಮಣಿಪುರದ ಆ ಹಳ್ಳಿಗೆ ಅತಿ ವೇಗದಲ್ಲಿ ಹಾರಿಬರುತ್ತದೆ.. ಹೇಗಾದರೂ ಮಾಡಿ ಕ್ಯಾಪ್ಟನ್ ಪಿಳ್ಳೈರವರನ್ನು ಉಳಿಸಲೇಬೇಕು ಎಂದು ನಿಶ್ಚಯಿಸಿದ್ದ ಪೈಲಟ್ಟುಗಳ ಶ್ರಮಕ್ಕೆ, ಇವರನ್ನು ಹೇಗಾದರೂ ಮಾಡಿ ಉಳಿಸಿಕೊಡಿ ಎಂದು ದೇವರಲ್ಲಿ ಮೊರೆ ಇಡುತ್ತಿದ್ದ ಸೈನಿಕರಿಗೆ ಮತ್ತು ಲಾಂಗ್ಡಿಪಬ್ರಂ ಗ್ರಾಮದ ನಿವಾಸಿಗಳಿಗೆ ಆ ದೇವರು ನಿರಾಶೆ ಮಾಡಲಿಲ್ಲ.

ಅಂತಹ ಮಾನವೀಯತೆಯಿಂದ ಮೆರೆದ ಕ್ಯಾಪ್ಟನ್ ಪಿಳ್ಳೈ ರವರು ಜೀವಿಸಲೇಬೇಕು....ಎಂದು ಭಗವಂತನಾಗಲೇ ನಿಶ್ಚಯಿಸಿದಂತೆ ಕಂಡಿತು. ಆಸ್ಪತ್ರೆಯಲ್ಲಿ ಸುಮಾರು ತಿಂಗಳುಗಳೇ ಇರಬೇಕಾಯಿತು ಸಂಪೂರ್ಣವಾಗಿ ಚೇತರಿಸಿಕೊಂಡು ಪುನಃ ಡ್ಯೂಟಿಗೆ ಮರುಳಲು. ಈ ಒಂದು ಅಪ್ರತಿಮ ಸಾಹಸಕ್ಕೆ ಭಾರತ ಸರ್ಕಾರ ಅವರಿಗೆ "ಶೌರ್ಯ ಚಕ್ರ" ಪದಕ ದೊಂದಿಗೆ ಗೌರವಿಸಿತು. ಇತ್ತ ಲಾಂಗ್ಡಿಪಬ್ರಂ ಹಳ್ಳಿಯ ನಿವಾಸಿಗಳು ಇನ್ನೇನು ಕಾಪ್ಟನ್ ಪಿಳ್ಳೈ ಬದುಕಿರಲಾರರು ಎಂದು ಹಳ್ಳಿ ಮಧ್ಯದಲ್ಲಿ ಒಂದು ಪುಟ್ಟ ಸ್ಮಾರಕದ ನಿರ್ಮಾಣ ಮಾಡುತ್ತಾರೆ! ಆದರೆ ಅವರು ಬದುಕಿದ್ದಾರೆ ಎನ್ನುವ ವಿಷಯ ಅವರಿಗೆ ಗೊತ್ತಾಗಿದ್ದು ಎಷ್ಟೋ ವರ್ಷಗಳ ನಂತರ.

ಹದಿನೆಂಟು ವರುಷಗಳ ನಂತರ ಕರ್ನಲ್ DPK Pillai ಪುನಃ ಮಣಿಪುರದ ಲಾಂಗ್ಡಿಪಬ್ರಂ ಹಳ್ಳಿಯಲ್ಲಿ ಒಂದು ಭಾವನಾತ್ಮಕ ಪುನರ್ಮಿಲದ ಕಾರ್ಯಕ್ರಮದಲ್ಲಿ

ಭಾಗವಹಿಸುತ್ತಾರೆ. ಅವರು ಜೀವರಕ್ಷಣೆ ಮಾಡಿದ ಆ ಹುಡುಗಿಗೆ ಈಗ ಮದುವೆಯಾಗಿದೆ, ಆಕೆಯ ತಮ್ಮನೂ ಉದ್ಯೋಗದಲ್ಲಿದ್ದಾನೆ. ಆ ಹಳ್ಳಿಯ ಹಿರಿಯರಾರು ಇವರನ್ನು ಮರೆತಿರಲಿಲ್ಲ. ಆ ಮಕ್ಕಳ ತಾಯಿಯಂತೂ ಇವರನ್ನಪ್ಪಿಕೊಂಡು 'ನನ್ನ ಮಕ್ಕಳನ್ನಷ್ಟೇ ಅಲ್ಲ ಈ ನಮ್ಮ ಹಳ್ಳಿಯನ್ನು ಉಳಿಸಿದ ದೇವರು ನೀವು' ಎಂದು ಬಿಕ್ಕಿ ಬಿಕ್ಕಿ ಅಳುತ್ತಾರೆ. ಇದೆಲ್ಲಾ ನಡೆಯುತ್ತಿರುವಾಗ ಸ್ವಲ್ಪ ದೂರದಲ್ಲೇ ನಿಂತು ತಲೆ ತಗ್ಗಿಸಿ ಕಣ್ಣೀರು ಹರಿಸುತ್ತಾ ನಿಂತಿದ್ದ ವ್ಯಕ್ತಿಯನ್ನು ಕರ್ನಲ್ ಪಿಳ್ಳೈ ನೋಡುತ್ತಾರೆ, ಆದರೆ ಯಾರೆಂದು ನೆನಪಿಗೆ ಬರಲೊಲ್ಲದು..ಸರಿ ಅವನನ್ನೂ ಅಪ್ಪಿಕೊಂಡು ಸಂತೈಸುತ್ತಾರೆ. ಅವನೇ ಅವರ ಮೇಲೆ ಗುಂಡು ಹಾರಿಸಿದ ನಾಗಾ ಗೆರಿಲ್ಲಾ! ಆದರೆ ಈಗ ಬಂದೂಕನ್ನು ಬದಿಗಿಟ್ಟು ಶರಣಾಗತನಾಗಿ ಮುಖ್ಯವಾಹಿನಿಗೆ ಸೇರ್ಪಡೆಯಾದ ನಾಗರೀಕ.

ಅಲ್ಲಿಂದ ಆ ಹಳ್ಳಿಯ ಉದ್ಧಾರಕ್ಕೆ ಟೊಂಕಕಟ್ಟಿ ನಿಲ್ಲುತ್ತಾರೆ. ಕೇಂದ್ರದ ಕ್ಯಾಬಿನೆಟ್ ಮಂತ್ರಿ ನಿತಿನ್ ಗಡ್ಕರಿಯವರ ಸಹಾಯ ಕೋರಿ ಆ ಹಳ್ಳಿ ಮತ್ತು ರಾಷ್ಟ್ರೀಯ ಹೆದ್ದಾರಿ ನಡುವೆ ರಸ್ತೆಯನ್ನು ನಿರ್ಮಿಸಿ ಕೊಡುತ್ತಾರೆ. ಅಲ್ಲಿಯ ಕಿತ್ತಳೆ ಹಣ್ಣಿನ ಮಾರಾಟಕ್ಕೆ ಮತ್ತು ಬಿದರಿನ ಸಿದ್ದ ವಸ್ತುಗಳ ಮಾರುಕಟ್ಟೆ ನಿರ್ಮಿಸಿ ಕೊಡುತ್ತಾರೆ. ಆ ಹಳ್ಳಿಯ ಜನ ತಮ್ಮ ಬುಡಕಟ್ಟು ಪಂಗಡದ 'ಪಮ್ಮೈ' ಅಡ್ಡಹೆಸರನ್ನು ಅವರ ಹೆಸರಿಗೆ ಸೇರಿಸಿ "ಪಿಳ್ಳೈ ಪಮ್ಮೈ" ಎಂದು ಅಭಿಮಾನದಿಂದ ಗೌರವಿಸುತ್ತಾರೆ. ನೀವು ಲಾಂಗ್ಡಿಪಬ್ರಂ ಹಳ್ಳಿಯ ಉದ್ಧಾರಕ ಎನ್ನುವ ಬಿರುದನ್ನೂ ಕೊಡುತ್ತಾರೆ. ಈಗಲೂ ಆ ಹಳ್ಳಿಯೊಂದಿಗೆ ಅಲ್ಲಿನ ನಾಗರೀಕರೊಂದಿಗೆ ನಿರಂತರ ಸಂಪರ್ಕದಲ್ಲಿದ್ದಾರೆ.

ಮುಂದೊಂದು ದಿನ ಕರ್ನಲ್ ಡಿಪಿಕೆ ಪಿಳ್ಳೈಯವರು ಬೆಂಗಳೂರಿನ ಮಿಲಟರಿ ಸ್ಕೂಲಿಗೆ ಆಡಳಿತಾಧಿಕಾರಿಯಾಗಿ ನಿಯಮಿತಗೊಳ್ಳುತ್ತಾರೆ. ಅವರ ಆಡಳಿತದ ವೈಖರಿ ಆ ಸ್ಕೂಲನ್ನು ಇನ್ನೂ ಮೇರು ಮಟ್ಟಕ್ಕೆ ಕೊಂಡೊಯ್ಯುತ್ತದೆ. ಅಲ್ಲಿಯ ಒಬ್ಬ ವಿಧ್ಯಾರ್ಥಿ ಮಾತ್ರ ಇವರನ್ನು ಬಿಟ್ಟ ಕಣ್ಣು ಬಿಟ್ಟಹಾಗೇ ನೋಡುತ್ತಾ...ವಾಹ್ ನಾನು ಮುಂದೊಮ್ಮೆ ಇವರ ತರಹದ ಸಾಹಸ ಕಾರ್ಯದಲ್ಲಿ, ಅವಕಾಶ ಪಡೆಯಬೇಕೆಂದು ಸಂಕಲ್ಪಿಸುತ್ತಾರೆ. ಮೇಜರ್ ಪಿಳ್ಳೈರವರೇ ಅವರಿಗೆ ಆದರ್ಶಪ್ರಾಯರಾಗಿರುತ್ತಾರೆ . ಆ ಬೆರಗುಗಣ್ಣಿನ ವಿದ್ಯಾರ್ಥಿಯೇ ಮೇಜರ್ ಅಕ್ಷಯ್, ಈಗ್ಗೆ ಎರಡು ವರ್ಷಗಳ ಹಿಂದೆ, 2016 ನವೆಂಬರಿನಲ್ಲಿ, ಜಮ್ಮುವಿನ ನಗ್ರೊತದಲ್ಲಿ ಭಯೋತ್ಪಾದಕರೊಂದಿಗೆ ಸೆಣಸುತ್ತಾ ಹಲವಾರು ಸೈನಿಕರ ಕುಟುಂಬಗಳ ರಕ್ಷಣೆ ಮಾಡುತ್ತಾ ವೀರಮರಣ ಹೊಂದಿದ ಯೋಧ!

ಈ ಇಬ್ಬರೂ ನಮ್ಮ ಬೆಂಗಳೂರಿನ ಹೆಮ್ಮೆಯ ವೀರರು. ಕರ್ನಲ್

ಪದ್ಮಕುಮಾರ್ ಪಿಳ್ಳೈರವರಿಗೆ ಗೌರವಪೂರ್ಣ ನಮನ ಮತ್ತು ಮೇಜರ್ ಅಕ್ಷಯ್ ಗಿರೀಶರಿಗೆ ಭಾವಪೂರ್ಣ ಶ್ರದ್ಧಾಂಜಲಿ ಅರ್ಪಿಸುತ್ತಾ.

ಜೈ ಹಿಂದ್.

ಅಪ್ರತಿಮ ಸಾಹಸ
ಮತ್ತು
ಸಮರ್ಪಣೆಯ ಮೂರ್ತಿ
ಮೇಜರ್ ಅಕ್ಷಯ್ ಗಿರೀಶ್ ಕುಮಾರ್

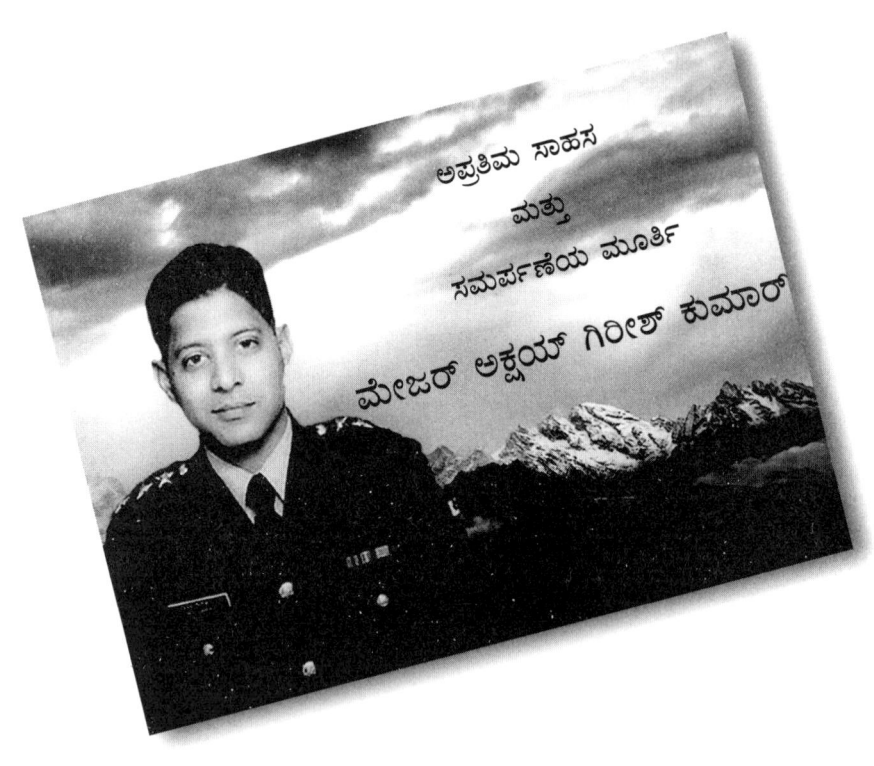

ಅಕ್ಷಯ ಅಮರ, ಹುತಾತ್ಮನ ಆತ್ಮ ಕಥನ

ಹುತಾತ್ಮ ಮೇಜರ್ ಅಕ್ಷಯ್.. ಹೀಗಂತಾ ನನ್ನ ಆಪ್ತರು, ಮಿತ್ರರು, ನನ್ನ ದೇಶದ ಜನ ಕರೆಯುತ್ತಾರೆ. ಆದರೆ ನನ್ನ ಹೆಸರಿನಲ್ಲೇ ಇದೆ. ಅ..ಕ್ಷಯ. ನಾನೆಂದಿಗೂ ಕ್ಷಯಿಸಲಾರೆ... ಈಗ ಪಂಚಭೂತ ಗಳಲ್ಲಿ ವಿಲೀನವಾಗಿದ್ದೇನೆ ಅಷ್ಟೆ.

೨೮ ನವೆಂಬರ್ ೨೦೧೬ ಜಮ್ಮುವಿನ ನಗ್ರೋತದ ಸೇನೆಯ ಕ್ಯಾಂಪಿನಲ್ಲಿ ಏನಾಯಿತು ಎಂದು ನಿಮಗೆ ಹೇಳಲೇಬೇಕು... ಸೇನೆಯ ಜೀವನದಲ್ಲಿ ನನಗೆ ಅತಿ ಇಷ್ಟವಾದ ಚಟುವಟಿಕೆಯೆಂದರೆ ಬೆಳಗ್ಗಿನ ದೈಹಿಕ ಶಿಕ್ಷಣ.. P T. ಇದನ್ನಂತೂ ನಾನು ಯಾವಾಗಲೂ ತಪ್ಪಿಸುತ್ತಿರಲಿಲ್ಲ. ಬೆಳಗಿನ ಆ ಅಹ್ಲಾದಕರ ವಾತಾವರಣದಲ್ಲಿ ದೇಹವನ್ನು ದಂಡಿಸಿ ಶುದ್ಧಗಾಳಿಯ ದೀರ್ಘಶ್ವಾಸದಲ್ಲಿರುವ ಆನಂದ.. ಸೇನೆಯಲ್ಲಿರುವವರಿಗೇ ಗೊತ್ತು. ಸುಮಾರು ಒಂದು ಗಂಟೆಯ ಬೆಳಗಿನ ಚಟುವಟಿಕೆ ದಿನವಿಡೀ ಮೈಮನಗಳಲ್ಲಿ ಉತ್ಸಾಹ ತುಂಬಿಟ್ಟಿರುತ್ತದೆ.

ಅಂದು ಬೆಳಗ್ಗೆ ಸುಮಾರು ಐದೂವರೆಯ ಸಮಯ ನಾನು ಬೆಳಗಿನ PT ಗೆ ತಯಾರಾಗುತ್ತಿದ್ದೆ. ಗಾಢ ನಿದ್ರೆಯಲ್ಲಿದ್ದ ಪುಟ್ಟ ಮಗು ನೈನಾಳ ಸುಂದರ ಮುಖವನ್ನೇ ನೋಡುತ್ತಾ ಸ್ವಲ್ಪ ಹೊತ್ತು ಹಾಗೇ ನಿಂತು ಬಿಟ್ಟಿದ್ದೆ... ಇನ್ನೇನು ನಾಲ್ಕುದಿನಗಳಲ್ಲಿ ಒಂದು ತಿಂಗಳ ರಜೆ ಶುರುವಾಗುತ್ತದೆ... ಬೆಂಗಳೂರಿಗೆ ಹೊರಡುವ ಕಾತುರದ ಸಿದ್ಧತೆ ನಡೆದಿದೆ, ಇನ್ನೊಂದು ವಾರದಲ್ಲಿ ನನ್ನ ಮುವತ್ತೊಂದನೇ ಹುಟ್ಟುಹಬ್ಬ, ಅದನ್ನು ಬೆಂಗಳೂರಿನಲ್ಲೇ ಬಂಧುಗಳ, ಸ್ನೇಹಿತರುಗಳ ಜೊತೆ ಆಚರಿಸುವ ಆಸೆ. ನೈನಾಳ, ನಮ್ಮೆಲ್ಲರ ಆಗಮನಕ್ಕಾಗಿ ಎಲ್ಲರೂ

ಕಾತರದಿಂದ ಕಾಯುತ್ತಿದ್ದಾರೆ. ಅಷ್ಟೊತ್ತಿಗೆ ಕಾಫಿ ತೆಗೆದುಕೊಂಡು ಬಂದ ಸಂಗೀತಾಗೆ ಹೇಳಿದೆ.. 'ಇವತ್ತು PTಮುಗಿದ ಮೇಲೆ ಫೈರಿಂಗ್ ತರಬೇತಿ ಇದೆ,ಬರುವುದು ಲೇಟಾಗಬಹುದು'.. ಇನ್ನೂ ಹೇಳುವುದನ್ನು ಮುಗಿಸುತ್ತಿದ್ದಂತೆ ಗುಂಡು ಹಾರಿಸಿದ ಶಬ್ದ ಕೇಳಿಸಿತು. ಮಲಗಿದ್ದ ಮಗು ನೈನಾ ಬೆಚ್ಚಿಬಿತ್ತು.

Something is not right..ಫೈರಿಂಗ್ ತರಬೇತಿ ಈಗಲೇ ಶುರುವಾಯಿತೇ? ಯಾಕೋ ಎಡಗಣ್ಣು ಹಾರಿತು...ಅಪಾಯದ ಮುನ್ಸೂಚನೆ.. ಸೈನಿಕನ ಎಚ್ಚರಿಕೆ ಜಾಗೃತವಾಯಿತು. ಕೂಡಲೇ ಹೋಗಿ ಸಮವಸ್ತ್ರ ಧರಿಸಿಕೊಂಡು ನಮ್ಮ ಯುನಿಟ್ಟಿನ ಕಡೆ ದೌಡಾಯಿಸಿದೆ.

ಅಷ್ಟೊತ್ತಿಗಾಗಲೇ ನಮ್ಮ ಕಮಾಂಡಿಂಗ್ ಆಫೀಸರು ಕರ್ನಲ್ ಪ್ರಕಾಶರು ಒಂದು ತಂಡವನ್ನು ತಯಾರಿಸಿ ಹೊರಡಲು ಅಣಿಮಾಡಿದ್ದರು. "ಮೇಜರ್ ಅಕ್ಷಯ್... ನೀವು ಈ ತಂಡದ ಜೊತೆ ಸೈನಿಕರ ಮನೆಗಳ ಕಡೆ ಹೋಗಿ.. ನಾನು ಇನ್ನಷ್ಟು ತಂಡಗಳನ್ನು ಕಳುಹಿಸುತ್ತೇನೆ"

ಸಂಕ್ಷಿಪ್ತವಾಗಿ ಅವರು ನನಗೆ ಹೇಳಿದ್ದು ಇಷ್ಟೇ.. "ನಾಲ್ವರು ಆತಂಕವಾದಿಗಳು ಪೋಲಿಸ್ ಡ್ರೆಸ್ಸಿನಲ್ಲಿ ಕ್ಯಾಂಪಿನೊಳಗೆ ತೂರಿಕೊಂಡಿದ್ದಾರೆ.. ಅವರ ಟಾರ್ಗೆಟ್, ಸೈನಿಕರ ಕುಟುಂಬಗಳು... ಅದೇ ದಿಕ್ಕಿನಲ್ಲಿ ಫೈರಿಂಗ್ ಮಾಡುತ್ತಾ ಮುಂದುವರೆಯುತ್ತಿದ್ದಾರೆ"

ಅವರು ಹೇಳಿದ್ದನ್ನು ಕೇಳಿದಕೂಡಲೇ ಒಂದು ಬುಲೆಟ್ ಪ್ರೂಫ್ ವಾಹನದಲ್ಲಿ ಮಷೀನ್ ಗನ್ನುಗಳ ಜೊತೆ ಐದು ಜನರ ತಂಡದೊಂದಿಗೆ ಹೊರಟು ಫೈರಿಂಗ್ ನಡೆಯುತ್ತಿದ್ದ ಸೈನಿಕರ ಮನೆಗಳ ಹತ್ತಿರ ಒಂದು ಆಯಕಟ್ಟಿನ ಜಾಗಕ್ಕೆ ಬಂದೆವು. ಅಷ್ಟರಲ್ಲೇ ಮೇಜರ್ ಕುನಾಲ್ ಸಹಾ ಜೊತೆಗೂಡಿದರು. ಪಕ್ಕದ ಒಂದು ಮನೆಯಲ್ಲಿ ಸೈನಿಕನೊಬ್ಬನ ತುಂಬು ಗರ್ಭಿಣಿ ಹೆಂಡತಿ ಒಬ್ಬಳೇ ಮನೆಯಲ್ಲಿರುವುದು ತಿಳಿದುಬಂತು. ಕೂಡಲೇ ಮೇಜರ್ ಕುನಾಲ್ ಇನ್ನೊಬ್ಬ ಸೈನಿಕನ ಸಹಾಯದಿಂದ ಆ ಮಹಿಳೆಯನ್ನು ಮನೆಯ ಹಿಂದಿನ ಪೈಪಿನ ಮುಖಾಂತರ ಕೆಳಗಿಳಿಸಿ ಸುರಕ್ಷಿತ ಜಾಗಕ್ಕೆ ತಲುಪಿಸಿದರು. ಆ ಮಹಿಳೆ ಸುರಕ್ಷಿತ ಎಂದು ಖಾತರಿಯಾದ ನಂತರ ನಾವು ಮಷೀನ್ ಗನ್ನಿನ ಫೈರಿಂಗ್ ಶುರುಮಾಡಿದೆವು.

ಬೆಳಗಿನ ಸುಮಾರು ಎಂಟು ಗಂಟೆಯವರೆಗೂ ಫೈರಿಂಗ್ ನಡೆಯುತ್ತಲೇ ಇತ್ತು. ಏನಾದರೂ ಸರಿ ಈ ಆತಂಕವಾದಿಗಳನ್ನು ಸೈನಿಕರ ಮನೆಗಳ ಹತ್ತಿರ

ಹೋಗಲು ಬಿಡಲೇಬಾರದು. ಅಷ್ಟರಲ್ಲೇ ತುರ್ತಾಗಿ ಸಂಗೀತಾಗೆ ಒಂದು ಮೆಸೇಜ್ ಕಳಿಸಿದೆ.. 'ಹುಷಾರಾಗಿರಿ ಹತ್ತಿರದಲ್ಲೇ ಫೈರಿಂಗ್ ನಡೀತಾ ಇದೆ, ಬಾಗಿಲು ತೆಗೀಬೇಡಿ..ಕಿಟಕಿಯ ಹತ್ತಿರ ಬರಬೇಡಿ'.

ಹತ್ತಿರದ ಇನ್ನೊಂದು ಮನೆಯಲ್ಲಿ ಭಾನುಪ್ರಿಯ ತನ್ನ ಎರಡು ವರ್ಷದ ಮಗಳ ಜೊತೆ ಒಬ್ಬರೇ ಇದ್ದಾರೆ ಎಂದು ಗೊತ್ತಾಯಿತು. ಸ್ವಲ್ಪಹೊತ್ತು ಫೈರಿಂಗ್ ನಿಲ್ಲಿಸಿದೆವು. ಕೂಡಲೇ ಹೋಗಿ ಅವರಿಬ್ಬರನ್ನೂ ಕರೆದುಕೊಂಡು ಬಂದೆವು. ಸುಮಾರು ಮುನ್ನೂರಕ್ಕೂ ಹೆಚ್ಚು ಫ್ಯಾಮಿಲಿಗಳಿರುವ ಜಾಗದಲ್ಲಿ ನಾವು ಹೆಚ್ಚಿನ ಬಾಂಬುದಾಳಿಯನ್ನು ಮಾಡಲಾಗದ ಸಂದಿಗ್ಧ ಪರಿಸ್ಥಿತಿ. ಮೇಜರ್ ಕುನಾಲ್ ಇನ್ನಿಬ್ಬರು ಸೈನಿಕರೊಂದಿಗೆ ಎಷ್ಟು ಜನ ಸಾಧ್ಯವೋ ಅಷ್ಟು ಜನರನ್ನು ಓಡೋಡುತ್ತಲೇ ಎಲ್ಲಾ ಕಡೆಯಿಂದಲೂ ಸುರಕ್ಷಿತ ಸ್ಥಳಕ್ಕೆ ತಲುಪಿಸುತಿದ್ದರು. ಕೆಲ ಸಮಯ ಆತಂಕವಾದಿಗಳ ಕಡೆಯಿಂದ ನಡೆಯುತ್ತಿದ್ದ ಫೈರಿಂಗ್ ನಿಂತು ಹೋಯಿತು. ಅಷ್ಟರಲ್ಲಾಗಲೇ ಒಬ್ಬನನ್ನು ಹೊಡೆದುರಿಳಿಸಿದ್ದೆವು, ಇನ್ನಿಬ್ಬರು ಓಡಿಹೋಗಿ ಬೇರೆ ಕಡೆ ಬಚ್ಚಿಟ್ಟುಕೊಂಡಿದ್ದರು. ಅಷ್ಟರಲ್ಲೇ ನಾನೊಂದು ಕಡೆ, ಮೇಜರ್ ಕುನಾಲ್ ಒಂದು ಕಡೆ ಈ ಭಯೋತ್ಪಾದಕರನ್ನು ಹುಡುಕಲಾರಂಭಿಸಿದೆವು. ಯಾವುದಾದರೂ ಮನೆಗೆ ನುಗ್ಗಿ ಅಲ್ಲಿಯವರಿಗೆ ಹಿಂಸೆ ಕೊಡುತ್ತಿರಬಹುದೆಂಬ ಅನುಮಾನವೂ ಇತ್ತು. ಪೊದೆಗಳ ಮಧ್ಯೆ ತೆವಳುತ್ತಾ ಆತಂಕವಾದಿಗಳ ಕಣ್ಣಿಗೆ ಕಾಣಿಸದಂತೆ ಮನೆಗಳ ಸಾಲಿನ ಹಿಂದಿನಿಂದ ಹೋಗುತ್ತಿದ್ದೆ. ಆ ಕಡೆಯಿಂದ ಫೈರಿಂಗ್ ಶುರುವಾದರೆ ನನಗೆ ಕವರ್ ಫೈರ್ ಕೊಡಲು ಹೇಳಿ ಮುಂದೆ ಹೋದೆ. ಅದೆಲ್ಲಿಂದಲೋ ಸುಂಯ್ಯೆಂದು ಒಂದು ಗುಂಡು ನನ್ನ ಕಿವಿಯ ಬಹಳ ಹತ್ತಿರದಿಂದ ಹರಿದು ಹೋಯ್ತು...ಹಾಗೇ ಹಿಂದಕ್ಕೆ ಬಿದ್ದ ನೆನಪು..ಬೇಗ ಒಂದು ದೊಡ್ಡ ಪೊದೆಯ ಹಿಂದೆ ತೆವಳಿಕೊಂಡೇ ಹೋದೆ...ಮಸುಕು ಮಸುಕು. ಸುತ್ತಲೂ ಕಣ್ಣಾಡಿಸಿದೆ.. ಎಲ್ಲಿದ್ದಾನೆ ಈ ಪಾಕಿಸ್ತಾನದ ನಾಯಿ. ಅವಡುಗಚ್ಚಿಕೊಂಡು ಇನ್ನೂ ಮುಂದೆ ತೆವಳುತ್ತಾ ಹೋದೆ..

"ದೇಹ ನಿಮ್ಮನ್ನು ತೊರೆದರೆ ಅದು ಸಾವು.
ನೀವೇ ದೇಹವನ್ನು ತೊರೆದು ನಡೆದರೆ..ಅದೇ ಮೋಕ್ಷ..."

ಹಾಗಂತ ಎಲ್ಲೋ ಓದಿದ್ದೆ. ಅವತ್ತು ನಗ್ರೋತದ ಆರ್ಮಿ ಕ್ಯಾಂಪಿನಲ್ಲಿ ನಾನು ನಮ್ಮ ಸೈನಿಕರನ್ನು, ಅವರ ಕುಟುಂಬದವರನ್ನು ಆತಂಕವಾದಿಗಳಿಂದ ಸಂರಕ್ಷಿಸಲು ತೆಗೆದುಕೊಂಡ ಅಂತಿಮ ನಿರ್ಧಾರ

ಒಬ್ಬ ಸೈನಿಕನಿಗೆ ಅವನ ದೇಶ, ದೇಶದ ಜನಗಳೇ ಅವನ ಜೀವ. ಅವರನ್ನು ಸಂರಕ್ಷಿಸಲು ಅವಶ್ಯಕತೆಯಿದ್ದರೆ ನನ್ನ ದೇಹವನ್ನು ಬಿಡುವ ಪ್ರಮೇಯ ಬಂದರೂ ಸರಿ.. ಹಾಗೆಂದುಕೊಂಡವನೇ ಏನಾದರಾಗಲಿ ಈ ಆತಂಕವಾದಿಗಳು ನಮ್ಮ ಸೈನಿಕರ

ಕುಟುಂಬದ ಸದಸ್ಯರನ್ನು ಹಿಂಸಿಸುವುದಾಗಲೀ ಅಥವಾ ಅವರನ್ನು ಸೆರೆಯಾಳುಗಳನ್ನಾಗಿ ಮಾಡಿಕೊಂಡು ಅವರ ಬಿಡುಗಡೆಗೆ ಯಾವುದಾದರೂ ಷರತ್ತುಗಳನ್ನು ಹಾಕಿ ಪೀಡಿಸುವ ಮನ್ನವೇ ಅವರನ್ನು ಮುಗಿಸಲೇಬೇಕು ಎಂದುಕೊಂಡು ಎದ್ದು ಅವರು ಗುಂಡು ಹಾರಿಸುತ್ತಿದ್ದ ದಿಕ್ಕಿನಲ್ಲಿ ನಡೆದೇ ಬಿಟ್ಟೇ.. ಹಿಂದಿನಿಂದ ಚಿರಂತನ್ ಮಷಿನ್ ಗನ್ನಿನ ಫೈರಿಂಗ್ ಮಾಡುವುದನ್ನು ಬಿಟ್ಟು ನನ್ನ ಹಿಂದೆ ಓಡಿ ಬಂದ. ಆದರೆ ಪುನಃ ಅವನನ್ನು ಗನ್ ಪೋಸ್ಟಿಗೆ ವಾಪಾಸು ಕಳಿಸಿದೆ 'ನೀನು ಹೋಗು ಗನ್ ಪೋಸ್ಟಿಗೆ ನನಗೆ ಕವರ್ ಫೈರ್ ಕೊಡು ನಾನು ಈ ನಾಯಿಗಳನ್ನು ಬಿಡುವುದಿಲ್ಲ' ಎಂದು ಪೊದೆಗಳ ಹಿಂದಿನಿಂದ ಆತಂಕವಾದಿಗಳು ಅಡಗಿಕೊಂಡಿದ್ದ ಕಟ್ಟಡವನ್ನು ಸಮೀಪಿಸಿದೆ. ಅಷ್ಟೊತ್ತಿಗಾಗಲೇ ಅವರು ಮೊದಲ ಮಹಡಿಗೇರಿ ಬಿಟ್ಟಿದ್ದರು. ಪೊದೆಗಳ ಹಿಂದೆ ಕಂಡ ನನ್ನ ಮೇಲೆ ಗುಂಡು ಹಾರಿಸೇಬಿಟ್ಟರು..

ನನ್ನ ದೇಹದಿಂದ ಹೊರಬಂದೆ..ಇದನ್ನು ನಿಶ್ಚಯಿಸಿಕೊಂಡೇ ಮಾಡಿದ ಕರ್ತವ್ಯ.

ಒಬ್ಬ ಸೈನಿಕನ ಕರ್ತವ್ಯದಲ್ಲಿ ಮೂರು ವಿಶೇಷ ಅಂಶಗಳಿರುತ್ತವೆ.

ನಾಮ್,

ನಮಕ್,

ನಿಶಾನ್...

ನಾಮ್...ನನ್ನ , ನನ್ನ ಸೈನ್ಯದ ಮತ್ತು ನನ್ನ ದೇಶದ ಹೆಸರನ್ನು.. ಅಭಿಮಾನ ಮತ್ತು ಗೌರವದಿಂದ ಉಚ್ಚರಿಸಬೇಕು. ದೇಶದ ಹೆಸರಿನ ಮಾನ್ಯತೆಗೆ ಧಕ್ಕೆ ಬರುವಂತಾ ಕೆಲಸವನ್ನು ಯಾರಾದರೂ ಮಾಡಿದರೆ ಅವರನ್ನು ಸುಮ್ಮನೆ ಬಿಡಬಾರದು.

ನಮಕ್...ಉಪ್ಪಿನ ಋಣ, ಈ ದೇಶದ ಋಣ ಎಂದೂ ಮರೆಯಬಾರದು. ಉಪ್ಪು ತಿಂದ ಮನೆಗೆ ಎರಡು ಬಗೆಯ ಬಾರದು. ಜೀವಕೊಟ್ಟು ಪೋಷಿಸಿದ ತಾಯಿಗೆ, ಕುಟುಂಬಕ್ಕೆ ಮತ್ತು ದೇಶಕ್ಕೆ ಎಂದಿಗೂ ದ್ರೋಹ ಬಗೆಯಬಾರದು.

ನಿಶಾನ್...ನಮ್ಮ ಹೆಮ್ಮೆಯನ್ನು ಸಂಕೇತಿಸುವ ಲಾಂಛನ, ನಮ್ಮ ರಾಷ್ಟ್ರಧ್ವಜ.. ನಮ್ಮ ಸೈನ್ಯದ ಮತ್ತು ರೆಜಿಮೆಂಟಿನ ಧ್ವಜಗಳು. ಎಂದೆಂದಿಗೂ ಇವಕ್ಕೆ ಅಗೌರವವನ್ನು ತೋರಿಸಬಾರದು ಮತ್ತು ಅಗೌರವಿಸುವವರನ್ನು ಸುಮ್ಮನೆ ಬಿಡಬಾರದು.

ಸೇನೆಯ ಸಮವಸ್ತ್ರ ಧರಿಸಿದ ಮೇಲೆ ದೇಶ ಸೇವೆಯ ಬ್ರಹ್ಮದೀಕ್ಷೆ ಪಡೆದ ಹಾಗೇ...

ಅದು ನಿರಂತರ, ಸೇವೆಯಲ್ಲಿದ್ದಾಗಲೂ..., ನಿವೃತ್ತಿ ಹೊಂದಿದ ಮೇಲೂ.., ದೇಹವನ್ನು ತ್ಯಜಿಸಿದ ಮೇಲೂ. ನನ್ನ ಕೋರಿಕೆಯೊಂದೇ... ನೀವು ಸೈನಿಕರನ್ನು, ಅವರ ದೇಶಪ್ರೇಮವನ್ನು ಎಂದೂ ಸಂದೇಹಿಸಬೇಡಿ... ಶಾಂತಿಯಿಂದ ನಿದ್ರೆಮಾಡಿ ನಾವಿದ್ದೇವೆ.

ಭೂಮಿ, ಆಕಾಶ, ವಾಯು, ಜಲ ಮತ್ತು ಅಗ್ನಿ...

ಹುಂ.. ಅಂತಿಮವಾಗಿ ಅಗ್ನಿಯಲ್ಲಿ.. ಪಂಚಭೂತಗಳಲ್ಲಿ.. ಲೀನವಾದ ನನಗೆ ಮಾನವ ಸಹಜ ಭಾವನೆಗಳಿಲ್ಲವಂತಿಲ್ಲ. ಮಾತೃ ಪ್ರೇಮ, ದೇಶಪ್ರೇಮ ಇವೆಲ್ಲಾ ಅಳಿಸಿ ಹೋಗಲಾರದ ಮನೋಧರ್ಮಗಳು. ಈ ನೆಲದ ಪ್ರೇಮ.. ಬೆಂಗಳೂರಿಗೆ ಎಳೆತಂದಿತು.

ಅಂದು ಯಲಹಂಕದ ವಾಯುಸೇನೆಯ ನೆಲೆಯಲ್ಲಿ ನನ್ನ ಪಾರ್ಥಿವ ಶರೀರಕ್ಕೆ ಸಕಲ ಸೈನ್ಯದ ಮರ್ಯಾದೆ. ಏಕತಾನತೆಯ ಸೈನ್ಯದ ವಾದ್ಯಗಳ ಹಿನ್ನೆಲೆಯಲ್ಲಿ ಆಳೆತ್ತರದಷ್ಟು ಹೂಗುಚ್ಚಗಳನ್ನು ಪೇರಿಸಿ ಒಬ್ಬೊಬ್ಬರಾಗಿ ಅಂತಿಮ ನಮನ ಸಲ್ಲಿಸಿ ನಿರ್ಗಮಿಸುವ ದೃಶ್ಯಾವಳಿ ಕಣ್ಮುಂದೆ.. ವೀರಸ್ವರ್ಗ ಪ್ರಾಪ್ತಿ ಎಂದರೆ ಇದೇ ಇರಬಹುದೇ?

ಸೈನ್ಯದ ಗಾಂಭೀರ್ಯ ಎಲ್ಲೆಡೆ. ಮಡುಗಟ್ಟಿದ ಕಣ್ಣೀರು ಕಣ್ಣಾಲಿಗಳೊಳಗೆ ಉಳಿದುಕೊಂಡಿದೆ, ಹೊರಗೆ ಬಿಟ್ಟುಕೊಡಲೇಬಾರದೆಂಬ ಸಂಯಮ. ಇಂತಹ ದುಃಖಭರಿತ ವಾತಾವರಣದಲ್ಲೂ ಒಂದು ಕಿಲಕಿಲ ನಗು...ಅದೇ ನನ್ನ ಮಗು ನೈನಾ.. ಅಲ್ಲೇ ಹತ್ತಿರದಲ್ಲಿ ಹಾರುತ್ತಿದ್ದ ಚಿಟ್ಟೆ ಯನ್ನು ಹಿಡಿಯಲು ಓಡಾಡಿಕೊಂಡು ಸಂತೋಷಿಸುತ್ತಿತ್ತು. ಅಲ್ಲೇ ನಿಂತಿದ್ದ ನನ್ನಮ್ಮ ಮತ್ತು ಇತರೆ ಹೆಣ್ಣುಮಕ್ಕಳ ದುಃಖ ಭೋರ್ಗರೆಯುವಂತೆ ಮಾಡಿತು ಮಗುವಿನ ಆ ನಗು. ನಮ್ಮಮ್ಮನಂತೂ ಕುಸಿದೇಬಿದ್ದರು.

ಅಮ್ಮಾ...ನೀನು ಹೀಗೆ ಮಾಡಬಹುದೇ.. ಒಬ್ಬ ವಾಯುಸೇನೆಯ ಯುದ್ಧ ವಿಮಾನದ ಪೈಲಟ್‌ನ ಹೆಂಡತಿಯಾಗಿ, ಒಬ್ಬ ಸೇನಾಧಿಕಾರಿಯ ತಾಯಿಯಾಗಿ ನೀನು ಹೀಗೆ ಕುಸಿಯುವುದೇ...ಜೋರಾಗಿ ಕೂಗಿದೆ..ನನ್ನ ಕೂಗೂ ಪಂಚಭೂತಗಳಲ್ಲಿ ಕರಗಿ ಹೋಯಿತು. ನನ್ನ ಮತ್ತು ನನ್ನಮ್ಮನ ಬಾಂಧವ್ಯ ಅಷ್ಟು ಗಹನವಾದದ್ದು.

Good night ಅಮ್ಮಾ...ಎಂದು ಮಲಗಿದವನು, ಬೆಳಗ್ಗೆ ಕಣ್ಣುಬಿಡುವ ಮುಂಚೆನೇ ಹೊರಡುತ್ತಿದ್ದ ಶಬ್ದ.. 'ಅಮ್ಮಾ ನನ್ನ ಕನ್ನಡಕ ಕಾಣುತ್ತಾ ಇಲ್ಲ' ಎನ್ನುವುದೇ

ನನ್ನ ಸುಪ್ರಭಾತ. ಇದಕ್ಕೆಂದೇ ಅಮ್ಮ ಇನ್ನೊಂದು ಜೊತೆ ಕನ್ನಡಕ ಮಾಡಿಸಿಬಿಟ್ಟರು. 'ಅಮ್ಮಾ ಕನ್ನಡಕ' ಅಂದ ಕೂಡಲೇ ಅದನ್ನು ತಂದು ಕೊಟ್ಟು ಬಿಡುವರು, ನಂತರ ನಾನು ಹಿಂದಿನ ರಾತ್ರಿ ಅಲ್ಲೆಲ್ಲೋ ಬಿಟ್ಟಿದ್ದ ಕನ್ನಡಕವನ್ನು ಜೋಪಾನವಾಗಿಟ್ಟುಕೊಳ್ಳುತ್ತಿದ್ದರು... ಮರುದಿನ ಕೊಡಲು! ಹೀಗೆ ನಮ್ಮಮ್ಮನ ಸೆರಗಿನಲ್ಲೇ ಬೆಳೆದೆ..ಸೈನ್ಯಕ್ಕೆ ಸೇರುವವರೆಗೂ. ಆಮೇಲೆ ನಮ್ಮಿಬ್ಬರ 'ದೋಸ್ತಿ' ಮೊಬೈಲುಗಳಲ್ಲಿ ಮುಂದುವರೆಯಿತು. ವಾಟ್ಸಪ್ಪಿನಲ್ಲಿ ದಿನಕ್ಕೆ ನಾಲ್ಕೈದು ಸಲವಾದರೂ ಸಂದೇಶಿಸುತ್ತಿದ್ದೆವು. ಈಗ ಅಮ್ಮ ದುಃಖಿಸುತ್ತಾಳೆ, ಎಲ್ಲರೂ ಕಣ್ಣೀರಿಡುತ್ತಿದ್ದಾರೆ..ಸಹಜವೇ.

ಅವತ್ತು ಅಮ್ಮ, ಅಪ್ಪ, ನೇಹಾ ಮತ್ತು ಭಾವ ಪ್ರದೀಶ್ ನಗ್ರೋತಕ್ಕೆ ಬಂದಿದ್ದರು. ಆತಂಕವಾದಿಗಳನ್ನು ಹಿಮ್ಮೆಟ್ಟಿ ಕೊಂದು ಮುಗಿಸಿದ್ದನ್ನು ವಿವರವಾಗಿ ಹೇಳುತ್ತಿದ್ದರು ಕರ್ನಲ್ ಪ್ರಕಾಶ್. ಮಧ್ಯ ಮಧ್ಯ ಅಮ್ಮ, ನೇಹಾರ ಅಳು... ನಾನಿಲ್ಲೇ ಇದ್ದೇನೆ ಅಮ್ಮಾ..ನಿನ್ನ ಹತ್ತಿರ ಗುಂಡಿನೇಟು, ಗ್ರೆನೇಡಿನ ಸ್ಫೋಟದಿಂದ ನಾನು ಬಿದ್ದಿದ್ದ ಸ್ಥಳಕ್ಕೆ ಬಂದರು. ಕಣ್ಣು ತುಂಬಿ ಬಂತು ಅಮ್ಮನಿಗೆ. ಅಲ್ಲೇ ಬಿದ್ದಿದ್ದ ಒಂದು ಚಿಕ್ಕ ಕಲ್ಲನ್ನು ಎತ್ತಿಕೊಂಡಳು ಅಮ್ಮ, ನನ್ನ ನೆನಪಿನ ಚಿಹ್ನೆಗಾಗಿ. ಅಲ್ಲೇ ಹತ್ತಿರದಲ್ಲೇ ನನ್ನ ಕನ್ನಡಕ ಬಿದ್ದಿದ್ದನ್ನು ಈಗ ಎಷ್ಟೋ ದಿನಗಳಾದರೂ ಯಾರಿಗೂ ಕಾಣಿಸಲಿಲ್ಲವೇ.. ಈಗ ಅಮ್ಮನೂ ಅದನ್ನು ದಾಟಿಕೊಂಡೇ ಹೋದಳು...ಅಮ್ಮಾ ಹಿಂತಿರುಗಿ ಬಾ..ನನ್ನ ಕನ್ನಡಕ ಎತ್ತಿಕೊಂಡು ಹೋಗು ಎಂದು ಕೂಗಿದೆ, ಸ್ವಲ್ಪ ದೂರ ಹೋದವಳು ತಿರುಗಿ ಬಂದಳು...ಆಗ ಕಾಣಿಸಿತು ಅಮ್ಮನಿಗೆ ನನ್ನ ಕನ್ನಡಕ! ಕಣ್ಣೀರಧಾರೆಯಲ್ಲೇ ತೊಳೆದು ಬಿಟ್ಟಳು ನನ್ನ ಕನ್ನಡಕವನ್ನು. ಅಂತೂ ನನ್ನ ಕನ್ನಡಕ ಅಮ್ಮನ ಬಳಿ ಜೋಪಾನವಾಯ್ತು. ಇನ್ನೆಂದೂ ನನ್ನ ಕನ್ನಡಕ ಹುಡುಕಿಕೊಡು ಎನ್ನುವುದಿಲ್ಲ....

ಈಗಂತೂ ನಾನು ಪಂಚಭೂತಗಳಲ್ಲಿ ವಿಲೀನವಾಗಿ, ಈ ಬ್ರಹ್ಮಾಂಡ ರಕ್ಷಕನ ರಕ್ಷಣೆಯಲ್ಲಿದ್ದೇನೆ.

ಒಂದಂತೂ ಈಗ ಸ್ಪಷ್ಟವಾಗಿದೆ "ತೃಣಮಪಿ ನ ಚಲತಿ ತೇ ನವಿನ" ಅವನ ಕರುಣೆ ಇಲ್ಲದೆ ಹುಲುಕಡ್ಡಿಯೂ ಅಲ್ಲಾಡದು. ನಾವೆಲ್ಲಾ ಪಾತ್ರಧಾರಿಗಳು. ನಮ್ಮ ಪಾತ್ರದ ಗತಿ, ಅವಧಿ ಅವನಿಗೇ ಬಿಟ್ಟದ್ದು.

ದಿವಂಗತ ಲಾನ್ಸ್ ನಾಯಕ್ ಹನುಮಂತಪ್ಪ ಕೊಪ್ಪದ್
ಸೇನಾ ಮೆಡಲ್

ಸಿಯಾಚಿನ್ ಸರದಾರ ಹನುಮಂತಪ್ಪ

ಸಿಯಾಚಿನ್ ಅಂತ ಕೇಳಿದರೇ ನಮಗೆ ಕುಳಿತಲ್ಲೇ ಸಣ್ಣಗೆ ನಡುಕ ಉಂಟಾಗುತ್ತದೆ, ಅಷ್ಟು ಛಳಿ, ಹಿಮಪಾತ, ಹಿಮಮಳೆ... ಅದೊಂದು ಹಿಮದ ತವರೂರು. ಸಮುದ್ರ ಮಟ್ಟದಿಂದ ಇಪ್ಪತ್ತು ಸಾವಿರ ಅಡಿಗೂ ಹೆಚ್ಚು ಎತ್ತರವಿರುವ ಈ ಪರ್ವತ ಶಿಖರ, ಸುಮಾರು ೭೬ ಕಿಮೀಗಳಷ್ಟು ಉದ್ದವಿದೆ. ಮೊದಲೆಲ್ಲಾ ಇಲ್ಲಿಗೆ ಕೇವಲ ಪರ್ವತಾರೋಹಿಗಳು ಮಾತ್ರ ಏರಿ ಬರುವ ಸಾಹಸ ಮಾಡುತ್ತಿದ್ದರು ಆದರೆ ಈ ನೀರ್ಗಲ್ಲು ಈಗ ಭಾರತೀಯ ಸೈನ್ಯದ ಶಾಶ್ವತ ತಾಣ. ಇಲ್ಲಿನ ಉದ್ದಗಲಕ್ಕೂ ಇರುವ ಹಲವಾರು ಕಾವಲು ತಾಣಗಳಲ್ಲಿ ತಂಗಿರುವ ಈ ಸೈನಿಕರ ಇಲ್ಲಿನ ಕಠಿಣವಾದ ದೈನಂದಿನ ಜೀವನ ಹೇಗಿರುತ್ತದೆ ಎಂದು ಕೇಳಿದರೆ ಮೈ ಜುಮ್ ಎನ್ನುತ್ತದೆ.

೧೯೮೪ ರಲ್ಲಿ 'ಆಪರೇಷನ್ ಮೇಘದೂತ' ಎನ್ನುವ ಸೈನ್ಯದ ಕಾರ್ಯಾಚರಣೆಯೊಂದಿಗೆ ಭಾರತೀಯ ಸೇನೆ ಸಿಯಾಚಿನ್ ನೀರ್ಗಲ್ಲಿಗೆ ಪ್ರವೇಶಿಸಿತು. ಪಾಕಿಸ್ತಾನ ಮತ್ತು ಭಾರತದ ನಡುವೆ ನಡೆದ ೧೯೪೮ ರ ಕದನ ವಿರಾಮ ರೇಖೆ ಮತ್ತು ೧೯೭೨ ನಲ್ಲಿ ನಡೆದ ಸಿಮ್ಲಾ ಒಪ್ಪಂದಗಳನ್ನು ಉಲ್ಲಂಘಿಸಿ, ಪಾಕೀಸ್ತಾನ ಈ ಪ್ರದೇಶ ತನ್ನದೇ ಎಂಬ ಧೋರಣೆಯನ್ನು ಅಂತಾರಾಷ್ಟ್ರೀಯ ಮಟ್ಟದಲ್ಲಿ ಹರಿಬಿಟ್ಟು, ಸಿಯಾಚಿನ್ ಶಿಖರದ ಮೇಲೆ ತನ್ನ ಅಧಿಪತ್ಯ ಸಾಧಿಸುವ ಹುನ್ನಾರದ ಸುಳಿವು ಸಿಗುತ್ತಲೇ ಭಾರತದ ಸೈನ್ಯ ಸಂಪೂರ್ಣ ಸಿದ್ಧತೆಯೊಂದಿಗೆ ಇಲ್ಲಿ ಬಂದು ತಿರಂಗ ಧ್ವಜವನ್ನು ಸ್ಥಾಪಿಸಿಯೇ ಬಿಟ್ಟಿತು. ಮುಂದೆ ನಡೆಯಲಿದ್ದ ಪಾಕಿಸ್ತಾನದ ದುಸ್ಸಾಹಸಕ್ಕೆ ತೆರೆಬಿತ್ತು.

ಈ ದುರ್ಗಮ ಸ್ಥಳದಲ್ಲಿ ಒಂದು ದಿನ ಸುಮ್ಮನೇ ಕೂತುಕೊಂಡು ಕಾಲಕಳೆಯುವುದೂ ಸಹಾ ಕಷ್ಟಸಾಧ್ಯ, ಇನ್ನು ಇಲ್ಲಿ

ಯುದ್ಧ ಮಾಡಿ ಗೆದ್ದಿದ್ದಾರೆ, ಸದಾ ಸನ್ನದ್ಧರಾಗಿರುತ್ತಾರೆ ನಮ್ಮ ಸೈನಿಕರು ಎಂದರೆ ಅವರ ಸಾಹಸ, ದೈಹಿಕ ಮತ್ತು ಮಾನಸಿಕ ಸ್ಥೈರ್ಯಕ್ಕೊಂದು ಸಲ್ಯೂಟ್.

ವಿಶ್ವದಲ್ಲೇ ಅತಿ ಎತ್ತರವಾದ ಯುದ್ಧಭೂಮಿ ಇದು. ಆದರೆ ಇಲ್ಲಿ ಭಾರತ ಮತ್ತು ಪಾಕಿಸ್ತಾನಗಳ ನಡುವೆ ನಡೆದ ಯುದ್ಧದಲ್ಲಿ ಮಡಿದವರಿಗಿಂತ ಹೆಚ್ಚಾಗಿ ಇಲ್ಲಿನ ಹಿಮಪಾತದಿಂದ, ರಕ್ತ ಹೆಪ್ಪುಗಟ್ಟಿಸುವ ಛಳಿಯಿಂದ ಮತ್ತು ಹಠಾತ್ತನೆ ಜರುಗುವ ಹಿಮಬಂಡೆಗಳಿಂದ ಆಗಿರುವ ಪ್ರಾಣಹಾನಿಗಳೇ ಹೆಚ್ಚು. ಸಿಯಾಚಿನ್ ನೀರ್ಗಲ್ಲು ಭಾರತಕ್ಕೆ ಯಾಕಿಷ್ಟು ಬಿಸಿತುಪ್ಪವಾಗಿದೆ? ಈ ಮೂವತ್ತೈದು ವರ್ಷಗಳಲ್ಲಿ ಸುಮಾರು ೯೦೦ ಸೈನಿಕರ ಬಲಿ ಪಡೆದ ಈ ಸ್ಥಳಕ್ಕೆ ಯಾಕಿಷ್ಟು ಮಹತ್ವ ಕೊಡುತ್ತಿದೆ ಭಾರತೀಯ ಸೈನ್ಯ? ಇದನ್ನು ಅರ್ಥಮಾಡಿಕೊಳ್ಳಲು ಸ್ವಲ್ಪ ಇತಿಹಾಸದ ಮತ್ತು ಭೌಗೋಳಿಕದ ಪುಟಗಳನ್ನು ತಿರುವಿ ಹಾಕಬೇಕು.

ಎಲ್ಲಿದೆ ಇದು ಸಿಯಾಚಿನ್?

ಇದು ಹಿಮಾಲಯದ ಕಾರಕೋರಂ ಪರ್ವತ ಶ್ರೇಣಿಯಲ್ಲಿದೆ. ಕಾಶ್ಮೀರದ ಶ್ರೀನಗರದಿಂದ ಉತ್ತರಕ್ಕೆ ಸುಮಾರು ೨೫೦ ಕಿಮೀಗಳಷ್ಟು ದೂರದಲ್ಲಿ. ಕಾಶ್ಮೀರ ಆಗಿನ್ನೂ ರಾಜಾ ಹರಿಸಿಂಗರ ಆಳ್ವಿಕೆಯಲ್ಲಿತ್ತು, ೧೯೪೭ – ೪೮ ರಲ್ಲಿ ಪಾಕಿಸ್ತಾನದ ಸೈನ್ಯ ಮತ್ತು ಪಷ್ತೂನಿ ಬುಡಕಟ್ಟು ಜನಾಂಗದ ದರೋಡೆಕೋರರು ಕಾಶ್ಮೀರದ ಮೇಲೆ ಆಕ್ರಮಣ ನಡೆಸಲು ಪ್ರಾರಂಭಿಸಿದರು. ಅವರನ್ನು ಹಿಮ್ಮೆಟ್ಟಿಸಲು ಭಾರತೀಯ ಸೈನ್ಯಕ್ಕೆ ರಾಜಕೀಯ ಆದೇಶ ಕೊಡುವುದರಲ್ಲಿ ಬಹಳ ವಿಳಂಬವಾಯಿತು. ಇನ್ನೇನು ಅವರು ಶ್ರೀನಗರದವರೆಗೂ ತಲುಪಿದರು ಎನ್ನುವಷ್ಟರಲ್ಲಿ, ರಾಜಾ ಹರಿಸಿಂಗ್ ಕಾಶ್ಮೀರವನ್ನು ಭಾರತಕ್ಕೆ ಸೇರಿಸಿಕೊಳ್ಳುವ ಒಪ್ಪಂದಕ್ಕೆ ಸಹಿ ಹಾಕಿದ ನಂತರ, 'ಸರಿ ಅವರನ್ನು ಹಿಮ್ಮೆಟ್ಟಿಸಿ' ಎಂದು ಭಾರತ ಸರ್ಕಾರ ಆದೇಶ ಹೊರಡಿಸಿತು. ಕೂಡಲೇ ಭಾರತೀಯ ಸೈನ್ಯ ಅವರನ್ನು ಅಟ್ಟಾಡಿಸಿಕೊಂಡು ಹೊಡೆದೋಡಿಸಲು ಪ್ರಾರಂಭಿಸಿತು. ಕಾಶ್ಮೀರದ ಅರ್ಧಕ್ಕೂ ಹೆಚ್ಚು ಭಾಗವನ್ನು ವಶಪಡಿಸಿಕೊಂಡಿದ್ದ ಪಾಕಿಸ್ತಾನದ ಸೈನ್ಯವನ್ನು ಹಿಮ್ಮೆಟ್ಟಿಸಿ, ವಶಪಡಿಸಿಕೊಂಡಿದ್ದ ಕಾಶ್ಮೀರದ ಭಾಗವನ್ನು ಅವರ ಹಿಡಿತದಿಂದ ಬಿಡಿಸಲಾಯಿತು. ಇನ್ನೇನು ಕೆಲವೇ ದಿನಗಳಲ್ಲಿ ಸಂಪೂರ್ಣವಾಗಿ ಕಾಶ್ಮೀರವನ್ನು ಪಾಕಿಸ್ತಾನಿ ಸೈನ್ಯದಿಂದ ಮುಕ್ತಗೊಳಿಸಲಿತ್ತು ಭಾರತೀಯ ಸೈನ್ಯ, ಅಷ್ಟರಲ್ಲೇ ಭಾರತದ ಪ್ರಧಾನಿ, 'ಈ ಸಮಸ್ಯೆಯನ್ನು ಬಗೆಹರಿಸಿಕೊಡಿ' ಎಂದು ವಿಶ್ವಸಂಸ್ಥೆಯ ಮೊರೆಹೋದರು. ಆಗ ವಿಶ್ವಸಂಸ್ಥೆ ಹೊರಡಿಸಿದ ಮೊದಲ ಆದೇಶವೆಂದರೆ ಎರಡೂ ಸೈನ್ಯಗಳು ಸದ್ಯಕ್ಕೆ ನಿಂತಿರುವ ಜಾಗಗಳಲ್ಲಿ ತಟಸ್ಥವಾಗಿಬಿಡಿ ಎಂದು. ಅದರ ಆಧಾರದ ಮೇಲೆ ಕಾಶ್ಮೀರದಲ್ಲಿ ಎರಡೂ ದೇಶಗಳ ಮಧ್ಯ ಒಂದು

ಗೆರೆಯನ್ನು ಎಳೆಯಲಾಯಿತು, ಇದನ್ನು 'ಕದನ ವಿರಾಮದ ಗೆರೆ' ಎಂದು ಕರೆಯಲಾಯಿತು. ಸೈನ್ಯಕ್ಕೆ ಮುಕ್ತವಾಗಿ ಒಂದೆರಡು ವಾರಗಳ ಸಮಯ ಕೊಟ್ಟಿದ್ದರೆ, ಸಮಸ್ಯೆಗೆ ಶಾಶ್ವತ ಪರಿಹಾರ ಸಿಕ್ಕಿಬಿಡೋದು.. ಏನು ಮಾಡೋದು ಮಿಂಚಿಹೋದ ಕಾಲ, ಕೈ ತಪ್ಪಿದ ಅವಕಾಶ.

ಜಮ್ಮುವಿನ ಮನವರ್ ಎಂಬ ಸ್ಥಳದಿಂದ ಪ್ರಾರಂಭವಾದ ಈ ಗೆರೆ ಈಶಾನ್ಯ ದಿಕ್ಕಿನಲ್ಲಿ ಹರಿದು ನಂತರ ಉತ್ತರಕ್ಕೆ ಹಿಮಚ್ಛಾದಿತ ಕಾಶ್ಮೀರದ ಮುಖಾಂತರ ಹಾದು ಹೋಗುತ್ತಾ ಎನ್ ಜೆ ೯೮೪೨ ಎನ್ನುವ ಪಾಯಿಂಟಿಗೆ ಹೋಗಿ ನಿಂತುಬಿಡುತ್ತದೆ. ಮುಂದೆ ಆ ಗೆರೆ ಅಸ್ಪಷ್ಟವಾಗಿ ಚುಕ್ಕಿ ಚಕ್ಕಿಯಾಗಿ ಒಂದು ಅಂದಾಜಿನ ಗೆರೆಯಾಗಿ ಮುಂದುವರೆಯುತ್ತದೆ, ಏಕೆಂದರೆ ಅದು ಸಮೀಕ್ಷೆ ನಡೆಸಲು ಕಠಿಣವಾದ, ದುರ್ಗಮ, ದಟ್ಟವಾದ ಹಿಮಶಿಖರ, ಅದೇ ಸಿಯಾಚಿನ್ ಎನ್ನುವ ನೀರ್ಗಲ್ಲು.

೧೯೭೧ರ ಭಾರತ ಪಾಕಿಸ್ತಾನದ ಯುದ್ಧದ ನಂತರ ನಡೆದ ಸಿಮ್ಲಾ ಒಪ್ಪಂದದ ಪ್ರಕಾರ ಈ ಕದನ ವಿರಾಮ ರೇಖೆಯನ್ನು 'ಗಡಿ ನಿಯಂತ್ರಣಾ ರೇಖೆ' ಎಂದು ಕರೆಯಲಾಯಿತು ಆದರೆ ಸಿಯಾಚಿನ್ ನೀರ್ಗಲ್ಲಿಗೆ ಸಂಬಂಧಿಸಿದ ಅಸ್ಪಷ್ಟತೆ ಹಾಗೇ ಉಳಿದುಕೊಂಡು ಬಿಟ್ಟಿತ್ತು. ಗಡಿವಿವಾದವನ್ನು ಶಾಶ್ವತವಾಗಿ ಪರಿಹರಿಸಲು ಸಿಕ್ಕ ಮತ್ತೊಂದು ಅವಕಾಶವಿತ್ತು, ಅದನ್ನು ಉಪಯೋಗಿಸಿಕೊಳ್ಳಲು ಆಗಲಿಲ್ಲವಲ್ಲಾ ಎನ್ನುವ ವಿಷಾದ ಈಗಲೂ ಇದೆ.

ಸಿಯಾಚಿನ್ ನೀರ್ಗಲ್ಲಿನಂತಹ ದುರ್ಗಮ, ಹಿಮಚ್ಛಾದಿತ ಪ್ರದೇಶವನ್ನು ಪ್ರವೇಶಿಸುವುದು, ಅಲ್ಲಿ ತನ್ನ ನಿಯಂತ್ರಣವನ್ನು ಸಾಧಿಸಲು ಪಾಕಿಸ್ತಾನ ಯೋಚಿಸಲಾರದು ಮತ್ತು ಅದು ಸಾಧ್ಯವಾಗದ ಮಾತು ಎಂದು ಭಾರತದ ಅಂದಿನ ಅಭಿಪ್ರಾಯ. ಆದರೆ ಕುಕೃತ್ಯಗಳಿಗೆ ಹೆಸರುವಾಸಿಯಾದ ಪಾಕಿಸ್ತಾನವನ್ನು ಕೇಳಬೇಕೇ, ಈ ಸಿಯಾಚಿನ್ ನಮ್ಮದೇ ಎಂದು ಅಂತರಾಷ್ಟ್ರೀಯ ವಲಯಗಳಲ್ಲಿ ಬಿಂಬಿಸಲು ಪ್ರಾರಂಭಿಸಿತು. ಇದರಿಂದ ಜಾಗ್ರತಗೊಂಡು ಭಾರತೀಯ ಸೈನ್ಯ ೧೯೭೮ ರಲ್ಲಿ ಕರ್ನಲ್ ನರೇಶ್ ಕುಮಾರ್ ಅವರ ನೇತೃತ್ವದಲ್ಲಿ ೭೦ ಸೈನ್ಯದ ಪರ್ವತಾರೋಹಿಗಳ ತಂಡವೊಂದನ್ನು ಸಿಯಾಚಿನ್ ಗ್ಲೇಸಿಯರಿಗೆ ಕಳುಹಿಸಿತು. ಅಲ್ಲಿ ನಡೆಯುತ್ತಿದ್ದ ಪಾಕಿಸ್ತಾನದ ಕಿತಾಪತಿಯನ್ನು ಈ ತಂಡ ವರದಿ ಮಾಡಿತು. ಅಲ್ಲಿಂದ ಪ್ರಾರಂಭವಾಯಿತು ಸಿಯಾಚಿನ್ ಪ್ರದೇಶದಲ್ಲಿ ಭಾರತೀಯ ಸೈನ್ಯದ ಜಮಾವಣೆ. ಪೈಪೋಟಿಗೆ ಬಿದ್ದ ಪಾಕಿಸ್ತಾನವೂ ಸಹ ನೀರ್ಗಲ್ಲಿನ ಪಶ್ಚಿಮಕ್ಕೆ ತನ್ನ ಸೈನ್ಯವನ್ನೂ ಜಮಾವಣೆ ಮಾಡಿ ಶಿಖರದ ಅಧಿಪತ್ಯಕ್ಕೇರುವ ದುಸ್ಸಾಹಸಕ್ಕೆ ಕೈ ಹಾಕಿತು. ೧೯೮೪ ರಲ್ಲಿ 'ಆಪರೇಷನ್ ಮೇಘದೂತ' ಕಾರ್ಯಾಚರಣೆ ನಡೆಸಿ ಪಾಕಿಸ್ತಾನದ ಸೈನ್ಯದ

ಷಡ್ಯಂತ್ರವನ್ನು ನಿಷ್ಕ್ರಿಯಗೊಳಿಸಿ ಭಾರತೀಯ ಸೈನ್ಯ ಸಿಯಾಚಿನ್ ಶಿಖರದ ಮೇಲೆ ತನ್ನ ಅಧಿಪತ್ಯವನ್ನು ಸಾಧಿಸುವುದರಲ್ಲಿ ಸಫಲವಾಯಿತು, ಹೀಗಾಗಿ ನಮ್ಮ ಸೈನಿಕರು ಇಲ್ಲಿ ಹವಾಮಾನದ ವೈಪರೀತ್ಯವನ್ನು ಸಹಿಸುತ್ತಾ ಗಡಿ ಕಾಯಬೇಕಾದ ಅನಿವಾರ್ಯತೆ ಉಂಟಾಯಿತು. ಇಂದಿನವರೆಗೂ ಸಿಯಾಚಿನ್ ಒಂದು ಬಿಸಿ ತುಪ್ಪವಾಗಿ ಉಳಿದುಕೊಂಡಿದೆ.

ಇಲ್ಲಿ ಚಳಿಗಾಲದಲ್ಲಿ ಸರಾಸರಿ ಸುಮಾರು ೧೦೦೦ ಸೆಂಟೀ ಮೀಟರಿನಷ್ಟು ಹಿಮಪಾತವಾಗುತ್ತದೆ ಹಾಗು ತಾಪಮಾನ ಸುಮಾರು -೫೦ ಡಿಗ್ರಿ ಸೆಂಟಿಗ್ರೇಡ್ ಗೆ ಇಳಿಯುತ್ತದೆ. ಆಮ್ಲಜನಕದ ಅಂಶ ತುಂಬಾ ಕಡಿಮೆ ಇರುವುದರಿಂದ ಉಸಿರಾಟ ಸರಾಗವಾಗಿ ನಡೆಯುವುದಿಲ್ಲ. High altitude pulmonary oedema..ಅಂದರೆ ಶ್ವಾಸಕೋಶದಲ್ಲಿ ನೀರು ತುಂಬಿಕೊಳ್ಳಲು ಕೆಲವೇ ಗಂಟೆಗಳು ಸಾಕು. ಮೂಗಿನ ತುದಿ, ಕೈಬೆರಳುಗಳಲ್ಲಿ ರಕ್ತಸಂಚಾರ ಕುಂಠಿತಗೊಂಡು ನೀಲಿ ಬಣ್ಣಕ್ಕೆ ತಿರುಗಿ ಹಿಮಹುಣ್ಣು ಮತ್ತು ಅಂಗಕ್ಷಯಗಳಾಗುವ ಸಾಧ್ಯತೆಗಳಿರುತ್ತವೆ. ಕೆಲವೊಮ್ಮೆ ರಭಸವಾಗಿ ಹಿಮಗಾಳಿ ಬೀಸಲು ಪ್ರಾರಂಭವಾದರೆ ೧೦೦ ಕಿಮೀಗಳಷ್ಟು ವೇಗವಾಗಿ ಬೀಸುತ್ತಾ ಅಲ್ಲಿದ್ದ ಟೆಂಟುಗಳು, ಸಾಮಾನು ಸರಂಜಾಮುಗಳು ಕಿತ್ತೆದ್ದು ಹೋಗಿಬಿಡುತ್ತವೆ. ಹೊರಪ್ರಪಂಚದ ಜೊತೆಗೆ ಸಂಬಂಧ ಇರುವ ಒಂದೇ ಸಂಪರ್ಕ ಸಾಧನ ಎಂದರೆ ಹೆಲಿಕಾಪ್ಟರ್, ಅದು ಬಂದಿಳಿದರೆ ಮನೆಯಿಂದ ಬರುವ ಪತ್ರಗಳು, ಆಹಾರ ಸಾಮಗ್ರಿಗಳು, ಇಂಧನ, ಬೆಚ್ಚನೆಯ ವಸ್ತುಗಳ ಆಗಮನವಾಗುತ್ತದೆ. ಆಗ ಸೈನಿಕರಿಗೆ ಎಲ್ಲಿಲ್ಲದ ಖುಷಿ. ಕೆಲವೊಮ್ಮೆ ಹಿಮಗಾಳಿ, ಹಿಮಪಾತದ ಪ್ರಭಾವದಿಂದ ಎಷ್ಟೋ ದಿನಗಳವರೆಗೆ ಹೆಲಿಕಾಪ್ಟರ್ ಇಳಿಸಲು ಸಾಧ್ಯವಾಗದಿದ್ದಾಗ ಪರಿತಪಿಸುವ ಸೈನಿಕರ ಸ್ಥಿತಿ ದಯಾನೀಯ. ಇಷ್ಟು ಎತ್ತರದ ಹಿಮಶಿಖರದ ಮೇಲೆ ಇಂತಹ ಕಠಿಣ ವಾತಾವರಣದಲ್ಲಿ ಸೈನಿಕರ ದೈಹಿಕ ಮತ್ತು ಮಾನಸಿಕ ಕ್ಷಮತೆಗೆ ಸವಾಲೊಡ್ಡುತ್ತಿರುವ ಪರಿಸರದಲ್ಲಿ ಗಡಿಕಾಯುತ್ತಾ ದೇಶಸೇವೆ ಮಾಡುತ್ತಿರುವ ಉದಾಹರಣೆಗಳು ಪ್ರಪಂಚದ ಬೇರೆಲ್ಲೆಡೆ ಸಿಗದು.

೩ ಫೆಬ್ರವರಿ ೨೦೧೬ ಅಂದು ಸಂಜೆ, ಪ್ರಕೃತಿಯ ವಿಕೃತ ನರ್ತನ ಪ್ರಾರಂಭವಾಯಿತು. ಭಯಂಕರ ಹಿಮಪಾತದಲ್ಲಿ ಸೋನಮ್ ಪೋಸ್ಟ್ ನಲ್ಲಿ ಕರ್ತವ್ಯನಿರತರಾಗಿದ್ದ ಮದ್ರಾಸ್ ರೆಜಿಮೆಂಟಿನ ೧೯ನೇ ಬೆಟಾಲಿಯನ್ನಿನ ಹತ್ತು ಸೈನಿಕರು ನಿಂತು ನಿಂತಿದ್ದಂತೇ ಮೂವತ್ತು ಅಡಿ ಆಳದ ಹಿಮದಲ್ಲಿ ಹುದುಗಿ ಹೋಗುತ್ತಾರೆ. ರಾತ್ರಿ ಎಂಟರವರೆಗೂ ಈ ಪೋಸ್ಟ್ ನಿಂದ ಯಾವ ಸಂಪರ್ಕ ಸಾಧ್ಯವಾಗುತ್ತಿಲ್ಲ. ಜಾಗೃತಗೊಂಡ ಸಿಯಾಚಿನ್ ಬೇಸ್ ಕಮಾಂಡರ್ ಉಧಾಂಪುರ ಮುಖ್ಯಾಲಯಕ್ಕೆ ವಿಷಯ ತಿಳಿಸಿ ನೆರವು ಕೋರುತ್ತಾರೆ. ಹವಾಮಾನದ

ಪ್ರತಿಕೂಲತೆಯಿಂದ ಮರುದಿನವೂ ಹೆಲಿಕಾಪ್ಟರ್ ಸೋನಮ್ ಪೋಸ್ಟ್ ತಲುಪಲು ಅಸಾಧ್ಯವಾಯಿತು. ಆವಾಗಲೇ ಅನ್ನಿಸಿಬಿಟ್ಟಿತ್ತು ಇಂತಹ ಘೋರ ಹಿಮಪಾತದಲ್ಲಿ ಯಾರಾದರೂ ಬದುಕಿ ಉಳಿದಿರುವುದು ಸಾಧ್ಯವಿಲ್ಲ ಎಂದು.

ಮರುದಿನ ಹವಾಮಾನ ಸ್ವಲ್ಪ ತಿಳಿಯಾಗುತ್ತಿದ್ದಂತೇ ಪ್ರಾರಂಭವಾಗುತ್ತದೆ ನೋಡಿ ಸಿಯಾಚಿನ್ನಿನ ಇತಿಹಾಸ ಕಂಡರಿಯದಂತಹ ಪರಿಶೋಧನೆ. ಮಡಿದ ಸೈನಿಕರ ಶವಗಳನ್ನು ಹುಡುಕಲು ದೊಡ್ಡದೊಂದು ಸಾಹಸ. ಸೋನಮ್ ಪೋಸ್ಟಿನ ಸಮೀಪವೇ ಇಪ್ಪತ್ತು ಅಡಿ ಸಮತಳ ಭಾಗದಲ್ಲಿ ಹೆಲಿಕಾಪ್ಟರ್ ಇಳಿಸಲು ವ್ಯವಸ್ಥೆ ಮಾಡಲಾಗುತ್ತದೆ. ಸತತವಾಗಿ ಸುಮಾರು ಒಂದು ಪಾಳಿಗೆ ಇಪ್ಪತ್ತು ಸೈನಿಕರನ್ನು ಹೊತ್ತುತರುವ ವ್ಯವಸ್ಥೆಯಾಗುತ್ತದೆ. ಒಟ್ಟು ೧೫೦ ಸೈನಿಕರು ಸತತವಾಗಿ ಐದು ದಿನಗಳವರೆಗೂ ನಡೆದ ಕಾರ್ಯಾಚರಣೆಯಲ್ಲಿ ಭಾಗವಹಿಸುತ್ತಾರೆ. ಕಾಂಕ್ರೀಟಿಗಿಂತಲೂ ಗಟ್ಟಿಯಾದ ನೀಲಿ ಹಿಮವನ್ನು ಕೊರೆಯಲು ವಿದ್ಯುತ್ ಚಾಲಿತ ಗರಗಸಗಳು, ಕೊರೆಯುವ ಮಷೀನುಗಳು ಬರುತ್ತವೆ, ರೇಡಿಯೋ ಸಿಗ್ನಲ್ ಹುಡುಕುವ ಮಷೀನಿನ ಸಹಾಯದಿಂದ ಪೋಸ್ಟ್ ಇದ್ದ ಸ್ಥಳವನ್ನು ಪತ್ತೆ ಹಚ್ಚಲಾಗುತ್ತದೆ. ಸತತವಾಗಿ ಮೂರುದಿನ ೩೫ ಅಡಿ ಆಳದವರೆಗೂ ಹಿಮವನ್ನು ಕೊರೆದು ಒಂದೊಂದಾಗಿ ಸೈನಿಕರ ಶವಗಳನ್ನು ಹುಡುಕಿ ಬೇಸ್ ಕ್ಯಾಂಪಿಗೆ ತಲುಪಿಸಲಾಗುತ್ತದೆ.

ಇಲ್ಲಿ ಯಾರಾದರೂ ಬದುಕಿರಬಹುದಾ ಎನ್ನುವ ಭರವಸೆಯನ್ನು ಕಳೆದುಕೊಂಡ ಸೈನಿಕರು ಹುದುಗಿದ್ದ ಒಂಬತ್ತು ಶವಗಳನ್ನು ಆಚೆ ಎಳೆದಿದ್ದಾರೆ, ಇನ್ನೊಂದು ಶವ ಸಿಗಬೇಕು, ಅಷ್ಟಾದರೆ ಆ ಪೋಸ್ಟ್ ನಲ್ಲಿದ್ದ ಹತ್ತೂ ಜನರ ಲೆಕ್ಕ ಸಿಕ್ಕಂತಾಯಿತು ಎನ್ನುವಷ್ಟರಲ್ಲೇ ಅಲ್ಲಿಗೆ ಕರೆತರಲಾಗಿದ್ದ ಮಿಷಾ ಮತ್ತು ಡಾಟ್ ಎನ್ನುವ ಸ್ನಿಫರ್ ನಾಯಿಗಳು ಹಿಮದಲ್ಲಿ ಕಾಣುತ್ತಿದ್ದ ತೂತಿನ ಹತ್ತಿರ ಹೋಗಿ ಬಾಲ ಅಲ್ಲಾಡಿಸುತ್ತಾ ನಿಂತು ಬಿಡುತ್ತವೆ. ಆಗ ನಡೆಯುತ್ತದೆ ನೋಡಿ ಒಂದು ಪವಾಡ. ಹಿಮವನ್ನು ಇಂಚು ಇಂಚಾಗಿ ಬಗೆಯುತ್ತಾ ಇದ್ದವರಿಗೆ ಒಂದು ದೇಹ ಮಿಸುಗಾಡಿದ್ದು ಕಾಣುತ್ತದೆ, ಅಲ್ಲಿದ್ದವರು ನಂಬಲಾರರು ಇದನ್ನು..ಅರೆರೇ ಉಸಿರಾಡುತ್ತಿದ್ದಾನೆ, ನಿಧಾನ..ನಿಧಾನ..ಶಬ್ಬಾಶ್ ಎನ್ನುತ್ತಲೇ ಹಿಮವನ್ನು ಕೈಯಿಂದಲೇ ಬಗೆಯಲಾರಂಬಿಸುತ್ತಾರೆ ಆಗ ನಿಧಾನವಾಗಿ ಕೈ ಎತ್ತುತ್ತಾನೆ ಲಾನ್ಸ್ ನಾಯಕ್ ಹನುಮಂತಪ್ಪ ಕೊಪ್ಪದ್! ಕೂಡಲೇ ಅಲ್ಲಿಯೇ ಇದ್ದ ಡಾಕ್ಟರ್ ಆಕ್ಸಿಜನ್ ಕೊಟ್ಟು ಅವನ ಚಿಕಿತ್ಸೆ ಪ್ರಾರಂಭಿಸುತ್ತಾರೆ. ಮರುದಿನ ಬೆಳ್ಳಂಬೆಳಗ್ಗೆ ಹೆಲಿಕಾಪ್ಟರ್ ಮೂಲಕ ಉಧಾಂಪುರದ ಸೈನ್ಯದ ಆಸ್ಪತ್ರೆಗೆ ಸಾಗಿಸಲಾಗುತ್ತದೆ.

ಐದು ದಿನಗಳವರೆಗೆ ೩೫ ಅಡಿ ಹಿಮದಲ್ಲಿ ಹುದುಗಿ ಹೋಗಿದ್ದ ಹನುಮಂತಪ್ಪ ಇನ್ನೂ ಬದುಕಿದ್ದಾನೆ ಎನ್ನುವ ವಿಷಯ ಎಲ್ಲೆಡೆ ಕಾಳ್ಗಿಚ್ಚಿನಂತೆ ಹರಡಿಬಿಡುತ್ತದೆ. ದೇಶದ ಉದ್ದಗಲಕ್ಕೂ ವಿದ್ಯುತ್ ಸಂಚಲನವಾದಂತೆ ಜನಗಳು 'ಅಬ್ಬಾ ಎಂತಹ ಸಾಹಸಿ' ಎಂದು ಒಕ್ಕೊರಲಿನಿಂದ ಉದ್ಗರಿಸುತ್ತಾರೆ. ಅವನು ಪೂರ್ಣವಾಗಿ ಗುಣಮುಖನಾಗಲಿ ಎಂದು ಮನೆಮನೆಗಳಲ್ಲಿ ಪೂಜೆಗಳು, ದೇವಸ್ಥಾನಗಳಲ್ಲಿ ಹೋಮ ಹವನಗಳು, ವಾರಣಾಸಿಯಲ್ಲಿ ಆರತಿ, ಗುರುದ್ವಾರಗಳಲ್ಲಿ ಅರ್ದಾಸದ ಪಠನ....ದೇಶಕ್ಕೆ ದೇಶವೇ ಪ್ರಾರ್ಥಿಸಲು ಪ್ರಾರಂಭಿಸುತ್ತದೆ. ವೈದ್ಯಕೀಯ ವಲಯದಲ್ಲೂ ಸಂಚಲನ ಪ್ರಾರಂಭವಾಗುತ್ತದೆ. ಇಂತಹ ಕೇಸ್ ಕೇಳಿರಲಿಲ್ಲ, ಕಂಡಿರಲಿಲ್ಲ, ಅದೆಂತಹ ಛಲಗಾರ, ಹೋರಾಟಗಾರ ಎಂದು ದೇಶವೇ ನಿಬ್ಬೆರಗಾಗಿಬಿಡುತ್ತದೆ.

ಹೌದು ಹನುಮಂತಪ್ಪ ಹುಟ್ಟಿನಿಂದಲೂ ಹೋರಾಟಗಾರನೇ. ಧಾರವಾಡದ ಬೆಟದೂರಿನ ಬಡ ರೈತ ಕುಟುಂಬದಲ್ಲಿ ಹುಟ್ಟಿಬೆಳೆದ ಹನುಮಂತಪ್ಪ ಕಷ್ಟಪಟ್ಟು ವಿದ್ಯಾಭ್ಯಾಸ ಮಾಡಿದ. ಅರಳಿಕಟ್ಟೆಯ ಹೈಸ್ಕೂಲು ಇದ್ದದ್ದು ಮನೆಯಿಂದ ಆರು ಕಿ.ಮೀ.ಗಳಷ್ಟು ದೂರ, ದಿನ ನಡೆದುಕೊಂಡು ಹೋಗುತ್ತಿದ್ದ. ಆಗಲೇ ದೈವಭಕ್ತಿ, ಯೋಗದಲ್ಲಿ ಆಸಕ್ತಿ ಆಳವಾಗಿ ಬೇರೂರಿತ್ತು. ಬಾಲ್ಯದಿಂದಲೇ ಸೈನಿಕನಾಗಬೇಕೆನ್ನುವ ಮಹದಾಸೆ. ಎರಡು ಸಲ ಆಯ್ಕೆಯ ಪ್ರಕ್ರಿಯೆಯಲ್ಲಿ ಫೇಲಾದ ನಂತರವೂ ಛಲಬಿಡದ ತ್ರಿವಿಕ್ರಮನಂತೆ ಮೂರನೇ ಸಲ ಯಶಸ್ಸು ಕಂಡಾಗ ಹನುಮಂತಪ್ಪನ ಆನಂದಕ್ಕೆ ಪಾರವಿಲ್ಲದಂತಾಯಿತು. ಹದಿನಾಲ್ಕು ವರ್ಷಗಳ ಸೈನ್ಯದ ಸೇವೆಯಲ್ಲಿ ಹತ್ತು ವರ್ಷಗಳ ಸೇವೆ, ಜಮ್ಮು ಕಾಶ್ಮೀರದ, ಪೂರ್ವೋತ್ತರಗಳಲ್ಲೇ ಕಳೆದುಹೋಯಿತು. ಉಗ್ರ ನಿಗ್ರಹದ ದಳಗಳಲ್ಲಿ ಸಕ್ರಿಯವಾಗಿ ಭಾಗವಹಿಸಿದ್ದರು ಲಾನ್ಸ್ ನಾಯಕ್ ಹನುಮಂತಪ್ಪ. ೨೦೧೫ ರಲ್ಲಿ ಸಿಯಾಚಿನ್ ನೀರ್ಗಲ್ಲಿನಲ್ಲಿ ಸೇವೆ ಸಲ್ಲಿಸಬೇಕು ಎನ್ನುವ ಕೋರಿಕೆಯನ್ನು ಸಲ್ಲಿಸಿ ತಾನಾಗಿಯೇ ವರ್ಗಾವಣೆ ಮಾಡಿಸಿಕೊಂಡರು. ಯೋಗಪಟುವಾದ ಹನುಮಂತಪ್ಪ, ಸಿಯಾಚಿನ್ ಸೈನಿಕರಿಗೆ ಯೋಗ, ಧ್ಯಾನ ಕಲಿಸಲು ಪ್ರಾರಂಭಿಸಿದರು. ಈ ಮಧ್ಯೆ ಮಹಾದೇವಿಯವರೊಂದಿಗೆ ಮದುವೆಯೂ ಆಯಿತು, ನೇತ್ರಾ ಎನ್ನುವ ಪುಟ್ಟ ಮಗುವಿನ ಆಗಮನವೂ ಆಯಿತು ಅವರ ಸಂಸಾರದಲ್ಲಿ. ಇನ್ನೇನು ಸಿಯಾಚಿನ್ ಸೇವೆಯ ನಂತರ ಕರ್ನಾಟಕದಲ್ಲಿರುವ ಹಲವಾರು ಮದ್ರಾಸ್ ರೆಜಿಮೆಂಟಿನ ಬೆಟಾಲಿಯನ್ನುಗಳಲ್ಲಿ ಪೋಸ್ಟಿಂಗ್ ಆದರೆ ಹೆಂಡತಿ, ಮಗುವಿನ ಜೊತೆಯಲ್ಲಿ ಕೆಲವು ವರ್ಷ ಇರಬಹುದೆಂದು ಆಸೆಯೂ ಇತ್ತು.

ಆದರೆ ವಿಧಿಯಾಟ ನೋಡಿ.? ಸಾವಿಗೇ ಸವಾಲೊಡ್ಡಿ ನಿಂತು ಜಯಿಸಿ

ಬಿಟ್ಟನೇನೋ ಎನ್ನವಷ್ಟರಲ್ಲಿ, ಕೊನೇಕ್ಷಣದವರೆಗೂ ಹೋರಾಡಿ ೧೧ ಫೆಬ್ರವರಿ ೨೦೧೬ ರಂದು ಹನುಮಂತಪ್ಪ ಕೊನೆಯುಸಿರೆಳೆದರು. ವೀರಯೋಧ ಮತ್ತೊಮ್ಮೆ ಹುಟ್ಟಿ ಬಾ ಎಂದು ದೇಶದ ಜನಸ್ತೋಮ ಕಂಬನಿಧಾರೆಯೊಂದಿಗೆ ಬೀಳ್ಕೊಟ್ಟಿತು.

ಸಿಯಾಚಿನ್ ನಲ್ಲಿ ಮಂಜುಗುಡ್ಡಗಳ ಕೆಳಗೆ ಹುದುಗಿದ್ದರೂ ಸಹ ಜೀವನ್ಮರಣದ ಮಧ್ಯೆ ಹೋರಾಟ ನಡೆಸಿ ಹುತಾತ್ಮನಾದ ವೀರಯೋಧ ಲಾನ್ಸ್ ನಾಯಕ್ ಹನುಮಂತಪ್ಪ ಕೊಪ್ಪದ್ ಅವರಿಗೆ ಭಾರತೀಯ ಸೇನೆ 'ಸೇನಾ ಮೆಡಲ್' ನೀಡಿ ಗೌರವಿಸಿತು.

ಮರೆಯಲಾಗದ ಯೋಧ ಮುಹಿಲನ್

ಕಾರ್ಗಿಲ್ ಯುದ್ಧದ ಹಿನ್ನೆಲೆ

ಅಸ್ಪಷ್ಟ ಗಡಿ ನಿಯಂತ್ರಣ ರೇಖೆಯ ಗೊಂದಲವನ್ನೇ ದಾಳವಾಗಿಟ್ಟುಕೊಂಡು ಪಾಕಿಸ್ತಾನ ಸಿಯಾಚಿನ್ ನೀರ್ಗಲ್ಲಿಗೆ ಹಿಂಬಾಗಿಲಿನಿಂದ ಪದೇ ಪದೇ ಲಗ್ಗೆ ಹಾಕುವ ಕುತಂತ್ರ ಸಫಲವಾಗಲಿಲ್ಲ, ಎಂದಿಗೂ ಆಗುವುದೂ ಇಲ್ಲ. ೧೯೮೪ ರಲ್ಲಿ ಭಾರತೀಯ ಸೇನೆ ನಡೆಸಿದ 'ಆಪರೇಶನ್ ಮೇಘದೂತ' ಕಾರ್ಯಾಚರಣೆಯಲ್ಲಿ ಸಿಯಾಚಿನ್ ಶಿಖರದಿಂದ ಪಾಕಿಸ್ತಾನದ ಸೈನ್ಯವನ್ನು ಕೆಳಗೆ ತಳ್ಳಲಾಯಿತು. ಪಾಕಿಸ್ತಾನ ಆಕ್ರಮಿಸಿಕೊಂಡಿದ್ದ 2500 ಚದರ ಕಿ.ಮೀ.ಗಳಷ್ಟು ಭೂಮಿಯನ್ನು ಮರುವಶಪಡಿಸಿ ಕೊಳ್ಳಲಾಯಿತು. ಈ ಅವಮಾನ ಪಾಕಿಸ್ತಾನದ ಸೈನ್ಯಾಧಿಕಾರಿಗಳ ಮನಸ್ಸಿನಲ್ಲಿ ಹೊಗೆಯಾಡುತ್ತಲೇ ಇತ್ತು. ಭಾರತೀಯ ಸೈನ್ಯದ ಮೇಲೆ ಸೇಡುತೀರಿಸಿಕೊಳ್ಳುವ ಅವಕಾಶಕ್ಕೆ ಹೊಂಚು ಹಾಕಿಕೊಂಡು ಕೂತಿತ್ತು. ೧೯೮೭ ರಲ್ಲಿ ಮತ್ತೊಮ್ಮೆ ಸಿಯಾಚಿನ್ ಮೇಲೆ ಪಾಕಿಸ್ತಾನದ ದಾಳಿಯ ಯತ್ನವನ್ನು ಭಾರತೀಯ ಸೇನೆ ನಿಶ್ಕ್ರಿಯಗೊಳಿಸಿತು. ರೊಚ್ಚಿಗೆದ್ದ ಪಾಕಿಸ್ತಾನ, ಬ್ರಿಗೇಡ್ ಜನರಲ್ ಪರ್ವೇಜ್ ಮುಷರಫ್ ನೇತೃತ್ವದಲ್ಲಿ ಮಗದೊಮ್ಮೆ ೧೯೮೯ರಲ್ಲಿ ವೃಥಾ ದಾಳಿಯ ಪ್ರಯತ್ನ ನಡೆಸಿ ಹೀನಾಯ ಸೋಲುಂಡು ಓಡಿಹೋಯಿತು.

೧೯೯೯ರಲ್ಲಿ ಯಾವಾಗ ಜನರಲ್ ಮುಷರಫ್ ಪಾಕಿಸ್ತಾನದ ಸೇನೆಯ ಮುಖ್ಯಸ್ಥನಾಗಿ ಕಾರ್ಯಭಾರ ವಹಿಸಿಕೊಂಡರೋ ಅಂದಿನಿಂದಲೇ ಸಿಯಾಚಿನ್ ಸೋಲಿನ ಸೇಡುತೀರಿಸಿಕೊಳ್ಳುವ ಷಡ್ಯಂತ್ರದ ರಚನೆ ಪ್ರಾರಂಭವಾಗಿಬಿಡುತ್ತದೆ.

ರಾಷ್ಟ್ರೀಯ ಹೆದ್ದಾರಿ ನಂಬರ್ ೧, ಶ್ರೀನಗರದಿಂದ ಲೇಹ್ ಲಡಾಖಿನ ನಡುವೆ ಸಂಪರ್ಕ ಕಲ್ಪಿಸುವ ಏಕೈಕ ಮಾರ್ಗ. ಇದರ ಮುಖಾಂತರವೇ ಸಿಯಾಚಿನ್ ನೀರ್ಗಲ್ಲಿಗೆ ಸೈನಿಕರ ಅವಶ್ಯಕತೆಗಳನ್ನು ಪೂರೈಸಲಾಗುತ್ತದೆ. ಈ ಹೆದ್ದಾರಿ ಕಾರ್ಗಿಲ್ ಎನ್ನುವ ಪಟ್ಟಣದ ಮುಖಾಂತರ ಹಾದು ಹೋಗುತ್ತದೆ. ಕಾರ್ಗಿಲ್ ಗಡಿ ನಿಯಂತ್ರಣರೇಖೆಯಿಂದ ಕೆಲವೇ ಕಿ.ಮೀ.ಗಳಷ್ಟು ದೂರವಿದೆ. ಸಿಂಧೂನದಿಯ ಉಪನದಿ ಸುರು ನದಿಯ ತಟದಲ್ಲಿರುವ ಈ ಪಟ್ಟಣ ಸಮುದ್ರ ಮಟ್ಟದಿಂದ ಸುಮಾರು ೯೦೦೦ ಅಡಿಗಳಷ್ಟು ಎತ್ತರದಲ್ಲಿದೆ. ಕಾರ್ಗಿಲ್ ಪಟ್ಟಣದಿಂದ ದ್ರಾಸ್ ಪಟ್ಟಣಕ್ಕೆ ಇರುವ ದೂರ ಸುಮಾರು ೬೫ ಕಿ.ಮೀ.ಗಳಷ್ಟು. ಕಿರಿದಾದ ಈ ಹೆದ್ದಾರಿಯ ಇಕ್ಕೆಲಗಳಲ್ಲಿ ಕಡಿದಾದ ಪರ್ವತ ಶಿಖರಶ್ರೇಣಿಗಳಿವೆ. ಕೆಲವು ಕಡೆ ಸಮುದ್ರ ಮಟ್ಟದಿಂದ ಹದಿನಾರು ಸಾವಿರ ಅಡಿಯಷ್ಟು ಎತ್ತರದವರೆಗೂ ಇದೆ. ಈ ಶಿಖರಗಳ ಮೇಲೆ ಭಾರತೀಯ ಸೈನ್ಯದ ಕೆಲವು ಕಾವಲು ಪೋಸ್ಟುಗಳಿವೆ. ಛಳಿಗಾಲದಲ್ಲಿ ಹವಾಮಾನ ವೈಪರೀತ್ಯದಿಂದಾಗಿ ಇಲ್ಲಿ ಕಾವಲು ಕಾಯುವ ಸೈನಿಕರು ಸ್ವಲ್ಪ ಕೆಳಗಿರುವ ಪೋಸ್ಟುಗಳಿಗೆ ಇಳಿದು ಬರುತ್ತಾರೆ. ಅತ್ತಕಡೆ ಪಾಕಿಸ್ತಾನವೂ ಸಹಾ ಹಾಗೇ ಮಾಡುತ್ತದೆ. ಎರಡೂ ದೇಶಗಳ ನಡುವೆ ಇದೊಂದು ಅಲಿಖಿತ ಒಪ್ಪಂದ. ಪುನಃ ಮೇ ತಿಂಗಳಿನಷ್ಟೊತ್ತಿಗೆ ಮೇಲೇರಿ ಬಂದು ತಮ್ಮ ತಮ್ಮ ಪೋಸ್ಟುಗಳನ್ನು ನಿಭಾಯಿಸುತ್ತಾರೆ.

ಆ ಸಮಯಕ್ಕೆಂದೇ ಹೊಂಚುಹಾಕಿಕೊಂಡು ಕುಳಿತಿದ್ದರು ಜನರಲ್ ಮುಷರಫ್! ಆ ಸಮಯದಲ್ಲಿ ಪಾಕಿಸ್ತಾನದ ಸೈನ್ಯವನ್ನು ಕಾಶ್ಮೀರದ ಭಯೋತ್ಪಾದಕರ ವೇಷದಲ್ಲಿ ಈ ಶಿಖರಗಳಿಗೆ ಕಳುಹಿಸಿ ಅಲ್ಲಿಂದ ಹೆದ್ದಾರಿಯ ಮೇಲೆ ದಾಳಿ ನಡೆಸಿ ಲಡಾಖಿನ ಪ್ರದೇಶ, ಅದರಲ್ಲೂ ಸಿಯಾಚಿನ್ ನೀರ್ಗಲ್ಲು ಶಿಖರಕ್ಕೆ ಕಾಶ್ಮೀರದೊಂದಿಗೆ ಸಂಪರ್ಕ ಕಡಿದು ಹಾಕಿ, ಪುನಃ ಸಿಯಾಚಿನ್ ಮೇಲೆ ಅಧಿಪತ್ಯ ಸಾಧಿಸುವ ಒಂದು ವ್ಯೂಹದ ರಚನೆಯನ್ನು ಮಾಡುತ್ತಾನೆ. ಸೈನಿಕರನ್ನು ಹುರಿದುಂಬಿಸಿ, ಅವರಿಗೆ ಬೇಕಾದ ಶಸ್ತ್ರಾಸ್ತ್ರಗಳು, ಗ್ರೆನೇಡುಗಳು, ಮಿಸ್ಸೈಲುಗಳು, ತಿಂಗಳಾನುಗಟ್ಟಲೆ ಸಾಕಾಗುವಷ್ಟು ಆಹಾರ ಸಾಮಗ್ರಿಗಳನ್ನು ಸರಬರಾಜು ಮಾಡುವ ವ್ಯವಸ್ಥೆಯನ್ನೂ ಸಿದ್ಧಪಡಿಸಲಾಗುತ್ತದೆ. ಇದೆಲ್ಲಾ ಪಾಕಿಸ್ತಾನದ ಸೈನ್ಯ, ಪಾಕ್ ಆಕ್ರಮಿತ ಕಾಶ್ಮೀರದ ಕಡೆಯಿಂದ ಮಾಡಲಾಗುತ್ತದೆ. ಛಳಿಗಾಲದ ಕೊರೆಯುವ ಛಳಿ ಮತ್ತು ಹಿಮಪಾತದ ನಡುವೆ ಈ ಪ್ರಕ್ರಿಯೆ ನಡೆದು ಹೋಗುತ್ತದೆ. ಈ ವಿಷಯ ಪಾಕಿಸ್ತಾನದ ಅಂದಿನ ಪ್ರಧಾನಿ ನವಾಜ್ ಶರೀಫರಿಗೂ ತಿಳಿಸಲಾಗಿರುವುದಿಲ್ಲ, ಅಷ್ಟು ಗೌಪ್ಯವಾಗಿ ಈ ಷಡ್ಯಂತ್ರದ ರಚನೆಯಾಗಿರುತ್ತದೆ. ಇದರ ಸುಳಿವು ಭಾರತೀಯ ಸೈನ್ಯಕ್ಕೆ ಸಿಕ್ಕಿದ್ದೂ ಸಹಾ ತಡವಾಗಿ ಎನ್ನಬಹುದು. ಅಷ್ಟೊತ್ತಿಗಾಗಲೇ ಟೈಗರ್ ಹಿಲ್, ಬಟಾಲಿಕ್, ದ್ರಾಸ್ ಮತ್ತು

ಟೋಲೋಲಿಂಗ್ ಸೇರಿದಂತೆ ಹಲವಾರು ಶಿಖರಗಳ ಮೇಲೆ ಪಾಕಿಸ್ತಾನದ ಸೈನಿಕರು ಭದ್ರವಾಗಿ ತಳವೂರಿ ಬಿಟ್ಟಿರುತ್ತಾರೆ. ಭಾರತದ ಸೈನ್ಯಕ್ಕೆ ಇಂತಹದೊಂದು ಗುಪ್ತಮಾಹಿತಿಯ ವೈಫಲ್ಯದ ಬಗ್ಗೆ ಕಾರ್ಗಿಲ್ ಕದನಾನಂತರ ಹಲವಾರು ಹಂತದ ವಿಚಾರಣೆಗಳಾಗಿ, ತಪ್ಪಿತಸ್ಥರಿಗೆ ಶಿಕ್ಷೆ ವಿಧಿಸುವ ಪ್ರಕ್ರಿಯೆಯೂ ನಡೆದುಹೋಗುತ್ತದೆ. ಇರಲಿ ಅದರ ಬಗ್ಗೆ ಆಮೇಲೆ ವಿಚಾರಿಸಿದರಾಯಿತು.

'ಆಪರೇಶನ್ ವಿಜಯ್' ಕಾರ್ಯಾಚರಣೆಯ ಮುಖಾಂತರ ಈ ಪಾಕಿಸ್ತಾನದ ಅತಿಕ್ರಮಣಕಾರರನ್ನು ಹೊಡೆದೋಡಿಸುವ ಪ್ರಕ್ರಿಯೆ ಪ್ರಾರಂಭವಾಯಿತು. ಭಾರತೀಯ ಭೂಸೇನೆಯ ಸಂಕಷ್ಟವೇನೆಂದರೆ, ಎತ್ತರದ ಶಿಖರಗಳಲ್ಲಿ ಭದ್ರವಾಗಿ ಬೀಡು ಬಿಟ್ಟಿರುವ ಪಾಕಿಸ್ತಾನದ ಸೈನಿಕರ ಕಣ್ಣಿಗೆ ಬೀಳದಂತೆ ಕಡಿದಾದ ಶಿಖರಗಳನ್ನು ಹತ್ತುವುದು. ಅತಿಕ್ರಮಣ ಮಾಡಿದ ಪಾಕಿಸ್ತಾನದ ಸೈನಿಕರು ತಮ್ಮ ಸುತ್ತಲೂ ನೆಲಬಾಂಬುಗಳನ್ನು ಹೂತು ಹಾಕಿದ್ದರು, ಹಾಗಾಗಿ ಅವರ ಕಣ್ಣುತಪ್ಪಿಸಿ ಹತ್ತುವ ಪ್ರಯತ್ನ ಮಾಡಿದರೂ ಮೊದಲು ನೆಲಬಾಂಬುಗಳನ್ನು ನಿಷ್ಕ್ರಿಯಗೊಳಿಸುವ ಕೆಲಸವನ್ನು ಮಾಡಬೇಕು, ಅದು ಹಗಲು ಸಮಯದಲ್ಲೇ ನಡೆಯಬೇಕು. ಪಾಕಿಸ್ತಾನದ ಸೈನ್ಯ ಭಾರತೀಯ ವಾಯುಸೇನೆಯ ಪ್ರತಿಕ್ರಿಯೆ ದಾಳಿಯನ್ನು ನಿರೀಕ್ಷಿಸಿದ್ದರಿಂದ ಅವರು ವಿಮಾನ ನಿಗ್ರಹ ಮಿಸ್ಸೈಲುಗಳಿಂದಲೂ ಸಜ್ಜಾಗಿ ಬಂದಿದ್ದರು. ಭೂಸೇನೆಯ ಕಾರ್ಯಾಚರಣೆ ಪ್ರಾರಂಭಕ್ಕೂ ಮುಂಚೆ ವಾಯುಪ್ರಹಾರದ ಕಾರ್ಯಾಚರಣೆ ನಡೆಯಲೇಬೇಕು ಎನ್ನುವ ಅನಿವಾರ್ಯತೆ. ಆಗ ಪ್ರಾರಂಭವಾಯಿತು ವಾಯುಸೇನೆಯ ಕಾರ್ಯಾಚರಣೆ 'ಆಪರೇಶನ್ ಸಫೇದ್ ಸಾಗರ್'

ಆಪರೇಶನ್ ಸಫೇದ್ ಸಾಗರ್
ಫ್ಲೈಟ್ ಲೆಫ್ಟಿನೆಂಟ್ ಸುಬ್ರಹ್ಮಣ್ಯ ಮುಹಿಲನ್
ವಾಯುಸೇನಾ ಪದಕ

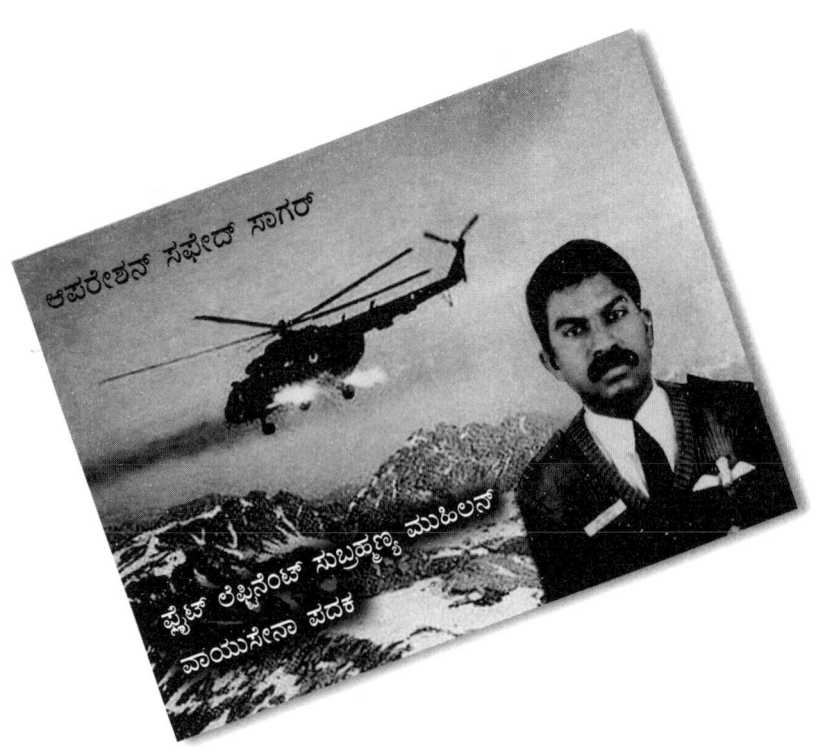

ಬೆಳಗಾವಿಯ ಫ್ಲೈಟ್ ಲೆಫ್ಟಿನೆಂಟ್ ಸುಬ್ರಹ್ಮಣ್ಯ ಮುಹಿಲನ್ ಅವರು ಬಾಲ್ಯದಿಂದಲೇ ಏರ್ ಫೋರ್ಸಿನಲ್ಲಿ ಪೈಲಟ್ ಆಗಬೇಕೆಂಬ ಕನಸು ಕಾಣುತ್ತಲೇ ಬೆಳೆದವರು. ಪದವಿ ಮುಗಿಸಿದವರೇ ವಾಯುಸೇನೆಯ ಪ್ರವೇಶ ಪರೀಕ್ಷೆಗಳನ್ನು ಯಶಸ್ವಿಯಾಗಿ ಮುಗಿಸಿ, ನಂತರ ತರಬೇತಿಯನ್ನೂ ಪೂರ್ಣಗೊಳಿಸಿ, ಹೆಲಿಕಾಪ್ಟರ್ ತಂಡಕ್ಕೆ ಸೇರ್ಪಡೆಯಾದರು. ಸೌಮ್ಯ ಸ್ವಭಾವದ ಈ ಉತ್ಸಾಹೀ ತರುಣ ಹೆಲಿಕಾಪ್ಟರ್ ಗನ್ನುಗಳಿಂದ ಫೈರ್ ಮಾಡುವುದರಲ್ಲಿ ಎತ್ತಿದ ಕೈ, ಸತತವಾಗಿ ಎರಡು ಬಾರಿ ಈ ಸ್ಪರ್ಧೆಗಳಲ್ಲಿ ಪದಕಗಳಿಸಿದ್ದರು. ಶಾರ್ಪ್ ಶೂಟರ್ ಎನ್ನುವ ಬಿರುದು ಸಹಾ ಗಳಿಸಿದ್ದರು. ವಾಯುನೆಲೆಯಲ್ಲಿ ಎಲ್ಲರ ಪ್ರೀತಿಪಾತ್ರರಾದ ಅವರನ್ನು 'ಮುಹಿಲ್' ಎಂದೇ ಕರೆಯುತ್ತಿದ್ದರು.

ಈ ನಡುವೆ ಬೆಳಗಾವಿಯ ಯುವತಿ ಬೀನಾರವರ ಪರಿಚಯವೂ ಆಯಿತು. ಸ್ವಲ್ಪ ದಿನಗಳಲ್ಲಿ ಪರಿಚಯ ಪ್ರೇಮಕ್ಕೆ ತಿರುಗಿ ನಂತರ ಸರಳ ಸಮಾರಂಭದಲ್ಲಿ ವಿವಾಹವೂ ನೆರವೇರಿತು. ಅಸ್ಸಾಮಿನ ಮೋಹನ್ ಬಾರಿ ವಾಯುನೆಲೆಯಲ್ಲಿ ವೈವಾಹಿಕ ಜೀವನವೂ ಪ್ರಾರಂಭವಾಯಿತು. ಬೆಳಗಾವಿಯಲ್ಲಿ ಹುಟ್ಟಿ ಬೆಳೆದು ಮೊಟ್ಟಮೊದಲ ಸಲ ಹೊರಗೆ ಬಂದ ಬೀನಾರವರಿಗೆ ಈ ವಾಯುಸೇನೆಯ ಜೀವನ.. ಗಗನವು ಎಲ್ಲೋ.. ಭೂಮಿಯು ಎಲ್ಲೋ ಎನ್ನುವಂತಾಗಿತ್ತು. ಉತ್ತರ ಧ್ರುವದಿಂ.. ದಕ್ಷಿಣ ಧ್ರುವಕೂ... ಎಂದು ಹಾಡುತ್ತಲೇ ಅವರ ಜೀವನದಲ್ಲಿ ಪುಟ್ಟ ಧ್ರುವನ ಜನನವೂ ಆಯಿತು.

ಮಾರ್ಚ್ ೧೯೯೯, ಮುಹಿಲ್ ರವರಿಗೆ ಹರಿಯಾಣದ ಸರ್ಸಾವ ವಾಯುನೆಲೆಯ ೧೫೨ ಹೆಲಿಕಾಪ್ಟರ್ ಯುನಿಟ್ಟಿಗೆ ವರ್ಗವಾಯಿತು. ಕೆಲವೇ ತಿಂಗಳಲ್ಲಿ ಕಾರ್ಗಿಲ್ ಮೇಲೆ ಯುದ್ಧದ ಕಾರ್ಮೋಡಗಳು ದಟ್ಟೈಸುತ್ತಿದ್ದಂತೆ ಇವರ ಯುನಿಟ್ಟಿಗೆ ಶ್ರೀನಗರಕ್ಕೆ ಹೊರಡಲು ಆದೇಶ ಬಂತು. ಎಲ್ಲಾ ಪೈಲಟ್ಟುಗಳು, ಸಹಾಯಕ ಸಿಬ್ಬಂದಿಗಳು ತಮ್ಮ ಕುಟುಂಬದ ಸದಸ್ಯರನ್ನು ಸರ್ಸಾವಾದಲ್ಲೇ ಬಿಟ್ಟು ಶ್ರೀನಗರಕ್ಕೆ ಹೊರಟರು.

೨೬ ಮೇ ೧೯೯೯ ಕಾರ್ಗಿಲ್ಲಿನಲ್ಲಿ ಭಾರತೀಯ ವಾಯುಸೇನೆಯ ಕಾರ್ಯಾಚರಣೆ ಪ್ರಾರಂಭವಾಯಿತು. ಅಲ್ಲಿನ ಸುತ್ತಮುತ್ತಲಿನ ಪರ್ವತ ಶಿಖರಗಳನ್ನೇರಿ ಕುಳಿತಿದ್ದ ಪಾಕಿಸ್ತಾನಿ ಸೈನಿಕರ ಬಳಿ ಸ್ಟಿಂಗರ್ ಎನ್ನುವ ವಿಮಾನ ನಿಗ್ರಹ ಮಿಸ್ಸೈಲುಗಳು ಇವೆ ಎನ್ನುವ ವಿಷಯ ತಿಳಿದು ಬಂತು.

೨೭ ಮೇ ೧೯೯೯, ಫ್ಲೈಯಿಂಗ್ ಆಫಿಸರ್ ನಚಿಕೇತರ MiG-27 ವಿಮಾನ

ಇಂಜಿನ್ ತೊಂದರೆಯಿಂದಾಗಿ ಪ್ಯಾರಾಚೂಟಿನ ಸಹಾಯದಿಂದ ವಿಮಾನದಿಂದ ಹೊರಬಂದು ಪಾಕ್ ಆಕ್ರಮಿತ ಕಾಶ್ಮೀರದಲ್ಲಿ ಇಳಿದು ಯುದ್ಧ ಖೈದಿಯಾದರು. ಅವರನ್ನೇ ಹುಡುಕಲು ಹೊರಟ ಅಜಯ್ ಅಹುಜಾರವರ MiG-21 ವಿಮಾನವನ್ನು ಪಾಕಿಸ್ತಾನಿ ಸೈನಿಕರು ಮಿಸ್ಸೈಲ್ ಪ್ರಹಾರ ಮಾಡಿ ಹೊಡೆದುರುಳಿಸಿದರು.

೨೮ ಮೇ ೧೯೯೯, ೧೫೨ ಹೆಲಿಕಾಪ್ಟರ್ ತಂಡಕ್ಕೆ ನಾಲ್ಕು Mi-17 ಹೆಲಿಕಾಪ್ಟರುಗಳೊಂದಿಗೆ, ದ್ರಾಸ್ ಶಿಖರದ ಮೇಲಿದ್ದ ಪಾಕಿಸ್ತಾನದ ಸೈನಿಕರ ಶಿಬಿರಗಳ ಮೇಲೆ ದಾಳಿಮಾಡುವ ಆದೇಶ ಕೊಡಲಾಯಿತು. ಹಿಂದಿನ ದಿನದ ಆಘಾತಕಾರಿ ಸುದ್ದಿಗಳನ್ನು ತಿಳಿದ ಈ ತಂಡ ಮಿಸ್ಸೈಲುಗಳನ್ನು ದಾರಿತಪ್ಪಿಸುವ 'ಫ್ಲೇರ್' ಗಳನ್ನು ಉಪಯೋಗಿಸಿ ದಾಳಿ ನಡೆಸುವುದಾಗಿ ತೀರ್ಮಾನಿಸಲಾಗುತ್ತದೆ. ನಾಲ್ಕು ಹೆಲಿಕಾಪ್ಟರುಗಳ ತಾಂತ್ರಿಕ ಪರಿಶೀಲನೆ ನಡೆಸುವಾಗ ಒಂದು ಹೆಲಿಕಾಪ್ಟರಿನಲ್ಲಿ ಈ ಫ್ಲೇರ್ ವಿತರಿಸುವ ಯಂತ್ರ ಸಮಂಜಸವಾಗಿ ಕಾರ್ಯ ನಿರ್ವಹಿಸುತ್ತಿಲ್ಲ ಎಂದು ತಿಳಿಯುತ್ತದೆ. ತಂಡದ ಮುಖಂಡ ವಿಂಗ್ ಕಮಾಂಡರ್ ಸಿನ್ಹಾರವರು ಇಂದಿಗೆ ಮೂರು ಹೆಲಿಕಾಪ್ಟರುಗಳ ದಾಳಿ ಮಾತ್ರ ಮಾಡುವುದು ಎಂದು ನಿರ್ಧರಿಸಿ, ಫ್ಲೈಟ್ ಲೆಫ್ಟಿನೆಂಟ್ ಮುಹಿಲನ್ ರವರಿಗೆ ನೀವು ಬರುವುದು ಬೇಡ ಎಂದು ಸಲಹೆ ಕೊಡುತ್ತಾರೆ. ಇದಕ್ಕೆ ಮುಹಿಲನ್ ಒಪ್ಪುವುದೇ ಇಲ್ಲ, ನೀವು ನನಗೆ ಕವರ್ ಕೊಡಿ ನಾನು ಮಧ್ಯದಲ್ಲಿರುತ್ತೇನೆ ಎಂದು ಕೋರುತ್ತಾನೆ. ಶಾರ್ಪ್ ಶೂಟರ್ ಎಂದು ಹೆಸರುವಾಸಿಯಾಗಿರುವ ಮುಹಿಲನ್ ಈ ದಾಳಿಯಲ್ಲಿ ಮುಖ್ಯ ಪಾತ್ರವಹಿಸುತ್ತಾನೆ ಎನ್ನುವುದನ್ನು ಅರಿತಿದ್ದ ತಂಡದ ನಾಯಕ ಅರೆ ಮನಸ್ಸಿನಿಂದಲೇ ಒಪ್ಪಿಗೆ ಕೊಡುತ್ತಾರೆ.

ನಾಲ್ಕೂ ಹೆಲಿಕಾಪ್ಟರುಗಳು ಒಂದರ ಹಿಂದೆ ಒಂದರಂತೆ ಗಗನಕ್ಕೇರುತ್ತವೆ. ಕೆಲವೇ ನಿಮಿಷಗಳಲ್ಲಿ ಅವರು ದಾಳಿನಡೆಸಬೇಕಾದ ದ್ರಾಸ್ ಶಿಖರದ ಸಮೀಪ ಬಂದು ತಲುಪುತ್ತಾರೆ. ಶಿಖರದ ಮೇಲೆ ಇನ್ನೂ ಮಂಜುಕವಿದ ವಾತಾವರಣ. ಹೆಲಿಕಾಪ್ಟರುಗಳು ಇನ್ನೊಂದು ಸ್ವಲ್ಪ ಕೆಳಗೆ ಇಳಿಯಬೇಕಾದ ಅನಿವಾರ್ಯತೆ. ವಿಂಗ್ ಕಮಾಂಡರ್ ಸಿನ್ಹಾರವರು ದಾಳಿಯನ್ನು ಪ್ರಾರಂಭಿಸುತ್ತಾರೆ. ಅದೇ ಸಮಯಕ್ಕೆ ಪಾಕಿಸ್ತಾನದ ಸೈನಿಕರು ಮಿಸ್ಸೈಲುಗಳನ್ನು ಫೈರ್ ಮಾಡಲು ಪ್ರಾರಂಭಿಸುತ್ತಾರೆ, ಆದರೆ ಫ್ಲೇರುಗಳಿಂದಾಗಿ ಮಿಸ್ಸೈಲುಗಳು ಹೆಲಿಕಾಪ್ಟರುಗಳ ಹತ್ತಿರ ಬರದೆ ಫ್ಲೇರುಗಳ ಬೆನ್ನೆತ್ತಿ ಹೋಗುತ್ತವೆ. ಈಗ ಮೂರನೇ ಹೆಲಿಕಾಪ್ಟರಿನ, ಅಂದರೆ ಮುಹಿಲ್ ರವರ ದಾಳಿಯ ಸರತಿ, ಅವರು ಗುಂಡಿನ ಮಳೆಗರೆದು ನೋಡು ನೋಡುತ್ತಲೇ ಪಾಕಿ ಶಿಬಿರಗಳನ್ನು ಛಿದ್ರಗೊಳಿಸಿದ ದೃಶ್ಯ ಕಾಣಿಸುತ್ತಲೇ, ತಿರುಗಿ ಇನ್ನೊಮ್ಮೆ ದಾಳಿಗೆ ಬರುತ್ತಾರೆ. ಮೊದಲ ಸುತ್ತಿನ ದಾಳಿಯಲ್ಲಿ ಒಂದು ಮಿಸ್ಸೈಲಂತೂ ಕಿವಿಯ ಹತ್ತಿರವೇ ಹೋದಂತೆ

ಭಾಸವಾಗುತ್ತದೆ ಆದರೆ ಹೆಲಿಕಾಪ್ಟರಿಗೆ ಏನೂ ಹಾನಿಯಾಗಿರುವುದಿಲ್ಲ. ಅಷ್ಟೊತ್ತಿಗೆ ಪಾಕಿ ಸೈನಿಕರು ಹುಚ್ಚೆದ್ದು ಹೋಗುತ್ತಾರೆ, ಜೀವ ಉಳಿಸಿಕೊಳ್ಳಲು ಇದ್ದ ಬದ್ದ ಮಿಸೈಲುಗಳನ್ನೆಲ್ಲಾ ಫೈರ್ ಮಾಡಿ ಬಿಡುತ್ತಾರೆ. ಮುಹಿಲ್ ರವರ ಹೆಲಿಕಾಪ್ಟರಿನ ಹಿಂಬಾಗ ಛಿದ್ರವಾಗಿ ಬಿಡುತ್ತದೆ. ಅದೇ ಅವಸ್ಥೆಯಲ್ಲಿ ಹೆಲಿಕಾಪ್ಟರನ್ನು ಕಣಿವೆಯ ಕಡೆ ತಿರಿಗಿಸುತ್ತಾರೆ. ಆದರೆ ಸಮಯ ಮಿಂಚಿ ಹೋಗಿಬಿಟ್ಟಿರುತ್ತದೆ. ಹೆಲಿಕಾಪ್ಟರಿನಲ್ಲಿದ್ದ ನಾಲ್ಕೂ ಜನ ಹತರಾಗುತ್ತಾರೆ. ಶ್ರೀನಗರದಿಂದ ಹೊರಟ ನಾಲ್ಕು ಹೆಲಿಕಾಪ್ಟರುಗಳಲ್ಲಿ ಮೂರು ಮಾತ್ರ ಭಾರವಾದ ಹೃದಯದಿಂದ ಮರಳಿ ಬರುತ್ತವೆ. ತಮ್ಮ ಹೆಲಿಕಾಪ್ಟರಿನಲ್ಲಿ ತಾಂತ್ರಿಕ ನ್ಯೂನತೆ ಇದೆ ಎಂದು ತಿಳಿದಿದ್ದರೂ ಅದನ್ನು ಲೆಕ್ಕಿಸದೆ ಪಾಕಿಸ್ತಾನದ ಸೈನಿಕರ ಮೇಲೆ ಪ್ರಹಾರ ಮಾಡಿದ ಮುಹಿಲನ್ನರ ಸಾಹಸ ವಾಯುಸೇನೆಯಲ್ಲಿ ಅಭಿಮಾನದ ಅಲೆಯನ್ನೇ ಎಬ್ಬಿಸುತ್ತದೆ. ಸಾವಿಗೇ ಸವಾಲೊಡ್ಡಿ ಸೆಣಸಿದ ಈ ವೀರನಿಗೆ ಭಾರತ ಸರ್ಕಾರ 'ವಾಯುಸೇನಾ ಪದಕ' ದಿಂದ ಗೌರವಿಸುತ್ತದೆ.

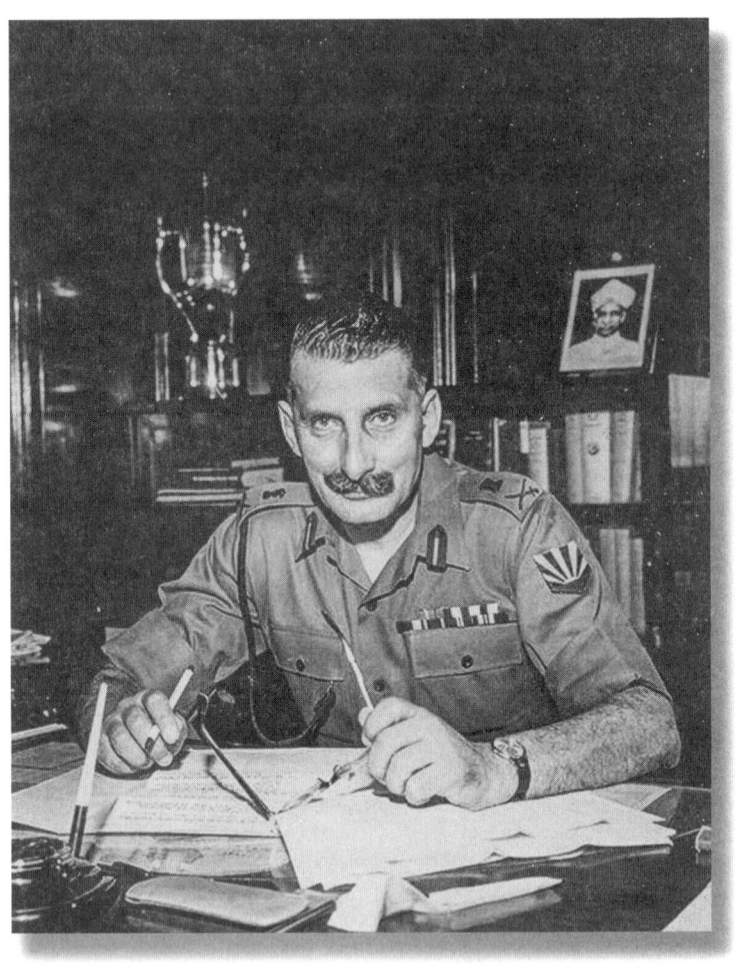

ಫೀಲ್ಡ್ ಮಾರ್ಷಲ್ ಸ್ಯಾಮ್ ಮಾಣಿಕ್ ಷಾ

ಮಾಣಿಕ್ಯದಂಥಾ ಮಾಣಿಕ್ ಷಾ

ದಿನಾಂಕ ೧೯ ಏಪ್ರಿಲ್ ೧೯೭೧, ದೆಹಲಿಯ ಮಟಮಟ ಮಧ್ಯಾಹ್ನದಂದು ಪ್ರಧಾನಿ ಶ್ರೀಮತಿ ಇಂದಿರಾಗಾಂಧಿ ತುರ್ತು ಕ್ಯಾಬಿನೆಟ್ ಸಭೆ ಕರೆಯುತ್ತಾರೆ. ಆ ಸಭೆಗೆ ಸೈನ್ಯದ ಮುಖ್ಯಸ್ಥರನ್ನೂ ಕರೆದಿರಲಾಗುತ್ತದೆ. ಸಭೆಗೆ ಪ್ರವೇಶಿಸುತ್ತಿದ್ದಂತೇ ಹೊರಗಿನ ಬಿಸಿಲಿನ ಬೇಗೆಗಿಂತಾ ಒಳಗಿನ ಧಗೆಯೇ ಹೆಚ್ಚೇನೋ ಎನಿಸುತ್ತದೆ ಅಂದಿನ ಭೂಸೇನೆಯ ಮುಖಂಡ ಜನರಲ್ ಸ್ಯಾಮ್ ಮಾಣಿಕ್ ಷಾರವರಿಗೆ, ಅಷ್ಟು ವ್ಯಗ್ರರಾಗಿರುತ್ತಾರೆ ಪ್ರಧಾನಿ ಇಂದಿರಾಗಾಂಧಿ. ಸುಮಾರು ಒಂದು ಕೋಟಿಯಷ್ಟು ಪೂರ್ವ ಪಾಕಿಸ್ತಾನದ ನಿರಾಶ್ರಿತರು ಪ್ರಾಣ ಉಳಿಸಿಕೊಳ್ಳಲು ಆಸ್ಸಾಮ್, ಪಶ್ಚಿಮ ಬಂಗಾಳ ಮತ್ತು ತ್ರಿಪುರದ ಗಡಿಯೊಳಗೆ ನುಸುಳಿ ಭಾರತವನ್ನು ಪ್ರವೇಶಿಸಿ ಬಿಟ್ಟಿದ್ದಾರೆ, ನಿರಾಶ್ರಿತರ ಪ್ರವಾಹ ನಿರಂತರವಾಗಿ ಹರಿಯುತ್ತಿದೆ ಎನ್ನುವ ವರದಿ ಭಾರತದಲ್ಲಿ ಅಲ್ಲೋಲ ಕಲ್ಲೋಲ ಮೂಡಿಸಿಬಿಟ್ಟಿರುತ್ತದೆ "ನೀವು ಈ ಕೂಡಲೇ ನಿಮ್ಮ ಸೇನೆಯೊಂದಿಗೆ ಪೂರ್ವ ಪಾಕಿಸ್ತಾನವನ್ನು ಪ್ರವೇಶಿಸಿ"

ಪ್ರಧಾನಿ ಇಂದಿರಾಗಾಂಧಿಯವರು ಜನರಲ್ ಮಾಣಿಕ್ ಷಾ ರವರಿಗೆ ನೀಡಿದ ಕೋಪದ ಆದೇಶದಿಂದ ದಂಗಾಯಿತು ಮಂತ್ರಿಮಂಡಲ. "ಖಂಡಿತಾ ಸಾಧ್ಯವಿಲ್ಲ" ಅಷ್ಟೇ ಸಮಾಧಾನದಿಂದ ಜನರಲ್ ಮಾಣಿಕ್ ಷಾ ಉತ್ತರಿಸಿದರು. ಕೋಪದಿಂದ ಇನ್ನೂ ಕೆಂಪಾದರು ಪ್ರಧಾನಿ. ಕೂಡಲೇ ಸಭೆಯನ್ನು ಸ್ಥಗಿತಗೊಳಿಸಿ, ಪುನಃ ಸಂಜೆ ನಾಲ್ಕು ಗಂಟೆಗೆ ಮರುಸಭೆ ಕರೆಯಲಾಗುತ್ತದೆ. ಮಂತ್ರಿಗಳೆಲ್ಲಾ ಒಬ್ಬೊಬ್ಬರಾಗಿ ಹೊರಟು ಹೋದ ಮೇಲೆ, ಜನರಲ್ ಮಾಣಿಕ್ ಷಾ ನಿಧಾನವಾಗಿ ಪ್ರಧಾನಿಯನ್ನು ಉದ್ದೇಶಿಸಿ,

"ನಾನು ರಾಜೀನಾಮೆಯ ಪತ್ರದಲ್ಲಿ ಏನು ಕಾರಣವನ್ನು ಬರೆಯಲಿ, ಅನಾರೋಗ್ಯವೆಂದೇ ಅಥವಾ ವೈಯಕ್ತಿಕ ಕಾರಣವೆಂದೇ?"

ಆಗ ದಂಗಾಗಿದ್ದು ಇಂದಿರಾ ಗಾಂಧಿ.

'ಸದ್ಯಕ್ಕೆ ಅದರ ಅವಶ್ಯಕತೆ ಇಲ್ಲ'

ಎಂದು ತಮಗಿದ್ದ ಕೋಪವನ್ನು ನಿಯಂತ್ರಿಸಲು ಪ್ರಯತ್ನಿಸಿದರು. ವಾತಾವರಣ ಸ್ವಲ್ಪ ತಿಳಿಯಾದ ಮೇಲೆ ಜನರಲ್ ಮಾಣಿಕ್ ಷಾ ಬೇಸಿಗೆಯಲ್ಲಿ ಯುದ್ಧ ಪ್ರಾರಂಭಿಸಲು ಸೇನೆ ಮಾಡಬೇಕಾಗಿರುವ ತಯಾರಿಯ ಬಗ್ಗೆ ವಿವರಿಸಿದರು. ಮುಂಬರುವ ಮಳೆಗಾಲದ ಬಗ್ಗೆ ಮನವರಿಕೆ ಮಾಡಿಸಿದರು, ಚೀನಾದ ಬಗ್ಗೆಯೂ ಎಚ್ಚರಿಕೆ ನೀಡಿದರು. ಪಶ್ಚಿಮ ಗಡಿಯಲ್ಲಿ ಪಾಕಿಸ್ತಾನವನ್ನು ತಡೆಗಟ್ಟುವ ಕ್ರಮಗಳ ಬಗ್ಗೆ ವಿವರಿಸಿದರು. ನಿಧಾನವಾಗಿ ಇಂದಿರಾಗಾಂಧಿಯವರಿಗೆ ಒಂದೊಂದೇ ಮನದಟ್ಟಾಗುತ್ತಿದ್ದಂತೆ ಎದ್ದು ನಿಂತ ಜನರಲ್,

'ನಾನು ನನ್ನ ಸೈನ್ಯ ಯಾವಾಗ ಯುದ್ಧಕ್ಕೆ ಸಿದ್ಧ ಎಂದು ನಿಮಗೆ ತಿಳಿಸುತ್ತೇನೆ' ಎಂದು ಅಲ್ಲಿಂದ ಹೊರಟರು. ಸಭೆಯಿಂದ ಮರಳಿ ತಮ್ಮ ಮುಖ್ಯ ಕಛೇರಿಗೆ ಬರುವುದರೊಳಗಾಗಿ ಮುಂದೆ ಮಾಡಬೇಕಾದ ಕಾರ್ಯಾಚರಣೆಯ ನೀಲಿ ನಕಾಶೆಯೊಂದು ಸಿದ್ಧವಾಗಿತ್ತು. ಮುಂದಿನ ಕೆಲವು ತಿಂಗಳುಗಳಲ್ಲಿ ಪಶ್ಚಿಮ ಮತ್ತು ಪೂರ್ವದ ಗಡಿಗಳಲ್ಲಿ ಯುದ್ಧಸನ್ನದ್ಧ ಸೈನ್ಯ ಆದೇಶಗಳ ನಿರೀಕ್ಷೆಯಲ್ಲಿತ್ತು. ಈ ಸಮಯದಲ್ಲಿ ಇಂದಿರಾಗಾಂಧಿ ಮತ್ತು ಜನರಲ್ ಮಾಣಿಕ್ ಷಾರ ನಡುವಿನ ಮನಸ್ತಾಪವೂ ತಣ್ಣಗಾಗಿತ್ತು. ಹೀಗಿರುವಾಗ ಒಮ್ಮೆ ಪ್ರಧಾನಿ ಇಂದಿರಾಗಾಂಧಿ ಯವರಿಂದ ಕರೆ ಬಂತು,

'ಜನರಲ್ ಈಗಲಾದರೂ ನೀವು ತಯಾರಾಗಿರುವಿರೇ?'

ಧ್ವನಿಯಲ್ಲಿ ಸ್ವಲ್ಪ ವ್ಯಂಗ್ಯವಿದೆ ಎನ್ನುವುದನ್ನು ಗಮನಿಸಿದರಾದರೂ, ಜನರಲ್ ಹಾಸ್ಯದ ಧ್ವನಿಯಲ್ಲಿ

'**ನಾನು ಯಾವಾಗಲೂ ತಯಾರಾಗಿದ್ದೇನೆ.. ಸ್ವೀಟೀ!!**' ಅಂದಿದ್ದರಂತೆ.

೩ ಡಿಸೆಂಬರ್ ೧೯೭೧ ರಂದು ಅಧಿಕೃತವಾಗಿ ಪ್ರಾರಂಭವಾದ ಯುದ್ಧ, ೯೩,೦೦೦ ಪಾಕಿಸ್ತಾನದ ಸೈನ್ಯಾಧಿಕಾರಿಗಳು ಮತ್ತು ಸೈನಿಕರು ಶರಣಾಗತರಾಗುವುದರೊಂದಿಗೆ,

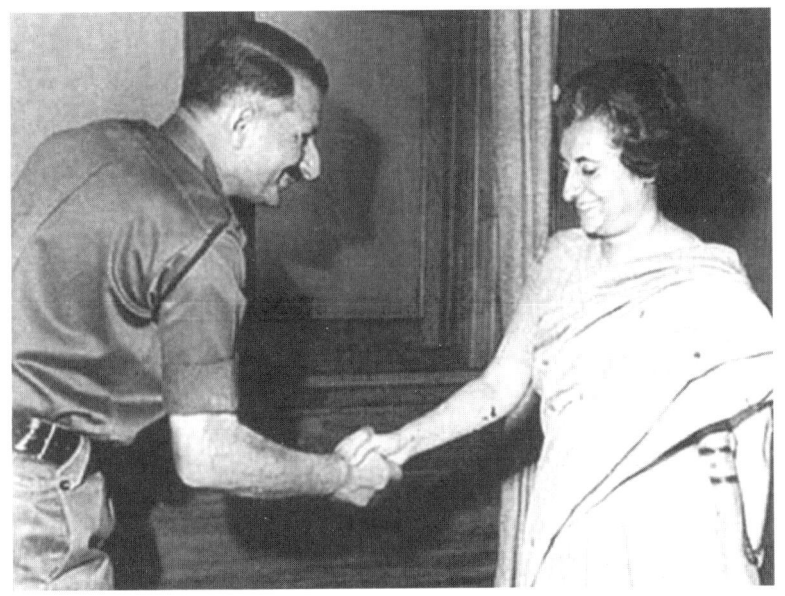

೧೯೭೧ರ ಯುದ್ಧದಲ್ಲಿ ಪಾಕಿಸ್ತಾನ ಸೋತಾಗ ಅಲ್ಲಿಯ ರಾಷ್ಟ್ರಪತಿ ಜನರಲ್ ಯಾಹ್ಯಾಖಾನ್. ಸ್ವಾತಂತ್ರ್ಯ ಪೂರ್ವ ಭಾರತದಲ್ಲಿ ಮಾಣಿಕ್ ಷಾ ಮತ್ತು ಯಾಹ್ಯಾಖಾನ್ ಇಬ್ಬರೂ ಬ್ರಿಟಿಷ್ ಇಂಡಿಯಾ ಸೈನ್ಯದ ಯುವ ಸೈನ್ಯಾಧಿಕಾರಿಗಳು. ಮಾಣಿಕ್ ಷಾರವರ ಬಳಿಯಿದ್ದ ಮೋಟರ್ ಬೈಕಿನ ಮೇಲೆ ಸದಾ ಯಾಹ್ಯಾಖಾನನ ಕಣ್ಣು. ನನಗೆ ಮಾರಿಬಿಡು ಎಂದು ದುಂಬಾಲು ಬಿದ್ದು ೧೪೦೦ ರೂಪಾಯಿಗೆ ಡೀಲು ಕುದುರಿತಂತೆ. ಕಂತಿನಲ್ಲಿ ಕೊಡುತ್ತೇನೆ ಎನ್ನುತ್ತಲೇ ಸಮಯ ದೂಡುತ್ತಿದ್ದು, ಕೊನೆಗೆ ಯಾಹ್ಯಾಖಾನ್ ಬೇರೆಡೆಗೆ ವರ್ಗವಾಗಿ ಹೋಗಿಬಿಟ್ಟರು. ಕೊನೆಗೂ ಮೋಟರ್ ಸೈಕಲ್ಲಿನ ಹಣ ಮಾಣಿಕ್ ಷಾರವರಿಗೆ ತಲುಪಲೇ ಇಲ್ಲ. ಮುಂದೊಮ್ಮೆ ಸಂದರ್ಶನ ಒಂದರಲ್ಲಿ ಇದನ್ನು ನೆನಪಿಸಿಕೊಳ್ಳುತ್ತಾ... ಯಾಹ್ಯಾಖಾನನಿಂದ ಮೋಟಾರ್ ಸೈಕಲ್ ಬದಲಿಗೆ ಬಂಗ್ಲಾದೇಶವನ್ನು ಕಿತ್ತುಕೊಂಡೆ ಎಂದು ವಿನೋದದ ಮಾತುಗಳನ್ನಾಡುತ್ತಾರೆ. ಅವರ ಹಾಸ್ಯಪ್ರಜ್ಞೆಗೆ ಇನ್ನೊಂದು ಅದ್ಭುತ ನಿದರ್ಶನವಿದೆ.

ಇತ್ತೀಚೆಗೆ ಜನರಲ್ ಮಾಣಿಕ್ ಷಾರವರ ಪ್ರಭಾವ, ಜನಪ್ರಿಯತೆ ಹೆಚ್ಚಾಗುತ್ತಿದೆ ಇದರ ಪರಿಣಾಮ ರಾಜಕೀಯದ ಮೇಲೂ ಬೀಳಬಹುದು, ಇಂದಿರಾಗಾಂಧಿಯವರನ್ನು ಸ್ಥಾನ ಪಲ್ಲಟಗೊಳಿಸಿ ಸೈನ್ಯಾಧಿಕಾರವನ್ನು ತರಬಹುದು ಎನ್ನುವ ಗುಸು ಗುಸು ಸುದ್ದಿ ರಾಜಕೀಯ ವಲಯದಲ್ಲಿ ಹರಡಲಾರಂಭಿಸುತ್ತದೆ. ಚಿಂತಾಕ್ರಾಂತರಾದ ಇಂದಿರಾಗಾಂಧಿ ಇವರನ್ನು ಏಕಾಂತದಲ್ಲಿ ಭೇಟಿಮಾಡಲು

ಕೋರುತ್ತಾರೆ. 'ಹೀಗೊಂದು ವಿಷಯ ನನ್ನ ಕಿವಿಗೆ ಬಿದ್ದಿದೆ' ಎಂದಾಗ,

ಕುಳಿತಲ್ಲಿದ್ದಲ್ಲಿಂದ ಎದ್ದು ಹತ್ತಿರ ಬಂದು... ಹತ್ತಿರ ಎಂದರೆ ಅವರ ಮೂಗಿಗೆ ಇವರ ಮೂಗು ತಾಕುವಷ್ಟು ಹತ್ತಿರ ಬಂದು. 'ನೋಡಿ ನಿಮ್ಮದೂ ಉದ್ದನೆಯ ಮೂಗು, ನಂದೂ ಉದ್ದನೆಯ ಮೂಗು, ಹಾಗಂತಾ ನಾನು ಬೇರೆಯವರ ವ್ಯವಹಾರಗಳಲ್ಲಿ ಮೂಗು ತೂರಿಸುವುದಿಲ್ಲ, ನೀವೂ ನನ್ನ ಸೈನ್ಯದ ವ್ಯವಹಾರಗಳಲ್ಲಿ ಮೂಗು ತೂರಿಸಬೇಡಿ' ಎಂದು ಎದ್ದು ಹೊರನಡೆದರಂತೆ. ಎಂಥಹಾ ಅಸಮಾನ್ಯ, ಅದ್ಭುತ ವ್ಯಕ್ತಿತ್ವವಲ್ಲವೇ !!

<u>ನಿಗೂಢನ ಕಥನ</u>

1989 ರ ಏಪ್ರಿಲ್ ತಿಂಗಳು. ಅಮೃತಸರದ ಸ್ವರ್ಣ ಮಂದಿರ ಮತ್ತೊಮ್ಮೆ ಭಯೋತ್ಪಾದಕರ ಅಧೀನವಾಗಿ ಹೋಗಿಬಿಡುತ್ತದೆ. ಖಾಲಿಸ್ತಾನಕ್ಕಾಗಿ ಹೋರಾಟ ನಡೆಸುತ್ತಿದ್ದ ಉಗ್ರಗಾಮಿಗಳ ಗುಂಪು ಸ್ವರ್ಣ ಮಂದಿರದ ಮೂಲೆ ಮೂಲೆಗಳನ್ನು ಅತಿಕ್ರಮಿಸಿಕೊಂಡು ಬಿಡುತ್ತದೆ. ಇವರ ಚಟುವಟಿಕೆಗಳಿಗೆಲ್ಲಾ ಸ್ವರ್ಣ ಮಂದಿರವೇ ಮುಖ್ಯಾಲಯ. ಸೈಕಲ್ ರಿಕ್ಷಾ ಚಾಲಕನೊಬ್ಬ ಮಂದಿರದ ಆಸುಪಾಸಿನಲ್ಲಿ ಅನುಮಾನಾಸ್ಪದವಾಗಿ ಓಡಾಡಿ ಕೊಂಡಿದ್ದರಿಂದ ಉಗ್ರಗಾಮಿಗಳು ಅವನನ್ನು ಮಂದಿರದೊಳಗೆ ಕರೆದುಕೊಂಡು ಹೋಗಿ ವಿಚಾರಣೆಗೆ ಒಳಪಡಿಸುತ್ತಾರೆ. ಆಗ ಗೊತ್ತಾಗುತ್ತದೆ ಇವನೊಬ್ಬ ಪಾಕಿಸ್ತಾನಿ ಏಜೆಂಟ್ ಎಂದು. ನಾನು ನಿಮಗೆ ಸಹಾಯಮಾಡಬಲ್ಲೆ ಎಂಬ ಆಶ್ವಾಸನೆ ಸಿಕ್ಕನಂತರ ಅವನನ್ನು ಸ್ವರ್ಣ ಮಂದಿರದ ಆವರಣದಲ್ಲೆಲ್ಲಾ ಮುಕ್ತವಾಗಿ ಓಡಾಡಲು ಬಿಡುತ್ತಾರೆ. ಕೆಲವೇ ದಿನಗಳಲ್ಲಿ ಉಗ್ರಗಾಮಿಗಳ ಆಪ್ತನಾಗಿಬಿಡುತ್ತಾನೆ. ಆದರೆ ಮೇ ತಿಂಗಳ ೯ ನೇ ತಾರಿಕು NSG ಯವರು ನಡೆಸಿದ ಒಂದು ಬೃಹತ್ ಕಾರ್ಯಾಚರಣೆಯಲ್ಲಿ ಈ ಉಗ್ರರನ್ನು ಸೆದೆಬಡಿದು, ಶರಣಾಗತರಾಗುವಂತೆ ಮಾಡಿ ಸ್ವರ್ಣಮಂದಿರವನ್ನು ಮುಕ್ತ ಗೊಳಿಸಲಾಗುತ್ತದೆ.

ಈ ಆಪರೇಶನ್ ಬ್ಲ್ಯಾಕ್ ಥಂಡರ್ ಹೆಸರಿನ ಕಾರ್ಯಾಚರಣೆ ನಡೆಯುತ್ತಿರುವಾಗ 'ಪಾಕೀಸ್ತಾನಿ ISI ಏಜೆಂಟು' ವೈರಲೆಸ್ ಸೆಟ್ಟಿನ ಮೂಲಕ N S G ಕಮಾಂಡೋಗಳಿಗೆ ಮಂದಿರದೊಳಗೆ ಹೇಗೆ ಎಲ್ಲಿಗೆ ಬರಬೇಕೆಂಬ ಮಾರ್ಗದರ್ಶನ ಮಾಡುತ್ತಿರುತ್ತಾರೆ. ಅಸಲಿಗೆ ಇವರು ಭಾರತದ ಬೇಹುಗಾರಿಕೆ ಇಲಾಖೆಯ ಪೋಲಿಸ್ ಆಫಿಸರ್ ಎನ್ನುವುದು ಕೊನೆಯವರೆಗೂ

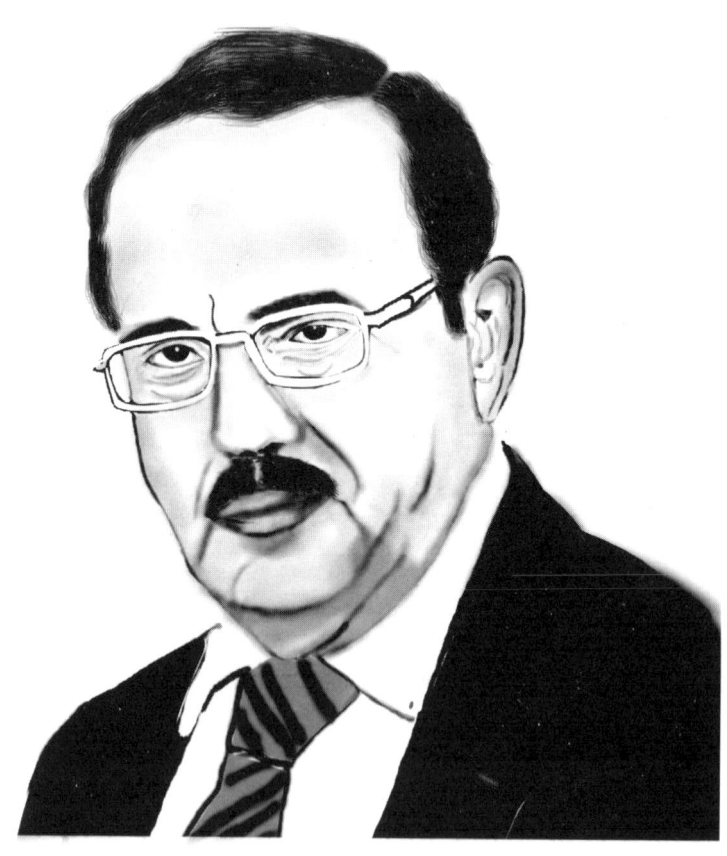

ಭಾರತದ ಜೇಮ್ಸ್ ಬಾಂಡ್
ಅಜಿತ್ ದೋವೆಲ್

ಗೊತ್ತಾಗುವುದಿಲ್ಲ. ಉಗ್ರರಿಗೇ ಚಳ್ಳೆಹಣ್ಣು ತಿನ್ನಿಸಿದ ಈ ಚಾಣಾಕ್ಷನಿಗೆ ಭಾರತ ಸರಕಾರ 'ಕೀರ್ತಿ ಚಕ್ರ' ಪ್ರಶಸ್ತಿಕೊಟ್ಟು ಗೌರವಿಸುತ್ತದೆ.

ಇವರಾರು ಗೊತ್ತೇ?

ಈಗ ಬಹಳ ಚಾಲ್ತಿಯಲ್ಲಿರುವ ಪದ ಎಂದರೆ Surgical Strike. ೧೧ ಜೂನ್ ೨೦೧೫ ನಲ್ಲೂ ಇಂತಹದೊಂದು ಕಾರ್ಯಾಚರಣೆ ಮಣಿಪುರ ಮತ್ತು ಮ್ಯಾನ್ಮಾರ್ ಬಾರ್ಡರಿನಲ್ಲಿ ನಡೆದಿದ್ದ ಸಂಗತಿ, ಈಗ ಪಾಕಿಸ್ತಾನದಲ್ಲಿ ನಡೆದಷ್ಟು ಪ್ರಸಿದ್ಧಿಯಾಗಲಿಲ್ಲ. ಸುಮಾರು ೭೦ ಜನ ಭಾರತೀಯ ಕಮಾಂಡೋಗಳು ಮ್ಯಾನ್ಮಾರಿನ ಒಳಗೆ ನುಗ್ಗಿ ನಡೆಸಿದ ಈ ಕಾರ್ಯಾಚರಣೆಯಲ್ಲಿ ೩೮ ನಾಗಾ ಗೆರಿಲ್ಲಾಗಳನ್ನು ಕೊಂದು ಅವರ ಉಗ್ರ ಚಟುವಟಿಕೆಗಳನ್ನು ಕೊನೆಗೊಳಿಸಲಾಯಿತು. ಆಗಲೂ ಈ 'ಕೀರ್ತಿ ಚಕ್ರಧಾರಿ' ಅಧಿಕಾರಿಯ ನಿರ್ದೇಶನದಲ್ಲಿ ಈ ಕಾರ್ಯಕ್ರಮ ನಡೆಯಿತು.

ಯಾರಿರಬಹುದು ಈತ?

ಇವರು ಏಳು ವರ್ಷ ವಿವಿಧ ವೇಷಧಾರಿಯಾಗಿ ಪಾಕಿಸ್ತಾನದಲ್ಲಿ ನೆಲಸುತ್ತಾರೆ. ಬ್ರಾಹ್ಮಣರಾಗಿ ಹುಟ್ಟಿದ ಇವರು ಮುಸ್ಲೀಮರಂತೆ ಉದ್ದನೆ ಗಡ್ಡ ಬಿಟ್ಟುಕೊಂಡು ಪಾಕಿಸ್ತಾನದ ಮಸೀದಿಗಳಲ್ಲಿ ನಮಾಜು ಮಾಡುತ್ತಾರೆ. ಈ ಅವಧಿಯಲ್ಲೇ ದಾವೂದ್ ಇಬ್ರಾಹಿಮ್ ನನ್ನು ಬೇಟೆಯಾಡುವ ಪ್ಲಾನು ಸ್ವಲ್ಪದರಲ್ಲೇ ಕೈತಪ್ಪಿ ಹೋಗುತ್ತದೆ. ತುಂಬಿದ ಕೊಡ ತುಳುಕಲ್ವಂತೆ ಹಾಗೆ ಮಾಧ್ಯಮಗಳಲ್ಲಿ ಹೆಚ್ಚು ಕಾಣಿಸಿಕೊಳ್ಳದೆ, ಸುತ್ತಲು ನಡೆಯುತ್ತಿರುವುದನ್ನೆಲ್ಲಾ ಹದ್ದಿನ ಕಣ್ಣುಗಳಿಂದ ಗಮನಿಸುತ್ತಾ, ಚಿಕ್ಕ ಚಿಕ್ಕ ಮಾಹಿತಿಯನ್ನೂ ಕಲೆಹಾಕುತ್ತಾ ಸದಾ ತಮ್ಮ ಕೆಲಸದಲ್ಲೇ ತಲ್ಲೀನರಾಗಿರುವ ಒಬ್ಬ ದಕ್ಷ ಅಧಿಕಾರಿ ಇವರು. ೧೯೬೮ರಲ್ಲಿ IPS ಗೆ ಸೇರ್ಪಡೆಯಾದ ಇವರು ಇಂಡಿಯಾದ ಜೇಮ್ಸ್ ಬಾಂಡ್ ಎಂದೇ ಬೇಹುಗಾರಿಕೆಯ ವಲಯದಲ್ಲಿ ಪ್ರಸಿದ್ಧಿಯಾಗಿದ್ದಾರೆ. ೮೦ರ ದಶಕದಲ್ಲಿ ಮಿಜೋರಾಮ್ ಇನ್ನೇನು ಭಾರತದಿಂದ ಬೇರ್ಪಟ್ಟೇ ಬಿಟ್ಟಿತು ಎನ್ನುವಷ್ಟು ಮಟ್ಟಿಗೆ ಬಂಡಾಯವೆದ್ದಿತು. ಆಗ ಇವರು ಭೂಗತರಾಗಿ ಮಿಝೋ ಬಂಡಾಯಕೋರರ ಜೊತೆ ಒಡನಾಟ ಬೆಳಸಿಕೊಂಡು ಒಬ್ಬಬ್ಬರನ್ನೇ ಬಂಡಾಯದಿಂದ ಹೊರ ಬರುವಂತೆ ಮಾಡಿದರು.

ಯಾರಿವರು?

ಇನ್ಯಾರು ಅಜಿತ್ ದೋವಲ್ ತಾನೇ ಎಂದು ಈಗ ಎಲ್ಲರೂ ಹೇಳುತ್ತಾರೆ, ಆದರೆ ಈ ಹಲವಾರು ರೋಚಕ, ರಹಸ್ಯಮಯ ಘಟನೆಗಳು ನಡೆದಾಗ ಈ ಸಾಹಸಗಳ ರೂವಾರಿ ಇವರೇ ಎಂದು ಕೆಲವೇ ಕೆಲವರಿಗೆ ಮಾತ್ರ ಗೊತ್ತಿತ್ತು, ಹಿನ್ನೆಲೆಯಲ್ಲೇ ಉಳಿದು ಬಿಡುತ್ತಿದ್ದರು ಅಜಿತ್ ದೋವಲ್, ಮತ್ತೊಂದು ಸಾಹಸಕ್ಕೆ ಸ್ಕೆಚ್ ಹಾಕುತ್ತಾ! ಭಾರತದ ಜೇಮ್ಸ್ ಬಾಂಡ್ ಅಂತಲೇ ಖ್ಯಾತಿಗಳಿಸಿದ ಅಜಿತ್ ದೋವಲ್ ಎಂಬ ತೀರಾ ಸರಳ ವ್ಯಕ್ತಿ. ಅವರ ಗಂಭೀರ ಮುಖದ ಹಿಂದೆ ಅದೆಷ್ಟೋ ನಿಗೂಢ, ಸಾಹಸಮಯ ಮುಖಗಳಿವೆ. ಇವರ ಬಗೆಗಿನ ಚರ್ಚೆ ಭಾರತದ ಮಾಧ್ಯಮಗಳಿಗಿಂತಾ ಪಾಕಿಸ್ತಾನದ ಮಾಧ್ಯಮಗಳಲ್ಲಿ, ಅಲ್ಲಿಯ ರಕ್ಷಣಾ ವಲಯಗಳಲ್ಲಿಯೇ ಹೆಚ್ಚಾಗಿರುತ್ತದೆ. ಇನ್ನೇನು ಕಾದಿದೆಯೋ ಎಂದು ಮಧ್ಯರಾತ್ರಿಯಲ್ಲಿಯೂ ನಿದ್ದೆಯಲ್ಲಿ ಚಡಪಡಿಸುತ್ತದೆ ಪಾಕಿಸ್ತಾನ. ಪಾಕಿಸ್ತಾನದಲ್ಲಿರುವ ಜೈಶ್-ಎ-ಮೊಹಮ್ಮದ್ ಸಂಘಟನೆಯ ಬಗ್ಗೆ ಪಾಕಿಸ್ತಾನದ ಸೈನ್ಯಕ್ಕೆ ಗೊತ್ತಿರದ ಕೆಲವು ವಿಚಾರಗಳು ಅಜಿತ್ ದೋವಲ್ ಅವರಿಗೆ ತಿಳಿದಿರುತ್ತದೆ.

೧೮ ಸೆಪ್ಟೆಂಬರ್ ೨೦೧೬, ಬೆಳ್ಳಂಬೆಳಿಗ್ಗೆ ಉರಿಯ ಸೈನ್ಯದ ಮುಖ್ಯಾಲಯದ ಮೇಲೆ ನಡೆದ ಭಯೋತ್ಪಾದಕರ ದಾಳಿಯಲ್ಲಿ ೧೮ ಜನ ನಮ್ಮ ಸೈನಿಕರು ಹತರಾಗಿ ಹೋಗುತ್ತಾರೆ. ಇದಕ್ಕೆ ಪ್ರತೀಕಾರವಾಗಿ ಹತ್ತು ದಿನಗಳಲ್ಲೇ ಭಾರತೀಯ ಕಮಾಂಡೋಗಳು ಪಾಕಿಸ್ತಾನದ ಗಡಿಯೊಳಕ್ಕೆ ನುಗ್ಗಿ, ಭಯೋತ್ಪಾದಕರ ಲಾಂಚ್ ಪ್ಯಾಡುಗಳನ್ನು ನಾಶಮಾಡಿ, ಸುಮಾರು ಎಂಭತ್ತು ಭಯೋತ್ಪಾದಕರನ್ನು ಹತಮಾಡಿ ನಮ್ಮ ಕಮಾಂಡೋಗಳು ಸುರಕ್ಷಿತವಾಗಿ ಮರಳಿದರು. ಈ ಕಾರ್ಯಾಚರಣೆಯ ರೂಪರೇಷಗಳನ್ನು ದೋವಲ್ ರವರ ನಿರ್ದೇಶನದಲ್ಲೇ ರಚಿಸಲಾಯಿತು.

ಇವರು ಹುಟ್ಟಿದ್ದು ಈಗಿನ ಉತ್ತರಾಖಂಡದ ಪೌರಿ ಗಢವಾಲ್ ಪ್ರಾಂತ್ಯದ ಒಂದು ಪುಟ್ಟ ಹಳ್ಳಿಯಲ್ಲಿ. ಇವರ ತಂದೆ ಸೈನ್ಯದಲ್ಲಿ ಸೇವೆ ಸಲ್ಲಿಸಿದವರು. ಏಳನೇ ತರಗತಿಯಿಂದ ಇವರ ವಿದ್ಯಾಭ್ಯಾಸ ರಾಜಸ್ಥಾನದ ಅಜ್ಮೇರಿನ ಮಿಲಿಟರಿ ಸ್ಕೂಲಿನಲ್ಲಿ ನಡೆಯುತ್ತದೆ. ಚಿಕ್ಕಂದಿನಿಂದಲೇ ದೈವಭಕ್ತಿ, ದೇಶಭಕ್ತಿಗಳನ್ನು ಮೈಗೂಡಿಸಿಕೊಂಡೇ ಬೆಳೆಯುತ್ತಾರೆ. ಸ್ವಾಮಿ ವಿವೇಕಾನಂದರ ಕೃತಿಗಳು ಇವರ ಮನಸ್ಸಿನ ಮೇಲೆ ಗಾಢವಾದ ಪರಿಣಾಮ ಬೀರುತ್ತವೆ. ಕಾಲೇಜಿನ ವ್ಯಾಸಂಗದ ಸಮಯದಲ್ಲೇ ಮುಂದೆ ತಾನು ಪೋಲಿಸ್ ಅಧಿಕಾರಿಯಾಗಬೇಕು ಎಂದು ಬಹಳ ಸ್ಪಷ್ಟವಾಗಿ ನಿರ್ಧರಿಸಿ ಬಿಟ್ಟಿರುತ್ತಾರೆ. ಎಕನಾಮಿಕ್ಸನಲ್ಲಿ ಸ್ನಾತಕೋತ್ತರ ಪದವಿಯನ್ನು ಪಡೆದ ನಂತರ ೧೯೬೮ ಬ್ಯಾಚಿನ IPS ಆಫೀಸರ್ ಆಗಿ ತಮ್ಮ ಕನಸನ್ನು ನನಸಾಗಿಸಿ ಕೊಳ್ಳುತ್ತಾರೆ.

ಪ್ರಚಾರಗಳು, ಮಾಧ್ಯಮಗಳಿಂದ ದೂರವಿದ್ದುಕೊಂಡೇ ತಮ್ಮ ಕೆಲಸವನ್ನು ಕಾಯಾ ವಾಚಾ ಮನಸಾ ನಿರ್ವಹಿಸುತ್ತಾರೆ. ಇವರೊಬ್ಬ ಸಂಧಾನ ಪ್ರವೀಣರೆನ್ನಬಹುದು. ವಿಮಾನ ಅಪಹರಣ ಮಾಡಿದ ಭಯೋತ್ಪಾದಕರರಿರಲಿ, ಭೂಗತ ಪಾಪಿಗಳಿರಲಿ, ಬಂಡಾಯಕೋರರಿರಲಿ, ಪ್ರತ್ಯೇಕತಾವಾದಿಗಳಾಗಿರಲಿ, ಅವರೆಲ್ಲರನ್ನೂ ಮುಂದೆ ಕೂರಿಸಿಕೊಂಡು 'ಹೂಂ ಏನಪ್ಪಾ ನಿನ್ನ ಕಥೆ..' ಎನ್ನುವ ಛಾತಿ ಇದ್ದರೆ ಅದು ಅಜಿತ್ ದೋವಲ್ಲರಿಗೆ ಮಾತ್ರ.

ಇವರ ತೀಕ್ಷ್ಣ ಗ್ರಹಿಕೆಯ, ಕ್ಷಿಪ್ರ ವೇಗದ ಕಾರ್ಯಾಚರಣೆಗಳ ಶೈಲಿ ಇವರಿಗೆ ಪದಕ, ಪಾರಿತೋಷಕಗಳ ಸರಮಾಲೆಯನ್ನೇ ತಂದು ಕೊಡುತ್ತದೆ ಆದರೆ ಅವನ್ನೆಲ್ಲಾ ಬಹು ಲಘುವಾಗಿ ಧರಿಸಿಕೊಂಡಿರುತ್ತಾರೆ..

ಭಾರತ ಸರ್ಕಾರ ಇವರಿಗೆ 'ಕೀರ್ತಿಚಕ್ರ'ದಿಂದ ಗೌರವಿಸಿದರೆ, ಇವರ ಅಭಿಮಾನಿಗಳು ಭಾರತದ ಜೇಮ್ಸ್ ಬಾಂಡ್ ಎಂದು ಕರೆಯುವದರಲ್ಲೇ ಆನಂದಪಡುತ್ತಾರೆ.

೨೦೧೯ ಮೇ ತಿಂಗಳಲ್ಲಿ ಅಜಿತ್ ದೋವೆಲ್ ರನ್ನು ಸತತ ಎರಡನೇ ಅವಧಿಗೆ ರಾಷ್ಟ್ರೀಯ ಭದ್ರತಾ ಸಲಹೆಗಾರರನ್ನಾಗೇ (ಏನ್ ಎಸ್ ಎ) ಕೇಂದ್ರ ಸರ್ಕಾರ ನೇಮಿಸಿದೆ. ಜೊತೆಗೆ ಇದೇ ಮೊದಲ ಬಾರಿಗೆ ಏನ್ ಎಸ್ ಎ ಗೆ ಸಂಪುಟ ದರ್ಜೆಯ ಸ್ಥಾನಮಾನ ನೀಡಿ ಬಡ್ತಿ ಕೊಡಲಾಗಿದೆ.

ಮೇಜರ್ ದೀಪೇಂದ್ರ ಸೆನಗರ್

ಧೀರ ದೀಪೇಂದ್ರ ಸೆನಗರ್

ಸಣಕಲ ಮೈಕಟ್ಟಿನ ಸುಮಾರು ಐದೂವರೆ ಅಡಿ ಎತ್ತರದ ಬಾಲಕನೊಬ್ಬ ಚಿಕ್ಕಂದಿನಿಂದಲೇ ಸೈನ್ಯಕ್ಕೆ ಸೇರಲೇಬೇಕೆಂಬ ಮಹತ್ತರ ಕನಸು ಕಾಣುತ್ತಾನೆ. ಆದರೆ ದೈಹಿಕ ಅರ್ಹತೆಗಳ ಮಾಪನದಲ್ಲಿ ಪಾಸಾಗುವುದಿಲ್ಲ. ವಯಸ್ಸು ಇನ್ನು ಹದಿನೇಳು ಅಷ್ಟೇ, ಸೈನ್ಯದಲ್ಲಿ ಆಯ್ಕೆ ಆಗದಿದ್ದರೆ ಏನಂತೆ ಮುಂದೆ ಎಂಜಿನಿಯರಿಂಗೋ, ವೈದ್ಯಕೀಯವೋ ಮಾಡುತ್ತೇನೆ ಎನ್ನುವುದು ಸಾಮಾನ್ಯ ಯುವಕರಿಗೆ ಇರುವ ಆಶಾವಾದ, ಆದರೆ, ಇಲ್ಲಾ... ನನ್ನ ಜೀವನ ಸೈನ್ಯದಲ್ಲೇ ಮುಂದುವರೆಯ ಬೇಕು ಅದರ ಪರ್ಯಾಯ ವೃತ್ತಿಯ ಬಗ್ಗೆ ನಾನು ಯೋಚಿಸುವುದೇ ಇಲ್ಲ ಎನ್ನುವುದು ಛಲವೇ ಅಥವಾ ಉದ್ಧಟತನವೇ?

ಹೆಸರು ದೀಪೇಂದ್ರ ಸೆನಗರ್. ರಾಜಾಸ್ಥಾನದ ರಾಜಪೂತ ವಂಶದವರು. ಈ ವಂಶದಲ್ಲಿ ಸೇನೆಗೆ ಸೇರುವುದೆಂದರೆ ದೊಡ್ಡ ಹೆಮ್ಮೆಯ ವಿಷಯ. ಅದಕ್ಕೆಂದೇ ಏಳನೇ ತರಗತಿಯಿಂದ ಸೈನಿಕ ಸ್ಕೂಲಿನಲ್ಲಿ ವಿದ್ಯಾಭ್ಯಾಸ ಮಾಡಿ National Defence Academy ಗೆ ಸೇರುವ ಹಗಲುಗನಸಿನಲ್ಲೇ ಜೀವಿಸುತ್ತಿದ್ದ ವ್ಯಕ್ತಿಗೆ, ನೀನು ಗಿಡ್ಡ, ಸಣಕಲು, ತೂಕ ತುಂಬಾ ಕಡಿಮೆ ಇದೆ ಎನ್ನುವ ಕಾರಣಕ್ಕೆ ಅನರ್ಹನನ್ನಾಗಿ ಮಾಡಿದರೆ? 'ಸರಿ ಮತ್ತೆ ವಾಪಾಸ್ ಬರುತ್ತೇನೆ' ಎಂದು ಅವಡುಗಚ್ಚಿಕೊಂಡು ಹೊರಬಂದರು. ಮುಂದಿನ ಕೆಲವು ತಿಂಗಳುಗಳು ಹಗಲುರಾತ್ರಿ ಒಂದು ಮಾಡಿ ನೈಸರ್ಗಿಕವಾಗಿ ಏನೆಲ್ಲಾ ಸಾಧ್ಯವೊ ಎಲ್ಲಾ ಮಾಡಿ ಎರಡನೆ ಪ್ರಯತ್ನದಲ್ಲಿ ಪಾಸಾದರು. ಮುಂದೇನು... ಅವರ ಕನಸನ್ನು ಜೀವಿಸುವ ಸಮಯ. ಅಸಾಧ್ಯ ಎನ್ನುವ ಪದ ಅವರಿಗೆ ಅಪರಿಚಿತ.

ತರಬೇತಿಯ ಹಂತದಲ್ಲೆ ಸಿಬ್ಬಂದಿಯವರಿಗೆ ಅನಿಸಿತು ಇವರು ಸೈನ್ಯಕ್ಕೆಂದೇ ಹುಟ್ಟಿರುವವರು ಎಂದು. ಬರೊಬ್ಬರಿ ಹತ್ತು ಕೆ.ಜಿ. ಭಾರದ ಪ್ಯಾಕನ್ನು ಬೆನ್ನಿಗೆ ಕಟ್ಟಿಕೊಂಡು ಹತ್ತು ಕಿ.ಮೀ.ಗಳ ಓಟದಲ್ಲಿ ಹೇಗೆ ಓಡುತ್ತಿದ್ದರೆಂದರೆ, ಎಲ್ಲರ ಜೊತೆಗೆ ಓಟ ಪ್ರಾರಂಭಿಸಿ, ಕೆಲವೇ ನಿಮಿಷಗಳಲ್ಲಿ ಯಾರ ಕಣ್ಣಿಗೂ ಕಾಣಿಸದಂತೆ ಓಡಿ ಕೊನೆಯ ಗೆರೆಯನ್ನು ತಲುಪಿ, ಒಂದು ಸಣ್ಣ ನಿದ್ದೆ ತೆಗೆದ ಎಷ್ಟೋ ಹೊತ್ತಿನ ಮೇಲೆ ಇತರರು ಬರುತ್ತಿದ್ದರಂತೆ! ಹಾಗಾಗಿ ಇವರಿಗೆ 'ರಾಕೆಟ್' ಎನ್ನುವ ಅಡ್ಡಹೆಸರು ಅಂಟಿಕೊಂಡುಬಿಟ್ಟಿತು. ಇವರ ಗುಂಡು ಹಾರಿಸುವ ಚಾಕಚಕ್ಯತೆ ತರಬೇತಿ ಕೇಂದ್ರದಲ್ಲಿ ಅಚ್ಚರಿಯ ವಿಷಯವಾಗಿತ್ತು. ಇದೇ ಕುಶಲತೆಯ ಆಧಾರದ ಮೇಲೆ ಮುಂದೆ ಸೈನ್ಯದ ಕಮಾಂಡೊ ಆಗಿ ನಂತರ ಪ್ಯಾರಾ ಕಮಾಂಡೊದ ವಿಷೇಶ ಪಡೆಗೆ ಸೇರಿಸಲ್ಪಟ್ಟರು.

ಯಾರಿವರು ಈ ವಿಶೇಷ ಪಡೆಯವರು, ಏನವರಲ್ಲಿ ಅಂತಹ ವಿಶೇಷತೆ? ಇವರು ಹಾರುತ್ತಿರುವ ವಿಮಾನದಿಂದ ಜಿಗಿಯುವವರು, ಯಾವ ಶಸ್ತ್ರಾಸ್ತ್ರಗಳ ಸಹಾಯವಿಲ್ಲದೇ ವೈರಿಯ ಕತ್ತು ಮುರಿಯುವವರು, ಅನ್ನ ನೀರಿಲ್ಲದೆ ಹಲವಾರು ದಿನಗಳು ಕಾಡಿನಲ್ಲಿರುವವರು, ಮೈಲುಗಟ್ಟಲೆ ಈಜುವವರು... ಎಲ್ಲದಕ್ಕೂ ಮೇಲಾಗಿ ಎಲ್ಲಾ ತರಹದ ತ್ಯಾಗಕ್ಕಾಗಿ ಸಿದ್ಧರಾಗಿರುವವರು. ಇಂತಹ ವಿಶೇಷಪಡೆಗೆ ಹೇಳಿಮಾಡಿಸಿದಂತಹ ವ್ಯಕ್ತಿ ಮೇಜರ್ ದೀಪೇಂದ್ರ ಸೆನಗರ್. ಎಲ್ಲೆಲ್ಲಿ ಭಯೋತ್ಪಾದಕರ ಚಟುವಟಿಕೆಗಳು ನಡೆಯುತ್ತಿದ್ದವೋ ಅಲ್ಲಿಗೆ ಮೇಜರ್ ಸೆನೆಗರ್ ತಲುಪಿಬಿಡುತ್ತಿದ್ದರು. ಅವರು ಬಂದರೆಂದರೆ ಸಾಕು, ಭಯೋತ್ಪಾದಕರು ತಪ್ಪಿಸಿಕೊಳ್ಳಲು ಸಾಧ್ಯವೇ ಆಗದಂತೆ, ಕ್ಷಣಾರ್ಧದಲ್ಲಿ ಅವರನ್ನು ಪರಲೋಕಕ್ಕೆ ಪಾರ್ಸಲ್ ಮಾಡುತ್ತಿದ್ದರು. ಹಲವಾರು ಸಲ ಶತ್ರುಗಳ ಬುಲೆಟ್ ಸುಯ್ಯನೆ ಕಿವಿಯ ಹತ್ತಿರವೇ ಶಬ್ದಮಾಡಿಕೊಂಡು ಬಂದಾಗ ಪಾದರಸದಂತೆ ತಮ್ಮ ದೇಹವನ್ನು ತಿರುಗಿಸಿ ತಪ್ಪಿಸಿಕೊಳ್ಳುವುದು ಅವರಿಗೆ ಒಂತರಾ ಅಭ್ಯಾಸವಾಗಿಬಿಟ್ಟಿತ್ತು. ಆದರೆ ಕೆಲವೊಮ್ಮೆ ಮೋಸದಿಂದ ಬಂದ ಈ ಬುಲೆಟ್ಟುಗಳು ಅವರ ಶರೀರವನ್ನು ಹೊಕ್ಕು ಹೊರಬಂದ ಸನ್ನಿವೇಶಗಳೂ ಇವೆ. ಹಾಗಾಗಿದ್ದು ಒಂದು ಸಲ ಅಲ್ಲ.

ಆಗ ಅಸ್ಸಾಮಿನಲ್ಲಿ ಭಯೋತ್ಪಾದಕರ ಹಾವಳಿ ತಾರಕಕ್ಕೇರಿತ್ತು, ಹಾಗಾಗಿ ಇವರಿದ್ದ ವಿಷೇಶಪಡೆಯನ್ನು ಗೌಹಾಟಿಗೆ ಸ್ಥಳಾಂತರಸಲಾಗಿತ್ತು. ೧೫ ಫೆಬ್ರವರಿ ೧೯೯೮ ಮೇಜರ್ ದೀಪೇಂದ್ರ ಸೆನಗರ್ ಗೌಹಾಟಿಯ ಏರ್ಪೋರ್ಟಿಗೆ ಬಂದಿಳಿದರು. ಇವರನ್ನು ಬರಮಾಡಿಕೊಳ್ಳಲು ಸಶಸ್ತ್ರ ಸಜ್ಜಿತ ವಾಹನವೊಂದನ್ನು ಕಳುಹಿಸಲಾಗಿತ್ತು. ಇನ್ನೂ ಐದು ನಿಮಿಷವಾಗಿತ್ತು ಏರ್ಪೋರ್ಟಿನಿಂದ ಹೊರಟು, ದಾರಿಯಲ್ಲಿ ಒಂದು ವೈರ್ಲೆಸ್ ಸಂದೇಶವನ್ನು ಇವರು ಕೇಳಿಸಿಕೊಂಡರು, ಅದೇನೆಂದರೆ, ಐದು ಜನ ಭಯೋತ್ಪಾದಕರ ಮುಖಂಡರು ಒಂದು ದಾಳಿಯ ಬಗ್ಗೆ ಮೀಟಿಂಗ್ ಮುಗಿಸಿ

ಇನ್ನೇನು ಅರ್ಧ ಗಂಟೆಯಲ್ಲಿ ಅಲ್ಲಿಂದ ಹೊರಡುತ್ತಿದ್ದಾರೆ, ಸೈನ್ಯದ ತಂಡವಿರುವುದು ಸುಮಾರು ೪೦ ಕೀ.ಮಿ. ದೂರದ ನಾರಂಗಿ ಕ್ಯಾಂಪಿನಲ್ಲಿ, ಈಗೇನು ಮಾಡುವುದು ಎನ್ನುವ ವೈರ್ ಲೆಸ್ ನ ಮುಖಾಂತರ ನಡೆಯುತ್ತಿದ್ದ ಚರ್ಚೆಯನ್ನು ಕೇಳಿಸಿಕೊಂಡ ತಕ್ಷಣ ಮೇಜರ್ ಸೆನೆಗರ್ ಕಾರ್ಯಗತರಾಗಿ ಸಿಬ್ಬಂದಿಯಿಂದ ವಿವರಗಳನ್ನು ತಿಳಿದುಕೊಂಡರು, ಇಪ್ಪತ್ತೇ ನಿಮಿಷಗಳಲ್ಲಿ ಭಯೋತ್ಪಾದಕರ ಸಭೆಯಲ್ಲಿ ಪ್ರತ್ಯಕ್ಷರಾಗಿಬಿಟ್ಟರು, ಕ್ಷಣಾರ್ಧದಲ್ಲಿ ಇಬ್ಬರು ಭಯೋತ್ಪಾದಕರನ್ನು ಮುಗಿಸೇಬಿಟ್ಟರು. ಇವರೆಡೆಗೆ ಗುಂಡುಹಾರಿಸುತ್ತಲೇ ಇನ್ನು ಮೂವರು ಅಲ್ಲಿಂದ ಓಡಿಹೋದರು... ಆದರೆ ಆ ಭಯೋತ್ಪಾದಕರು ಹಾರಿಸಿದ ಎರಡು ಗುಂಡುಗಳು ಇವರ ಹೊಟ್ಟೆಯನ್ನು ಭೇಧಿಸಿಕೊಂಡು ಹೊರಬಂದವು. ಅತೀವ ರಕ್ತಸ್ರಾವದಿಂದ ಬಸವಳಿದ ಇವರನ್ನು ಕೆಲವೇ ಗಂಟೆಗಳಲ್ಲಿ ಮಿಲಿಟರಿ ಆಸ್ಪತ್ರೆಗೆ ಸೇರಿಸಲಾಯಿತು. ಛಿದ್ರ ಛಿದ್ರವಾಗಿದ್ದ ಇವರ ಮೂತ್ರಕೋಶ ಮತ್ತು ಕರುಳುಗಳ ಭಾಗಗಳನ್ನು ಕತ್ತರಿಸಿ ಹೊಲೆದು ಅಂತೂ ಇವರ ಪ್ರಾಣ ಉಳಿಸಿದರು ಡಾಕ್ಟರುಗಳು.

ಎರಡು ದಿನಗಳ ನಂತರ ಪ್ರಜ್ಞೆ ಬಂದಾಗ, ಏನಾಗಿತ್ತು ನನಗೆ ಎಂದು ಕೇಳಿದಾಗ 'you had lot of guts, we had to cut some of it' ಎಂದು ಹಾಸ್ಯ ಮಾಡಿದರು ಡಾಕ್ಟರುಗಳು, ಹಾಗೆಯೇ, ಇನ್ನು ಕನಿಷ್ಟ ಮೂರು ತಿಂಗಳು ಹಾಸಿಗೆಯಿಂದ ಏಳುವ ಹಾಗೇ ಇಲ್ಲ ಎಂಬ ಕಟ್ಟುನಿಟ್ಟಿನ ಆದೇಶವನ್ನೂ ಕೊಟ್ಟರು. ಆಸ್ಪತ್ರೆಯ ವರಾಂಡದಲ್ಲಿ ನಿಧಾನವಾಗಿ ಓಡಾಡಲು ಒಂದು ತಿಂಗಳೇ ಹಿಡಿಯಿತು. ಕಮಾಂಡೋಗಳ ಕಠಿಣ ಮಾನಸಿಕ ತರಬೇತಿ ಇಂತಹ ಸಮಯಗಳಲ್ಲಿ ಕೆಲಸಕ್ಕೆ ಬರುತ್ತದೆ, ಇವರು ಏನನ್ನೂ ಸೀರಿಯಸ್ಸಾಗಿ ತೆಗೆದುಕೊಳ್ಳುವುದೇ ಇಲ್ಲ. ಈ ಸ್ಥಿತಿಯಲ್ಲೇ ರಾತ್ರಿಯಾದ ಕೂಡಲೇ ಸಿನೇಮಾ ನೋಡಲು ಆಸ್ಪತ್ರೆಯ ಸಿಬ್ಬಂದಿಯ ಕಣ್ಣು ತಪ್ಪಿಸಿ ಓಡಿಹೋಗುತ್ತಿದ್ದರು. ಮಧ್ಯ ಎರಡು ದಿನಗಳು ಆಸ್ಪತ್ರೆಯಲ್ಲಿ ಕಾಣಿಸಲೇ ಇಲ್ಲ, ಸ್ನೇಹಿತನ ಮದುವೆ ಮಿಸ್ ಮಾಡಿಕೊಳ್ಳುವುದುಂಟೇ!

ಆಸ್ಪತ್ರೆಯ ಸಿಬ್ಬಂದಿ ಇವರ ಕಮ್ಯಾಂಡಿಗ್ ಆಫೀಸರಿಗೆ ದೂರಿಟ್ಟರು. ಇವರ ಕರುಳು, ಮೂತ್ರಕೋಶಗಳಿನ್ನೂ ರಿಪೇರಿಯೇ ಆಗಿಲ್ಲ, ಇವರು ಮನಸಿಗೆ ಬಂದಂತೆ ಮಾಡ್ತಾ ಇರ್ತಾರೆ.. ಎಂದು. ಇವರ ಕಮ್ಯಾಂಡಿಂಗ್ ಆಫೀಸರ್ ಹೆಸರು ಕರ್ನಲ್ ಇವಾನ್ ಕ್ರಾಸ್ಟೋ. ಒಬ್ಬ ಕಮಾಂಡೋಗೆ ಇನ್ನೊಬ್ಬ ಕಮಾಂಡೋನ ಮನಸ್ಥಿತಿ ಅರ್ಥವಾಗುತ್ತದೆ. ಇವರುಗಳು, ಪುಂಡ, ಅಧಿಕಪ್ರಸಂಗಿ, ಉದ್ಧಟ ಅಂತೆಲ್ಲಾ ಅನಿಸಿಕೊಳ್ಳಲು ರೆಡಿ ಇರುತ್ತಾರೆ, ಆದರೆ ಯಾರಾದರೂ ಕನಿಕರ, ಸಂತಾಪ ಸೂಚಿಸಲು ಬಂದರೆ....ಉಹುಂ ಇಷ್ಟವಾಗುವುದೇ ಇಲ್ಲ.

ಕರ್ನಲ್ ಇವಾನ್ ಕ್ರಾಸ್ಟೊ ರವರು ಸಹಾ ಹಿಂದೊಮ್ಮೆ ದೇಶಕ್ಕೆ ದೇಶವೇ ನಿಬ್ಬೆರಗಾಗುವಂತಹ ಸಾಹಸಿ ಕಾರ್ಯ ಮಾಡಿದವರು. ಶತ್ರುಗಳ ಸಂಹಾರವೇ ಕಮಾಂಡೋಗಳ ಕೆಲಸವಲ್ಲಾ, ದೇಶದ ನಾಗರೀಕರ ಜೀವ ಉಳಿಸುವ ಕಾರ್ಯಗಳಲ್ಲೂ ಅಷ್ಟೇ ನಿಸ್ಸೀಮನಿಸ್ಸಿಮರಾಗಿರುತ್ತಾರೆ ಎಂಬುದಕ್ಕೆ ಈ ಕೆಳಕಂಡ ಘಟನೆಯೇ ಉದಾಹರಣೆ....

೧೪ ಅಕ್ಟೊಬರ್ ೧೯೯೨, ಚಂಡೀಗಢದ ಸಮೀಪದಲ್ಲಿ ಟಿಂಬರ್ ಟ್ರೈಲ್ ಎನ್ನುವ ಪ್ರವಾಸಿ ತಾಣವೊಂದರಲ್ಲಿ ಕೇಬಲ್ ಕಾರಿನ ತಂತಿ ಹರಿದು ಅಪಘಾತಕ್ಕೀಡಾಗುತ್ತದೆ. ತಂತಿಗೆ ಸಿಕ್ಕಿಹಾಕಿಕೊಂಡಿದ್ದ ಕೇಬಲ್ ಕಾರು ಈಗಲೋ ಆಗಲೋ ಕಳಚಿಕೊಂಡು ಪ್ರಪಾತದಲ್ಲಿ ಬೀಳುವುದರಲ್ಲಿತ್ತು. ಅದರಲ್ಲಿದ್ದ ಹತ್ತು ಜನ ಪ್ರವಾಸಿಗರು ಸಾವಿನ ದವಡೆಯಲ್ಲೇ ಇಪ್ಪತ್ತೆರಡು ಗಂಟೆಗಳ ಕಾಲ ಯಮಯಾತನೆ ಅನುಭವಿಸುವಂತಾಗಿತ್ತು. ಏರ್ ಫೋರ್ಸಿನ ಹೆಲಿಕಾಪ್ಟರುಗಳ ಸಹಾಯದಿಂದ ಕಮಾಂಡೊ ಇವಾನ್, ಹಗ್ಗ ಕಟ್ಟಿಕೊಂಡು ಸುಮಾರು ನೂರು ಅಡಿ ಕೆಳಗಿಳಿದು ಕೇಬಲ್ ಕಾರನ್ನು ತಲುಪಿದರು. ಬದುಕುಳಿಯುವ ಆಸೆಯನ್ನೇ ಕಳೆದುಕೊಂಡಿದ್ದ ಅಲ್ಲಿದ್ದವರಂತೂ ದೇವಲೋಕದಿಂದ ದೇವರೇ ಬಂದರೇನೊ ಎನ್ನುವಷ್ಟು ಸಂತೋಷಿಸಿದರು. ಒಬ್ಬೊಬ್ಬೊರನ್ನೇ ಹಗ್ಗಕ್ಕೆ ಕಟ್ಟಿದ ಕುರ್ಚಿಗೆ ಕಟ್ಟಿ ಹೆಲಿಕಾಪ್ಟರಿಗೆ ರವಾನಿಸಲಾಯಿತು. ಆದರೆ ಇನ್ನೂ ನಾಲ್ಕು ಜನ ಇರುವಾಗಲೇ ಕತ್ತಲಾಯಿತು, ಹೆಲಿಕಾಪ್ಟರುಗಳ ಹಾರಾಟವನ್ನು ನಿಲ್ಲಿಸಬೇಕಾಯಿತು. ಪುನಃ ಅಧೀರರಾದ ಪ್ರವಾಸಿಗರಿಗೆ ಧೈರ್ಯ ತುಂಬಲು ಕಮಾಂಡೊ ಇವಾನ್ ಆ ರಾತ್ರಿಯನ್ನು ಅವರ ಜೊತೆ ಕೇಬಲ್ ಕಾರಿನಲ್ಲೇ ಕಳೆದರು! ಮರುದಿನ ಬೆಳಗ್ಗೆ ಉಳಿದವರನ್ನು ರಕ್ಷಿಸಲಾಯಿತು. ಇಂತಹ ಸಾಹಸಿಗಳ ತವರು ಮನೆ 1 para special force.

ಸೇನಾವೈದ್ಯರುಗಳು ನಿಬ್ಬೆರಗಾಗುವಂತೆ ಮೇಜರ್ ದೀಪೇಂದ್ರ ಸೆನಗರ್ ಗುಣಮುಖರಾದರು. ಆದರೆ ಕೂಡಲೇ ಮಿಲಿಟರಿ ಕಾರ್ಯಾಚರಣೆಗೆ ನೀವು ರೆಡಿ ಇಲ್ಲ ಎಂದು ಕೆಲವು ಆಫೀಸಿನ ಜವಾಬ್ದಾರಿಯನ್ನು ವಹಿಸಿಕೊಟ್ಟರು. ಮೇಜರ್ ಸೆನಗರ್ ಹಾಗೆ ಕೂತು ಕೆಲಸ ಮಾಡಿದ ಅಭ್ಯಾಸವೇ ಇಲ್ಲದವರು. ಏನೇನೊ ನಾಟಕ ಮಾಡಿದರು, ಜಗಳಾಡಿದರು, ಬೇಡಿಕೊಂಡರು, ನಾನು 'ಫೀಲ್ಡಿಗೆ' ಹೋಗಬೇಕು ಎಂದು. ಇವರ ಬೇಡಿಕೆ ಈಡೇರಿಸಲೆಂದೇ ಕಾರ್ಗಿಲ್ ಸಂಘರ್ಷವಾಯಿತೇನೋ, ಬಂತು ಮತ್ತೊಮ್ಮೆ ಯುದ್ಧದ ಕರೆ.

ಕಾರ್ಗಿಲ್ ಕಸರತ್ತು

೧೯೯೯ ರ ಮೇ ತಿಂಗಳಿಗೆ ಮೇಜರ್ ದೀಪೇಂದ್ರ ಸೆನಗರ್ ತಮ್ಮ ತಂಡದೊಂದಿಗೆ ಗೌಹಾಟಿಯಿಂದ ಕಾರ್ಗಿಲ್ಲಿಗೆ ಬಂದಿಳಿದರು. ನೀಲಮ್ ಪೋಸ್ಟ್ ಎನ್ನುವ ಮಂಚೂಣಿಯನ್ನು ಪಾಕಿಸ್ತಾನಿಗಳಿಂದ ಮುಕ್ತಮಾಡಿ ತಿರಂಗ ಝುಂಡಾವನ್ನು ಮರು ಸ್ಥಾಪಿಸಿದರು. ಆಗಸ್ಟ್ ತಿಂಗಳಿನಷ್ಟೊತ್ತಿಗೆ ಕಾರ್ಗಿಲ್ ಯುದ್ಧ ಇನ್ನೇನು ಮುಗಿದಹಾಗೇ ಎನ್ನುವ ಮಟ್ಟಕ್ಕೆ ಬಂದಿತ್ತು. ಈ ಯುದ್ಧದಲ್ಲಿ ಹೀನಾಯ ಸೋಲನ್ನು ಅನುಭವಿಸಿದ ಪಾಕಿಸ್ತಾನ ಗಾಯಗೊಂಡ ಹಾವಿನಂತೆ ಬಿಲದಲ್ಲೇ ಬುಸುಗುಡುತ್ತಿತ್ತು. ಭಯೋತ್ಪಾದಕರ ಆತ್ಮಾಹುತಿ ತಂಡಗಳನ್ನು ಬಳಸಿ ಕೊಂಡು ಅಲ್ಲಲ್ಲಿ ಸಣ್ಣಪುಟ್ಟ ದಾಳಿಗಳನ್ನು ಭಾರತೀಯ ಸೈನ್ಯದ ಮೇಲೆ ನಡೆಸುತ್ತಲೇ ಇತ್ತು.

೧ ಸೆಪ್ಟಂಬರ್ ೧೯೯೯ ರಂದು ಆಚಾನಕ್ಕಾಗಿ ನೀಲಂ ಪೋಸ್ಟ ಮೇಲೆ ನಡೆದ ಉಗ್ರರ ದಾಳಿಯಲ್ಲಿ ಮೇಜರ್ ಸೆನಗರ್ ಇಬ್ಬರು ಉಗ್ರರನ್ನು ಮುಗಿಸಿದರು. ಆದರೆ 47 ರೈಫಲ್ಲಿನಿಂದ ಇವರೆಡೆಗೆ ಹಾರಿಸಿದ ಗುಂಡಿನ ದಾಳಿಯಲ್ಲಿ ಇವರ ತೊಡೆ ಮತ್ತು ಸೊಂಟಕ್ಕೆ ತಗುಲಿದ ಗುಂಡೇಟಿನಿಂದ ಗಂಭೀರ ಗಾಯಗಳಾದವು. ವೈರ್ಲೆಸ್ ನಲ್ಲಿ ಹರಿದಾಡುತ್ತಿದ್ದ ಈ ಸುದ್ದಿಯನ್ನು ಕೇಳಿದ ಹೆಲಿಕಾಪ್ಟರ್ ಪೈಲಟ್ಟೊಬ್ಬರು ಕೂಡಲೇ ಇವರಿದ್ದ ಸ್ಥಳಕ್ಕೆ ತಲುಪಿದರು. ಆದರೆ ಅಲ್ಲಿ ಹೆಲಿಪ್ಯಾಡೇ ಇರಲಿಲ್ಲ. ಹತ್ತಿರದ ಒಂದು ಬಯಲಿನಲ್ಲಿಳಿಸಿ ಇವರನ್ನು ಹೊತ್ತು ತಂದು, ಹರಸಾಹಸ ಮಾಡಿ ಕೆಲವೇ ನಿಮೀಷಗಳಲ್ಲಿ ಇವರನ್ನು ಮಿಲಿಟರಿ ಆಸ್ಪತ್ರೆಗೆ ತಲುಪಿಸಿದರು. ಏನಾದರಾಗಲಿ ಇಂತಹ ಯೋಧರು ಬದುಕುಳಿಯಲೇಬೇಕು ಎಂದು ದೇವರಲ್ಲಿ ಪ್ರಾರ್ಥಿಸುತ್ತಾ ವಾಪಾಸ್ ಹೆಲಿಕಾಪ್ಟರನ್ನು ತಮ್ಮ ನೆಲೆಗೆ ತಿರುಗಿಸಿದರು. ಇಡೀ ವೈದ್ಯಕೀಯ ತಂಡ ತಕ್ಷಣ ಕಾರ್ಯನಿರತವಾಯಿತು. ತೊಡೆಯಲ್ಲಿದ್ದ ಗುಂಡನ್ನು ಹೊರ ತೆಗೆದರು, ರಕ್ತಸ್ರಾವವನ್ನು ನಿಲ್ಲಿಸಿದರು, ಕ್ಷೀಣಿಸುತ್ತಿದ್ದ ಹೃದಯ ಬಡಿತ ಒಂದು ಹದಕ್ಕೆ ಬಂತು. ಇನ್ನು ಜೀವಕ್ಕೆ ಭಯವಿಲ್ಲ ಎಂದು ಸಮಾಧಾನ ಪಟ್ಟುಕೊಳ್ಳುವಷ್ಟರಲ್ಲಿ ಇವರಿಗೆ ಪ್ರಜ್ಞೆ ಬಂತು.

'ನಾನು ಕೆಲವೇ ದಿನಗಳಲ್ಲಿ ವಾಪಾಸಾಗಿ ಆ ಪಾಕಿಸ್ತಾನಿಯರನ್ನು ಮುಗಿಸುತ್ತೇನೆ, ನನ್ನ ಜಾಗಕ್ಕೆ ಬೇರೆ ಯಾರನ್ನೂ ನಿಯಮಿಸಬೇಡಿ' ಎನ್ನಬೇಕೆ!

ಇದು ಅಧಿಕ ಪ್ರಸಂಗಿತನವಲ್ಲದೆ ಮತ್ತೇನು... ಅಲ್ಲಿಂದ ಅವರನ್ನು ದೆಹಲಿಯ ಸೂಪರ್ ಸ್ಪೆಷಾಲಿಟಿ ಆಸ್ಪತ್ರೆಗೆ ವರ್ಗಾಯಿಸಲಾಯಿತು. ಎರಡು ತಿಂಗಳಲ್ಲಿ ಏನು ವೈದ್ಯಕೀಯದ ಪರಿಮಿಧಿಯಲ್ಲಿ ಮಾಡಲು ಸಾಧ್ಯವೋ ಎಲ್ಲದನ್ನೂ ಮಾಡಿದ

ನಂತರವೇ ಆ ವೈದ್ಯಕೀಯ ತಂಡ ವಸ್ತುನಿಷ್ಠ ಭಾವದಿಂದ ಅವರಿಗೆ ಹೇಳಿದ್ದಿದು 'ಇನ್ನು ಮುಂದೆಂದೂ ನೀವು ನಡೆದಾಡಲು ಸಾಧ್ಯವಿಲ್ಲ'

ಆ ರಾತ್ರಿ ಮೇಜರ್ ದೀಪೇಂದ್ರ ಸೆನಗರ್ ಒಂದು ಕ್ಷಣವೂ ನಿದ್ರೆ ಮಾಡಲಿಲ್ಲ. ದೈಹಿಕ ನೋವನ್ನು ನುಂಗಿ ಬದುಕುವುದು ಅವರಿಗೆ ಉಸಿರಾಟದಷ್ಟೇ ಸಹಜ ಕ್ರಿಯೆ. ಆದರೆ ಸೇನೆಯ ವೈದ್ಯಾಧಿಕಾರಿಗಳ ತಂಡ, ಬಹಳ ಶಾಂತವಾಗಿ, ನಿರ್ಭಾವುಕತೆ ಯಿಂದ, ಹೇಳಿದ್ದು ಅವರ ನಿದ್ದೆಗೆಡಿಸಿದ ವಿಷಯ... You can NEVER EVER walk in your life. ವೈಧ್ಯಾಧಿಕಾರಿಗಳ ಈ ನಿರ್ಣಯ ಅವರು ಓದಿದ ವೈದ್ಯಕೀಯ ಪುಸ್ತಕಗಳ, ಅವರ ಅನುಭವದ ಆಧಾರದ ಮೇಲೆ ಹೇಳಿದ್ದು, ಸರಿಯಾಗಿಯೇ ಇದೆ. ಎರಡು ತಿಂಗಳುಗಳ ಕಾಲ ಈ ವೈಧ್ಯಕೀಯ ತಂಡ ಇವರನ್ನು ಉಳಿಸಿಕೊಳ್ಳಲು ನಿರಂತರವಾಗಿ ಶ್ರಮಿಸುತ್ತಿತ್ತು. ಪೀಸು ಪೀಸಾಗಿದ್ದ ಸೊಂಟದ ಮೂಳೆಗಳನ್ನು ಜೋಡಿಸಲು ವರ್ಕಷಾಪಿನ ಮೆಕ್ಯಾನಿಕ್ಕುಗಳಂತೆ ತಂತಿ, ಮೊಳೆಗಳಿಂದ ಜೋಡಿಸಿದ್ದಾರೆ, ಸರಣಿ 'ಕತ್ತರಿಸು – ಹೊಲಿ' ಆಪರೇಷನ್ನುಗಳನ್ನು ಮಾಡಿ ಇನ್ನು ನಮ್ಮ ಕೈಲಾದುದ್ದನ್ನು ಮಾಡಿದ್ದೇವೆ ಎಂದು ನಿಟ್ಟುಸಿರು ಬಿಡುತ್ತಾ ಹೇಳಿದ ನಿರ್ಣಯವದು.

ಬೆಳಗಾಗುವಷ್ಟು ಹೊತ್ತಿಗೆ ಸೆನಗರ್ ಒಂದು ನಿರ್ಧಾರಕ್ಕೆ ಬಂದರು. ಅಸಲಿಗೆ, ಒಂದಲ್ಲ, ಎರಡು ನಿರ್ಧಾರಗಳನ್ನು ತೆಗೆದುಕೊಂಡರು. ಮೊದಲನೆಯದು, ಈ ಸ್ಥಿತಿಯಲ್ಲಿ ಸೈನ್ಯದಲ್ಲಿ ತಾನು ಮಾಡುವುದಾದರೂ ಏನಿದೆ? ಆದ್ದರಿಂದ ಸೈನ್ಯದಿಂದ ಹೊರಬರುವುದೇ ಒಳ್ಳೆಯದು. ಇದು ಅವರ ಒಮ್ಮತದ ನಿರ್ಧಾರ. ಆದರೆ ಎರಡನೇ ನಿರ್ಧಾರಕ್ಕೆ ಇನ್ನೊಬ್ಬ ವ್ಯಕ್ತಿಯ ಸಮ್ಮತಿ ಬೇಕಿತ್ತು. ಇತ್ತೀಚೆಗಷ್ಟೆ ಜಯಾರವರೊಂದಿಗೆ ವಿವಾಹ ನಿಶ್ಚಿತಾರ್ಥ ನಡೆದಿತ್ತು. ಈ ನಿಶ್ಚಿತಾರ್ಥದಿಂದ ಬಿಡುಗಡೆ ಪಡೆಯುವುದು. ಇನ್ನು ಮುಂದೆ ನಡೆದಾಡುವುದೇ ಅಸಾಧ್ಯ ಎಂದು ಗೊತ್ತಾದ ಮೇಲೂ ಇನ್ನು ಯಾವ ಪುರುಷಾರ್ತಕ್ಕೆ ಮದುವೆಯಾಗಲಿ ಎನ್ನುವ ಇವರ ಎರಡನೇ ನಿರ್ಧಾರ ಅತಂತ್ರಕ್ಕೆ ಸಿಕ್ಕಿಹಾಕಿ ಕೊಂಡಿತು, ಏಕೆಂದರೆ ಜಯಾ ಅವರು ಕಡ್ಡಿ ತುಂಡರಿಸಿದಂತೆ ಹೇಳೇ ಬಿಟ್ಟರು…

'ನೀವು ಯಾವ ಸ್ಥಿತಿಯಲ್ಲಿದ್ದರೂ ನಮ್ಮಿಬ್ಬರ ಮದುವೇ ನಡೆದೇ ತೀರುತ್ತೆ ಛಲಗಾರನೊಬ್ಬನಿಗೆ ಛಲಗಾತಿ ಜೊತೆಯಾದಳು!'

'ಏನಾದರಾಗಲೀ ಮುಂದೆ ನಾವು ಮದುವೆಯಾಗುತ್ತೇವೆ' ಎನ್ನುವ ಧೃಢ ನಿರ್ಧಾರ ತೆಗೆದು ಕೊಂಡ ಇವರ ಭಾವಿ ಪತ್ನಿ ಜಯಾ ಮತ್ತು ಅವರ ಜೊತೆ ಕೆಲವು ಜೀವಕ್ಕೆ

ಜೀವ ಕೊಡುವ ಮಿತ್ರರೂ ಸೇರಿ, ಮುಂದಿನ ಕೆಲವು ತಿಂಗಳುಗಳ ರಣನೀತಿಯನ್ನು ರಚಿಸಿಯೇ ಬಿಟ್ಟರು. ಆಗಿನ್ನು ಸೈನ್ಯದಲ್ಲಿದ್ದವರಿಗೆ ಕಂಪ್ಯೂಟರಿನ ಬಳಕೆ ಅಷ್ಟು ಪ್ರಚಲಿತವಾಗಿರಲಿಲ್ಲ. ಇನ್ನು ಪಿಸ್ತೋಲನ್ನು ಮರೆತು PC ಯ ಕಡೆ ಗಮನ ಹರಿಸುವುದು ಒಳ್ಳೆಯದು ಎಂದು ದಿಪೆಂದರ್ ಮನವರಿತುಕೊಂಡರು.

ಅದರಂತೆ ಒಂದು task force ನಿಯಮಿತ ಗೊಂಡಿತು. ‘A’ ಟೀಮು ಇವರನ್ನು ಆಸ್ಪತ್ರೆಯ ಬೆಡ್ಡಿನಿಂದ ಕಾರಿಗೆ ಸಾಗಿಸಿ ಅಲ್ಲಿಂದ ಇವರನ್ನು ಕಂಪ್ಯೂಟರ್ ಕೇಂದ್ರಕ್ಕೆ ಕೊಂಡೊಯ್ದು, ಕ್ಲಾಸಿನ ಒಂದು ಮೂಲೆಯ ಬೆಂಚಿನ ಮೇಲೆ ಇವರನ್ನು ಮಲಗಿಸುವುದು. ಮೂರು ಗಂಟೆಯ ಕ್ಲಾಸ್ ಮುಗಿದ ನಂತರ, ವಾಪಾಸು ಇವರನ್ನು ಆಸ್ಪತ್ರೆಯ ಬೆಡ್ಡಿಗೆ ಸೇರಿಸುವುದು. ಮೂರು ನಾಲ್ಕು ತಿಂಗಳುಗಳಲ್ಲಿ ಸ್ಟ್ರೆಚರಿನಿಂದ ಗಾಲಿ ಖುರ್ಚಿಯ ಹಂತಕ್ಕೆ ಸುಧಾರಣೆಯಾಯಿತು.

ಇನ್ನೊಂದು ಟೀಮ್ ‘B' ಯ ಕೆಲಸವೇನೆಂದರೆ ಇವರನ್ನು CAT ಪರೀಕ್ಷೆಗೆ ತಯಾರಿಸುವುದು. ಈ ಟೀಮಿನಲ್ಲಿ ಸೈನಿಕನೊಬ್ಬನ ಮಗನೂ ಸೇರಿದ್ದ ಇವರಿಗೆ ಆರನೇ ಕ್ಲಾಸಿನಿಂದ ಹಿಡಿದು ಗಣಿತದ ಪಾಠ ಹೇಳಿಕೊಡಲು!. ಈ ತಯಾರಿ ನಡೆಯುತ್ತಿರುವಾಗಲೇ ಗಾಲಿ ಖುರ್ಚಿಯಿಂದ ಎಬ್ಬಿಸಿ, ಅಕ್ಕ ಪಕ್ಕ ಇಬ್ಬರು ಹೆಗಲು ಕೊಟ್ಟು ಮೆಲ್ಲಗೆ ನಡೆಸಲು ಸಹಾಯ ಮಾಡಿದರು. ಕೆಲ ತಿಂಗಳ ನಂತರ ಎರಡೂ ಪಕ್ಕೆಗಳಿಗೆ ಊರುಗೋಲುಗಳು ಅಂಟಿಕೊಂಡವು.

ಆಗ ದೇಶದಲ್ಲಿ IIM(A),IIM(B),IIM(C),IIM(L) ಸೇರಿದಂತೆ ಒಟ್ಟು ಹದಿನಾರು ಪ್ರತಿಷ್ಠಿಟಿತ ಮ್ಯಾನೇಜ್ಮೆಂಟಿನ ವಿದ್ಯಾಸಂಸ್ಥೆಗಳಿದ್ದವು. 2000 ರ ಫಲಿತಾಂಶ ಹೊರಬಂದಾಗ ಹದಿನಾರರಲ್ಲಿ ಹದಿನೈದು IIM ಗಳು ದೀಪೇಂದ್ರರಿಗೆ ಪ್ರವೇಶದ ಆಹ್ವಾನ ಕೊಟ್ಟವು!

Combat ನಿಂದ ನಿರ್ಗಮಿಸಿದ ಈ ಅಧಿಕ ಪ್ರಸಂಗಿ Corporate ಪ್ರಪಂಚಕ್ಕೆ ಆಗಮಿಸಿದರು. ಅಲ್ಲಿವರೆಗೂ ಇವರಿಗೆ ಅಕ್ಷರಶಹಃ ಹೆಗಲುಕೊಟ್ಟು ನಡೆಸಿದ ಮಿತ್ರರು, ದೀಪೇಂದ್ರರು ಆರಿಸಿಕೊಂಡ IIM ಅಹಮದಾಬಾದಿಗೆ ತೆರಳುವ ಮುನ್ನ ಇನ್ನೊಂದು ಜವಾಬ್ದಾರಿಯನ್ನೂ ನಿಭಾಯಿಸಿ ಬಿಡೋಣವೆಂದು ತೀರ್ಮಾನಿಸಿದರು. ಗ್ವಾಲಿಯರಿನಲ್ಲಿ ದೀಪೇಂದ್ರ ಮತ್ತು ಜಯಾರವರ ಸರಳ ಮದುವೆಯ ಸಮಾರಂಭವೂ ನಡೆಯಿತು.

IIM ಇವರನ್ನು ಅಪರಿಚಿತ ಪ್ರಪಂಚಕ್ಕೆ ಕೊಂಡೊಯ್ಯಿತು. ಹೊಸ

ಆಟಿಕೆಗಳನ್ನು ಕಂಡ ಮಗುವಿನಂತೆ ಎಲ್ಲವೂ ಕೌತುಕ.. ಹೀಗೂ ಉಂಟೆ ಎನ್ನುವ ಆಶ್ಚರ್ಯ. ಆದರೆ ಹೃದಯದಲ್ಲಿ ಸೈನಿಕ ಮಾತ್ರ ಭದ್ರವಾಗಿ ನೆಲೆಸಿದ್ದಾನೆ. ಎರಡು ಊರುಗೋಲುಗಳ ಬದಲು ಒಂದು ಊರುಗೋಲಿಗೆ ಬಂದರು. ಕೆಲವು ತಿಂಗಳಲ್ಲಿ ಅದನ್ನೂ ಬದಿಗಿಟ್ಟು ಜಯಾರವರ ಹೆಗಲುಗಳ ಸಹಾಯದಿಂದ ನಡೆಯಲಾರಂಬಿಸಿದರು. ಸ್ವಲ್ಪ ನಾಚಿಕೆಯಾಗಿರಬೇಕು, ನಂತರ ಅವರೇ ಸ್ವತಂತ್ರವಾಗಿ ಓಡಾಡಲು ಶುರುಮಾಡಿಕೊಂಡರು. ಹಾಗಾದರೆ ಅಷ್ಟೊಂದು ಜನ ಡಾಕ್ಟರುಗಳ ಅಭಿಪ್ರಾಯ ಸುಳ್ಳೇ? ಹಾಗೇನಿಲ್ಲ, ಡಾಕ್ಟರುಗಳು ಓದಿದ ಪುಸ್ತಕವನ್ನು ಇವರು ಓದಿರಲಿಲ್ಲ ಮತ್ತು ಇವರಿಗೆ ಜೀವನ ಕಲಿಸಿದ ಪಾಠ ಡಾಕ್ಟರುಗಳ ಪಠ್ಯ ಪುಸ್ತಕದಲ್ಲಿರಲಿಲ್ಲ... ಅಷ್ಟೆ.

ಡಾಕ್ಟರ್ ರೆಡ್ಡೀಸ್ ಲ್ಯಾಬರೋಟರೀಸ್ ಎನ್ನುವ ಪ್ರಸಿದ್ಧ ಔಷದದ ಸಂಸ್ಥೆಯಿಂದ ಇವರ ಎರಡನೇ ಇನ್ನಿಂಗ್ಸ್ ಶುರುವಾಯಿತು. ಎಲೆಕ್ಟ್ರಾನುಗಳು ವರ್ತುಲದಿಂದ ವರ್ತುಲಕ್ಕೆ ಜಿಗಿಯುವಂತೆ ಇವರೂ ಛಲ್ಲಾಂಗ ಹಾಕುತ್ತಾ ಹೋದರು. ಫಿಲಿಪೀನ್ಸ್, ಸಿಂಗಾಪೂರ್ ಮತ್ತು ಜಪಾನಿನ ಸುತ್ತಾಟವೆಲ್ಲಾ ಆದಮೇಲೆ ಈಗ ಚೆನ್ನೈನಲ್ಲಿ ಮೈಕ್ರೊಸಾಫ್ಟ್ ಕಂಪನಿಯಲ್ಲಿದ್ದಾರೆ. ಇಬ್ಬರು ಮಕ್ಕಳಿದ್ದಾರೆ. ಮೊನ್ನೆ ಹೀಗೆ ಕನ್ನಡದಲ್ಲಿ ಬರೆಯುವ ಪ್ರಯತ್ನ ಮಾಡುತ್ತೇನೆ ಎಂದಿದ್ದಕ್ಕೆ ಹರ್ಷಿಸಿದರು.

ದೇವರು ಇಂತಹ ಧೀರರನ್ನು ಇನ್ನೂ ಅಧಿಕವಾಗಿ ಸೃಷ್ಟಿಸಲಿ ಎಂಬ ಪ್ರಾರ್ಥನೆಯೊಂದಿಗೆ.....

ನನ್ನ ವಾಯುಸೇನೆಯ ಪಯಣ

ನಾನು ಹುಟ್ಟಿ ಬೆಳದದ್ದು ಗಂಗೂರು ಎನ್ನುವ ಪುಟ್ಟ ಹಳ್ಳಿಯಲ್ಲಿ, ಇದು ದಾವಣಗೆರೆ ಜಿಲ್ಲೆಯ ಚನ್ನಗಿರಿಯ ಬಳಿ ಇದೆ. ಉಪಾಧ್ಯಾಯರಾಗಿದ್ದ ನಮ್ಮ ತಂದೆ ತಮ್ಮ ಸೇವಾವಧಿಯ ಬಹುಕಾಲವನ್ನು ಚಿಕ್ಕಮಗಳೂರು ಜಿಲ್ಲೆಯಲ್ಲಿ ಕಳೆದಿದ್ದರಿಂದ ನಾವೂ ಅವರೊಟ್ಟಿಗೆ ಕೊಪ್ಪ, ಮೂಡಿಗೆರೆ, ಚಿಕ್ಕಮಗಳೂರು, ಬುಕ್ಕಾಂಬುಧಿ ಹೀಗೆ ಸಂಚರಿಸುತ್ತಾ ವಿವಿಧ ಶಾಲೆಗಳಲ್ಲಿ ನನ್ನ ವಿದ್ಯಾಭ್ಯಾಸ ಮುಂದುವರೆಯಿತು. ನಮ್ಮದೊಂದು ಪುಸ್ತಕ ಪ್ರೇಮಿಗಳ ಮನೆತನ, ಐಯ್ಯರ್, ಅನಕೃ, ತರಾಸು, ಭೈರಪ್ಪ ಇವರ ಸಾಹಿತ್ಯ ಕೃತಿಗಳ ಮಧ್ಯವೇ ಬೆಳೆದವರು. ದೇಶ ಸುತ್ತು ಮತ್ತು ಕೋಶ ಓದು ಎನ್ನುವ ಹವ್ಯಾಸ ಬೆಳಸಿಕೊಂಡವನಿಗೆ ವಾಯುಸೇನೆಯಂತಹ ವಿಭಾಗ ಹೇಳಿಮಾಡಿಸಿದಂತಹ ಕರ್ಮಭೂಮಿ.

ದಾವಣಗೆರೆಯ ಡಿ ಆರ್ ಎಂ ಕಾಲೇಜಿನಲ್ಲಿ ಪಿಯುಸಿ ಓದುತ್ತಿದ್ದಾಗ ನನ್ನ ಸ್ನೇಹಿತರ ಅಣ್ಣ ಒಬ್ಬರು ಏರ್ ಫೋರ್ಸಿನಲ್ಲಿ ಮೆಕ್ಯಾನಿಕ್ ಆಗಿದ್ದವರ ಪರಿಚಯವಾಯಿತು. ಪಿಯುಸಿ ಆದನಂತರ ಏರ್ ಫೋರ್ಸಿ ಗೆ ಸೇರುವ ಅವಕಾಶವಿದೆ ಎನ್ನುವ ವಿಷಯ ತಿಳಿದ ನಂತರ ನನ್ನ ಸಂಪೂರ್ಣ ಗಮನ ಮತ್ತು ಸಿದ್ದತೆಗಳು ವಾಯುಸೇನೆಯನ್ನು ಸೇರುವುದರ ಕಡೆಗೆ ಕೇಂದ್ರೀಕೃತವಾಗಿತ್ತು. ಪಿಯುಸಿಯ ಫಲಿತಾಂಶ ಬಂದಕೂಡಲೇ ಮಾಡಿದ ಮೊಟ್ಟಮೊದಲ ಕೆಲಸವೆಂದರೆ ಏರ್ ಫೋರ್ಸ್ ಸೇರಲು ಅರ್ಜಿ ಹಾಕಿದ್ದು, ಮತ್ತು ಕೂಡಲೇ ಅವರಿಂದ ಪ್ರವೇಶ ಪರೀಕ್ಷೆಗೆ ಬರಬೇಕೆಂದು ಆದೇಶವೂ ಬಂತು. ಬೆಂಗಳೂರನ್ನು ಮೊಟ್ಟಮೊದಲ ಬಾರಿಗೆ ನೋಡಿದ್ದೇ ಆವಾಗ. ನಿರಂತರವಾಗಿ ನಡೆದ ಹಲವಾರು ಪರೀಕ್ಷೆಗಳು, ಇಂಟರ್ವ್ಯೂ ಮತ್ತು ವೈದ್ಯಕೀಯ ತಪಾಸಣೆ ಎಲ್ಲಾ

ವಿಂಗ್ ಕಮಾಂಡರ್ ಬಿ ಎಸ್ ಸುದರ್ಶನ್

ಮುಗಿಯುವಷ್ಟರಲ್ಲಿ ಬರೋಬ್ಬರಿ ನಾಲ್ಕು ದಿನಗಳು. ಈ ಎಲ್ಲಾ ಅಗ್ನಿಪರೀಕ್ಷೆಗಳನ್ನು ಯಶಸ್ವಿಯಾಗಿ ಮುಗಿಸಿ, ಅಲ್ಲಿನ ಅಧಿಕಾರಿಯೊಬ್ಬರು "ಅಭಿನಂದನೆಗಳು ನೀವು ಏರ್ ಫೋರ್ಸ್ ಗೆ ಆಯ್ಕೆಯಾಗಿದ್ದೀರಿ" ಎಂದಾಗ ಆದ ಆನಂದ ಹೇಳತೀರದು. ಅವತ್ತೇ ನನ್ನ ಹದಿನೇಳನೇ ಹುಟ್ಟುಹಬ್ಬ!

ಹೀಗೆ ಪ್ರಾರಂಭವಾಯಿತು ವೃತ್ತಿಪರ್ವ ಏರ್ ಫೋರ್ಸಿನಲ್ಲಿ ವೈದ್ಯಕೀಯ ಸಹಾಯಕನಾಗಿ. ಬೆಂಗಳೂರಿನ ಜಾಲಹಳ್ಳಿಯಲ್ಲಿ ಮೆಡಿಕಲ್ ಟ್ರೈನಿಂಗ್ ಸೆಂಟರಿನಲ್ಲಿ ಒಂದು ವರ್ಷದ ತರಬೇತಿಯ ನಂತರ ನನ್ನ ಮೊದಲ ಪೋಸ್ಟಿಂಗ್ ಪಂಜಾಬಿನ ಹಲ್ವಾರಾ ಎನ್ನುವ ವಾಯುನೆಲೆಗೆ.

ಅಲ್ಲಿನ ಮೂರು ವರ್ಷಗಳ ಸೇವಾವಧಿಯಲ್ಲಿ ನನ್ನ ಜೀವನದ ಗತಿ ಮತ್ತು ಗುರಿಯಲ್ಲಿ ಕೆಲವು ಮಹತ್ತರ ಮಾರ್ಪಾಡುಗಳಾದವು. ವೈದ್ಯಕೀಯ ಸಹಾಯಕನಾಗಿ ಕೆಲಸ ಮಾಡುತ್ತಲೇ ಪಂಜಾಬಿನ ಮುಕ್ತ ವಿಶ್ವವಿದ್ಯಾಲಯದ ಮೂಲಕ ನನ್ನ ವಿದ್ಯಾಭ್ಯಾಸವನ್ನು ಮುಂದುವರೆಸಿದೆ. ವಾಯುಸೇನೆಯ ಹಲವಾರು ಪೈಲಟ್ಟುಗಳ ಪರಿಚಯವಾಯಿತು. ನಾನೂ ಸಹಾ ಪೈಲಟ್ಟಾಗಬಹುದು ಅದಕ್ಕೆ ಬೇಕಾದ ಅರ್ಹತೆಗಳೆಲ್ಲಾ ನನ್ನಲ್ಲೂ ಇವೆ ಎನ್ನುವ ವಿಷಯ ತಿಳಿಯುತ್ತಲೇ ನನ್ನ ಎಲ್ಲಾ ಶಕ್ತಿ, ಸಾಮರ್ಥ್ಯಗಳನ್ನು ಅದರಲ್ಲಿ ವಿನಿಯೋಗಿಸಿದೆ. ಮೊದಲ ಪ್ರಯತ್ನ ವಿಫಲವಾಯಿತು. ಪೈಲಟ್ಟಾಗಲೇ ತೀರಬೇಕೆಂಬ ಛಲ ಇನ್ನೂ ಉತ್ಕಟವಾಯಿತು, ಹಾಗೇ ಎರಡನೇ ಪ್ರಯತ್ನದಲ್ಲಿ ಯಶಸ್ಸು ಫಲಿಸಿತು. ಆದಾದ ಕೆಲವೇ ತಿಂಗಳುಗಳಲ್ಲಿ ವಾಯುಸೇನೆಯ ಪೈಲಟ್ಟಾಗುವ ತರಬೇತಿ ಪ್ರಾರಂಭವಾಯಿತು. ಇದು ನನ್ನ ವಾಯುಸೇನೆಯಲ್ಲಿನ ಪ್ರಾರಂಭಿಕ ಪಯಣ.

ವಾಯುಸೇನೆಯ ಪ್ರತಿದಿನವೂ ವೈವಿಧ್ಯಮಯ ಮತ್ತು ವಿಶೇಷ ಅನುಭವಗಳ ಸರಮಾಲೆ, ಒಂದು ಹೊಸ ಕಲಿಕೆಯ ನಿರಂತರತೆ. ನಾನು ಇಲ್ಲಿಯವರೆಗೂ ಸಮಾರು ೧೪ ವಿವಿಧ ತರಹದ ವಿಮಾನಗಳನ್ನು ಹಾರಿಸಿದ್ದೇನೆ, ಸುಮಾರು ಹನ್ನೆರಡು ಸಾವಿರಕ್ಕೂ ಹೆಚ್ಚು ಗಂಟೆಗಳನ್ನು ಆಕಾಶದಲ್ಲಿ ಕಳೆದಿದ್ದೇನೆ. ಇದರಲ್ಲಿ ಇಂಜಿನ್ ಇಲ್ಲದ ಗ್ಲೈಡರ್ ವಿಮಾನ, ಪುಟ್ಟ ಮೈಕ್ರೋಲೈಟ್, ಫೈಟರ್ ಜೆಟ್, ಟರ್ಬೋ ಪ್ರೊಪೆಲ್ಲರ್, ಬೃಹದಾಕಾರದ ಜೆಟ್ ಎಲ್ಲಾ ಸೇರಿವೆಯಾದರೂ ನಾನು ಪ್ರಯಾಣಿಕರ, ಸರಕು ಸಾಮಗ್ರಿಗಳನ್ನು ಸಾಗಿಸುವ ಶ್ರೇಣಿಯ ವಿಮಾನಗಳಲ್ಲೇ ಹೆಚ್ಚಿನ ಸೇವೆ ಸಲ್ಲಿಸಿರುವುದು.

೧೯೮೭ ರಿಂದ ೧೯೯೮ ರವರೆಗೂ ಭಾರತೀಯ ಸೇನಾಪಡೆಗಳು

ಶ್ರೀಲಂಕಾದಲ್ಲಿ ಭಾರತೀಯ ಶಾಂತಿಪಡೆಯ ಅಂಗವಾಗಿ ಸಕ್ರಿಯವಾಗಿ ಪಾಲ್ಗೊಂಡಿದ್ದವು. ನಾನೂ ಈ ಕಾರ್ಯಾಚರಣೆಯಲ್ಲಿ ಪಾಲ್ಗೊಂಡಿದ್ದೆ. ವಾಯುಸೇನೆಯ ಪೈಲಟ್ಟುಗಳ ಸಾಮರ್ಥ್ಯವನ್ನು ಪರೀಕ್ಷೆಗೊಡ್ಡಿದ ಸಮಯವದು. ಅಪರಿಚಿತ ವಾಯುನೆಲೆಯಲ್ಲಿ ವಿಮಾನವನ್ನಿಳಿಸುವುದೇ ಒಂದು ಸವಾಲಾಗಿರುತ್ತಿತ್ತು. ಒಂದು ದಿನದ ಮಿತ್ರರು ಮರುದಿನ ಶತ್ರುಗಳಾಗಿ ಪರಿವರ್ತನೆಯಾಗುವಂತಹ ಚಂಚಲ ರಾಜಕೀಯ ಪರಿಸ್ಥಿತಿ ಅಲ್ಲಿತ್ತು. ಶ್ರೀಲಂಕಾದ ಸೌಂದರ್ಯವನ್ನು ಆಸ್ವಾದಿಸುತ್ತಲೇ ಅಲ್ಲಿಯ ಆತಂಕಮಯ ವಾತಾವರಣದಲ್ಲಿ ನಮ್ಮ ಕಾರ್ಯವನ್ನು ನೆರವೇರಿಸುತ್ತಿದ್ದೆವು. ಕೆಲವೊಮ್ಮೆ ನಮ್ಮ ಸೈನಿಕರ ಮೃತದೇಹಗಳನ್ನು ಭಾರತಕ್ಕೆ ತರುತ್ತಿದ್ದಾಗ ಮನಸ್ಸಿಗೆ ತುಂಬಾ ವ್ಯಥೆಯಾಗುತ್ತಿತ್ತು. ಇದು ಯಾರ ಯುದ್ಧ... ಯಾವ ದೇಶಕ್ಕಾಗಿ ಈ ಬಲಿದಾನ ಎನಿಸಿಬಿಡೋದು.

ಈ ಮಧ್ಯೆ ಮಾಲ್ಡೀವ್ ದೇಶದಲ್ಲೂ ಒಂದು ರಾಜಕೀಯ ಸಂದಿಗ್ಧ ಪರಿಸ್ಥಿತಿಯಲ್ಲಿ ಅಲ್ಲಿನ ಸರ್ಕಾರ ಭಾರತೀಯ ಸೇನೆಯ ಸಹಾಯ ಕೋರಿದಾಗ ನನಗೂ ಆ ಕಾರ್ಯಾಚರಣೆಯಲ್ಲಿ ಭಾಗವಹಿಸುವ ಅವಕಾಶ ದೊರಕಿತು. ಹೀಗೆ ವಾಯುಸೇನೆಯ ಪ್ರತಿಯೊಂದು ಅನುಭವವೂ ಅದರದೇ ಆದ ವಿಶಿಷ್ಟತೆ, ಪ್ರತಿ ವಿಮಾನಯಾನದ ಅನುಭವವೂ ವೈವಿಧ್ಯಮಯ.

ವಾಯುಸೇನೆಯ ಪೈಲಟ್ಟಾಗಿ ಎದುರಿಸುವ ಸವಾಲುಗಳು

ಈ ವೃತ್ತಿಯಲ್ಲಿ ಎದುರಿಸಬೇಕಾದ ಸವಾಲುಗಳು, ಅನಿವಾರ್ಯತೆಗಳಲ್ಲಿ ಪ್ರಮುಖವಾದುದು ಹವಾಮಾನ ವೈಪರೀತ್ಯ. ತರಬೇತಿ ಸಮಯದಲ್ಲಿ ಕಲಿತು ನಂತರ ಮರೆತು ಬಿಡುವಂತಹ ವಿದ್ಯೆಯಲ್ಲಾ. ಇದರ ಅನುಭವ, ಕಲಿಕೆ ನಿರಂತರ. ಆಯಾ ಪ್ರದೇಶಕ್ಕೆ, ಆಯಾ ಋತುಮಾನಕ್ಕೆ ಬದಲಾಗುವ ಈ ಹವಾಮಾನದ ವೈಪರೀತ್ಯವನ್ನು ಬಹಳ ಆಳವಾಗಿ ಅಧ್ಯಯಿಸುವ ಆವಶ್ಯಕತೆ ಇದೆ. ಇತ್ತೀಚಿನ ದಿನಗಳಲ್ಲಿ ಪೈಲಟ್ಟುಗಳಿಗೆ ಹವಾಮಾನದ ಮುನ್ಸೂಚನೆ ಒದಗಿಸುವುದರಲ್ಲಿ ತುಂಬಾ ನಿಖರತೆ ಇರುತ್ತದೆ, ಆದರೂ ಕೆಲವೊಮ್ಮೆ ಇದರಲ್ಲಿ ಏರುಪೇರು ಆಗುತ್ತದೆ. ಈಗ ಉತ್ತಮ ರಡಾರುಗಳಿವೆ, ಅವುಗಳ ಸಹಾಯದಿಂದ ವಿಮಾನವನ್ನು ಸುರಕ್ಷಿತವಾದ ದಿಕ್ಕಿನಲ್ಲಿ ತಿರುಗಿಸಬಹುದು. ಮಂಜುಕವಿದ ವಾತಾವರಣದಲ್ಲಿ ವಿಮಾನದ ಟೇಕಾಫ್ ಮತ್ತು ಲ್ಯಾಂಡಿಂಗ್ ಸಹಾ ಒಂದು ಅತಿ ದೊಡ್ಡ ಸವಾಲು. ನಿರಂತರ ತರಬೇತಿಯೇ ಇದಕ್ಕೆ ಮಂತ್ರ.

ವಿಮಾನಗಳಲ್ಲಿ ತಾಂತ್ರಿಕ ದೋಷಗಳಿಂದ ಉಂಟಾಗುವ ಅಪತ್ಕಾಲೀನ ಪರಿಸ್ಥಿತಿಯನ್ನು ಯಶಸ್ವಿಯಾಗಿ ನಿಭಾಯಿಸಲೂ ಸಹಾ ಸುಧೀರ್ಘವಾದ ತಾಂತ್ರಿಕ ವಿಷಯಗಳ ಅಧ್ಯಯನ ತುಂಬಾ ಮುಖ್ಯ. ಈ ವೈಪರೀತ್ಯದ ಪರಿಸ್ಥಿತಿಯಲ್ಲಿ ವಿಚಲಿತಗೊಳ್ಳದೇ ಮನೋಸ್ಥೈರ್ಯವನ್ನು ಕಾಪಾಡಿಕೊಳ್ಳುವುದು ಅನುಭವದಿಂದ, ಅಧ್ಯಯನದಿಂದ ಬರುವಂತಹದ್ದು. ಇದಕ್ಕೆ ಮಾನಸಿಕ ಸಿದ್ಧತೆ ಅತಿಅವಶ್ಯಕ.

ವೈಮಾನಿಕತೆ ಒಂದು ಕೌಶಲ್ಯಪೂರ್ಣ ಕಲೆ, ಆದರೆ ಇದು ಕರಗತವಾಗುವುದು ಸತತ ಪರಿಶ್ರಮದಿಂದ. ನನಗೆಲ್ಲಾ ಗೊತ್ತು... ಎನ್ನುವ ಮನೋಸ್ಥಿತಿ ಒಬ್ಬ ಪೈಲಟ್ ಜೀವನದಲ್ಲಿ ಅವನ ಜೀವನದ ಕೊನೆಯ ಫ್ಲೈಟಿನವರೆಗೂ ಬರಬಾರದು, ಅಂತಹ ಅನಿಸಿಕೆ ಮಾರಣಾಂತಿಕ. ಪ್ರತಿಯೊಂದು ಫ್ಲೈಟಿನಲ್ಲೂ, ಲ್ಯಾಂಡಿಂಗಿನಲ್ಲೂ ಒಂದು ಕಲಿಕೆಯ ಅಂಶವಿರುತ್ತದೆ. ಇಂತಹ ಕ್ಲಿಷ್ಟಕರ ವೃತ್ತಿಯಲ್ಲಿ ತಪ್ಪುಗಳಾಗುವುದು ಸಹಜ, ಆದರೆ ಕಲಿಕೆ, ನೀವು ಮಾಡಿದ ತಪ್ಪುಗಳಿಂದಲೇ ಕಲಿಯಬೇಕು ಎನ್ನುವ ನಿಲುವಿಗಿಂತ ಬೇರೆಯವರು ಮಾಡಿದ ತಪ್ಪುಗಳಿಂದ ಕಲಿಯುವುದು ಜಾಣತನ, ಕೆಲವೊಮ್ಮೆ ಮಾಡಿದ ತಪ್ಪುಗಳನ್ನು ತಿದ್ದಿಕೊಳ್ಳಲಾರದ ಸಂದರ್ಭವೂ ಬರಬಹುದು!

ವೈದ್ಯಕೀಯ ಪ್ರಮಾಣ ಮತ್ತು ಇತರೆ ಅರ್ಹತೆಗಳು

ಪೈಲಟ್ಟುಗಳಿಗೆ ಮನೋಸ್ಥೈರ್ಯಯದ ಜೊತೆಗೇ ದೈಹಿಕ ಆರೋಗ್ಯವೂ ಬಹಳ ಮುಖ್ಯ. ಪೈಲಟ್ಟುಗಳ ದೈಹಿಕ ಪರೀಕ್ಷೆಗೆ ಬಹಳ ಪ್ರಾಮುಖ್ಯತೆ ಕೊಡಲಾಗುತ್ತದೆ. ಬೆಂಗಳೂರಿನ ಇಂಡಿಯನ್ ಏರೋಸ್ಪೇಸ್ ಮೆಡಿಸನ್ (ಐ ಎ ಎಮ್) ವಿಶೇಷವಾಗಿ ವಾಯುಸೇನೆಯ ಮತ್ತು ಇತರೆ ನಾಗರಿಕ ಪೈಲಟ್ಟುಗಳ ದೈಹಿಕ ತಪಾಸಣೆಗೆಂದೇ ಮೀಸಲಾದ ಸಂಸ್ಥೆ. ಇಲ್ಲಿ ವೈಮಾನಿಕ ವೈದ್ಯಕೀಯ ಪರಿಣಿತ ವೈದ್ಯರು ವಿವಿಧ ಪರೀಕ್ಷೆಗಳನ್ನು ನಡೆಸುತ್ತಾರೆ. ಪ್ರಾರಂಭದಲ್ಲೇ ಕೆಲವು ದೈಹಿಕ ಪ್ರಮಾಣಗಳಲ್ಲಿ ಏರು ಪೇರುಗಳನ್ನು ಕಂಡುಹಿಡಿದು ಅದನ್ನು ಪರಿಹರಿಸುವ ಸೂಕ್ತ ಸಲಹೆಗಳನ್ನು ಕೊಡುತ್ತಾರೆ. ಇನ್ನು ಕೆಲವು ನ್ಯೂನತೆಗಳಿಂದಾಗಿ ವೈಮಾನಿಕ ವೃತ್ತಿ ಅಸಾಧ್ಯ ಎನ್ನುವ ನಿರ್ಧಾರಕ್ಕೂ ಬರಬೇಕಾದ ಅನಿವಾರ್ಯತೆಯೂ ಇರುತ್ತದೆ, ಆಗ ಪರ್ಯಾಯ ವ್ಯವಸ್ಥೆಯ ಆಲೋಚನೆ ಮಾಡಬೇಕಾಗುತ್ತದೆ.

ಪೈಲಟ್ಟಾಗಲು ಬೇಕಾದ ಅರ್ಹತೆಗಳಲ್ಲಿ ಪ್ರಮುಖವಾದ ಅಂಶಗಳಲ್ಲಿ ಕೆಲವು ಮುಖ್ಯವಾದುವೆಂದರೆ, ಅಂಗರಚನಾ ಪ್ರಮಾಣ, ಅಂದರೆ, ಹೈಟ್ 162.5 cm. ಕುಳಿತಾಗ ಉದ್ದ 81.5cm, ಕಾಲಿನ ಉದ್ದ 99-120 cm ಹೀಗೆಲ್ಲಾ ಇರುತ್ತದೆ. ಇದರ ಉದ್ದೇಶ cockpit ನಲ್ಲಿ ಕುಳಿತಾಗ ಅನಾಯಾಸವಾಗಿ ಎಲ್ಲಾ ಕಾರ್ಯವನ್ನು ನಿರ್ವಹಿಸುವ ಕ್ಷಮತೆ ಇರಬೇಕು. ಇದಲ್ಲದೆ ಬೆನ್ನುಮೂಳೆಯನ್ನು ಕೂಲಂಕಷವಾಗಿ ಪರಿಶೀಲಿಸಲಾಗುತ್ತದೆ. ಪ್ರವೇಶದ ಹಂತದಲ್ಲಿ ಕಣ್ಣುಗಳ ಕ್ಷಮತೆ ೬/೬ ಇರಬೇಕು. ಇತ್ತೀಚೆಗೆ ಕಣ್ಣುಗಳ ಬಗ್ಗೆ ಕೆಲವು ಸುಧಾರಣೆಗಳು ಬಂದಿವೆ.

ಯಾರೆಲ್ಲಾ ಏರ್ ಫೋರ್ಸ್ ನ ಪೈಲಟ್ ಆಗಲು ಅರ್ಹರು. ಇದರ ಸಂಪೂರ್ಣ ವಿವರಣೆ, ವಿದ್ಯಾರ್ಹತೆ, ವೈದ್ಯಕೀಯ ಪ್ರಮಾಣಗಳ ವಿವರ, ತರಬೇತಿಯ ಬಗೆಗಿನ ಮಾಹಿತಿ ಇವೆಲ್ಲವೂ ಏರ್ ಫೋರ್ಸಿನ ಜಾಲತಾಣದಲ್ಲಿ ಲಭ್ಯವಿದೆ. careerairforce.nic.in

ಎಲ್ಲರಿಗೂ ಶುಭವಾಗಲಿ
ಜೈ ಹಿಂದ್

ವಿಂಗ್ ಕಮಾಂಡರ್
ಬಿ. ಎಸ್. ಸುದರ್ಶನ್

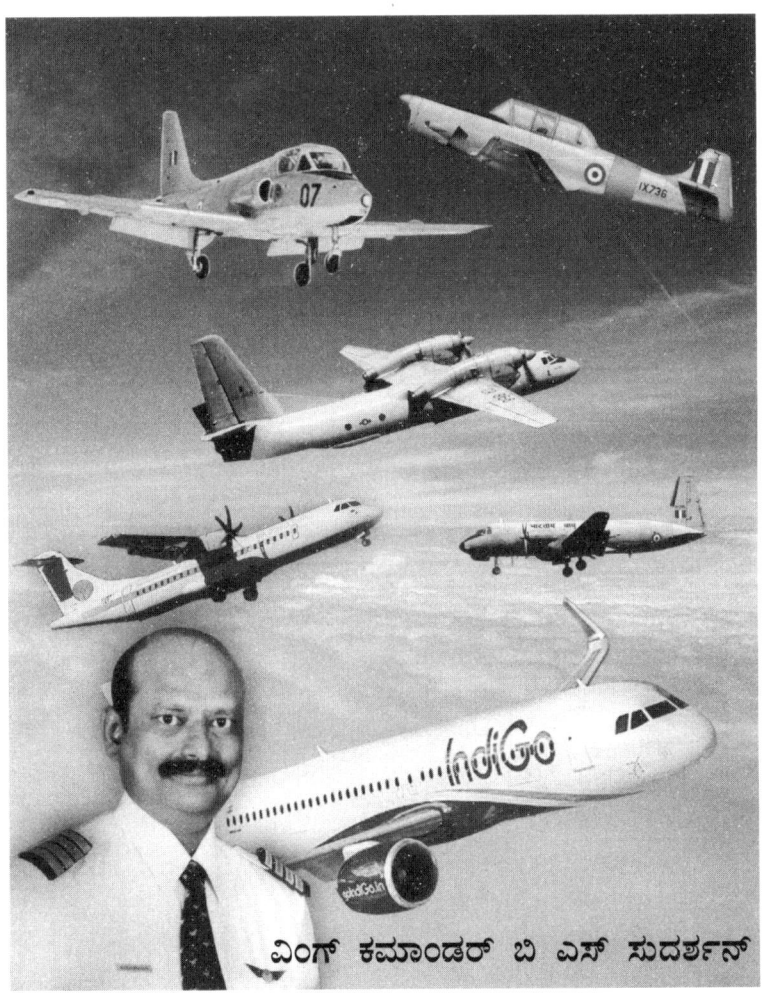

07
IX736
IndiGo
ವಿಂಗ್ ಕಮಾಂಡರ್ ಬಿ ಎಸ್ ಸುದರ್ಶನ್